सुंदरा मनामधी भरली

(मराठी लावणी वाङ्मयातील सौंदर्य आणि समीक्षा)

डॉ. शरद घाटे

दिलीपराज प्रकाशन प्रा. लि.

२५१ क, शनिवार पेठ, पुणे - ४११ ०३०.

* **सुंदरा मनामधी भरली**

डींपवरीर ारपरारवहश इहरीश्रळ

* **प्रकाशक**

  राजीव दत्तात्रय बर्वे.
  मॅनेजिंग डायरेक्टर,
  दिलीपराज प्रकाशन प्रा. लि.,
  २५१ क, शनिवार पेठ,
  पुणे - ४११ ०३०.

* **ुशलीळींश:** उळश्रळरिक्षझीरज्ञरीहरप.लेा

  एारळश्र: वळश्रळरिक्षरिज्ञरीहरपडूरहे.ळप

* **प्रथम आवृत्ती** - १५ नोव्हेंबर २००९

* **प्रकाशन क्रमांक** - १७३४

* **खडइछ-** ९७८-८१-७२९४-७६१-३

* **टाईपसेटिंग**

  पितृछाया मुद्रणालय,
  ९०९, रविवार पेठ, पुणे - ४११ ००२.

* **मुखपृष्ठ**

  दिपक संकपाळ

माझी प्रिय पत्नी—
प्रा. सौ. ललिता घाटे यांना
माझा हा अभ्यासपूर्ण ग्रंथ
प्रेमपूर्वक अर्पण

निवेदन

"मराठीतील काही ठळक शाहिरांच्या लावण्यांतील सौंदर्यदर्शन घडविणारे आणि त्या वाङ्मयाची अल्प समीक्षा करणारे, **'सुंदरा मनामधि भरली'** हे माझे पुस्तक प्रकाशित होत आहे, याचा मला आनंद वाटतो. लहानपणापासून मला मराठी कविता वाचनाची आवड निर्माण झाली. मला आवडलेल्या कविता मी वह्यांत लिहून घेत आलो आहे. पुढे पुण्याच्या स. प. महाविद्यालयात शिकत असताना बरेच इंग्रजी, हिंदी, संस्कृत व मराठी साहित्य अभ्यासले गेले. एम्.ए. झाल्यानंतर साहजिकच पीएच्. डी. पदवीसाठी मराठी कवितांचा अभ्यास करण्याचे योजिले. काव्यात शृंगाररस प्रामुख्याने असतो. म्हणून मराठी साहित्याच्या प्रारंभकाळापासून इ.स.१९६० पर्यंतच्या मराठी कवितेतील शृंगारचित्रण हा विषय निवडला. प्रारंभी आमच्याच महाविद्यालयाचे मराठी विभाग प्रमुख प्राध्यापक डॉ. पु. ग. सहस्रबुद्धे यांनी उत्तम मार्गदर्शन केले. शेवटची दोन वर्षे फर्ग्युसन महाविद्यालयाचे मराठी विभाग प्रमुख डॉ. विनायक ऊर्फ मोहन रामचंद्र करंदीकर यांनी मार्गदर्शन केले. "मराठी कवितेतील शृंगाररसचित्रण प्रारंभ ते १९६० अखेर" हा माझा प्रबंध इ. सन १९७२ साली पुणे विद्यापीठास सादर झाला. प्रबंधाचे परीक्षक १. कविवर्य कुसुमाग्रज आणि २. कविवर्य डॉ. वि. म. कुलकर्णी हे होते. पुणे विद्यापीठाने परीक्षकांचा निर्णय मान्य करून मला पीएच्.डी. पदवी प्रदान केली. माझे मार्गदर्शक आणि परीक्षक यांच्याविषयी मी कृतज्ञता व्यक्त करतो.

आता या प्रबंधातील तीन वेगवेगळ्या कालखंडांतील काव्याचे तीन विभाग करून तीन पुस्तकांच्या स्वरूपात प्रकाशित करण्याचे योजिले आहे. प्रबंधाचे बोजड स्वरूप कमी करून कोणाही कविताप्रेमी रसिकाला मराठी काव्याचा परिचयही व्हावा

आणि त्यातील काव्याचे रसग्रहण व परीक्षणही सोप्या भाषेत व्हावे म्हणून हे तीन छोट्या छोट्या पुस्तकांतून प्रकाशित करावे ही कल्पना मित्रत्वाच्या नात्याने श्री. शंकर सारडा यांनी सुचविली. त्यांच्याच सहकार्याने प्रबंधासाठी केलेल्या अभ्यासातून जरी हे ग्रंथ लिहिले असले तरी आता हे सर्व पुन्हा नव्याने लेखन केले असून त्याचे प्रकाशन होत आहे, याबद्दल त्यांचे व पुस्तकाचे सुबक स्वरूपात प्रकाशन करणाऱ्या दिलीपराज प्रकाशनाच्या श्री. राजीव बर्वे यांचेही मी आभार मानतो. माझे उच्च शिक्षण पूर्ण होईपर्यंत ज्यांनी ज्यांनी मला आर्थिक आणि मानसिक आधार दिला त्या सर्व नातेवाईकांचा मी अंत:करणपूर्वक आभारी आहे.

एफ्. वाय. बी. ए. पासून पीएच्.डी. होईपर्यंत मी माझ्या स. प. महाविद्यालयातील ग्रंथालयाचा मनसोक्त उपयोग केला. डॉ. पु. ग. सहस्त्रबुद्धे, डॉ. व. दि. कुलकर्णी, डॉ. प्र. रा. भुपटकर (हिंदी) प्रा. श्री. के. क्षीरसागर यांचे मार्गदर्शन लाभले. रत्नागिरीत गोगटे जोगळेकर महाविद्यालयात मराठीच्या प्राध्यापकाची नोकरी करीत असल्यापासून आजतागायत या महाविद्यालयाच्या श्री. बाबुराव जोशी ग्रंथालयाचा मी उपयोग करीत आलो आहे. रत्नागिरी येथील जिल्हा नगर वाचनालय, ठाणे येथील ठाणे नगर वाचन मंदिर, ठाणे मराठी ग्रंथ संग्रहालय यांतील ग्रंथसंपदेचाही मला नित्य उपयोग होतो. या सर्व संस्थांचा व त्यातील सर्व पदाधिकाऱ्यांचा मी आभारी आहे.

रसिक वाचकांनी लावणी वाङ्मयाचे मी घडविलेले दर्शन आवडीने वाचावे अशी विनंती करून माझे हे निवेदन पूर्ण करतो.

– डॉ. शरद घाटे

अनुक्रमणिका

विभाग पहिला

१. लावणी - काव्यप्रकार आणि परंपरा ९

२. मराठी लावणीकारांच्या जीवनाचे अल्प दर्शन २०

विभाग दुसरा

३. मराठी लावण्यांतील आशयदर्शन ३१

* समारोप ६३

४. शाहीर होनाजी बाळा यांच्या लावण्यांतील शृंगारचित्रण ६९

५. अनंत फंदी यांच्या लावण्यांतील शृंगार ११६

६. प्रभाकरांच्या लावण्यांतील शृंगार १४५

७ . परशरामाच्या शृंगारिक लावण्या १६८

८. सगनभाऊंच्या शृंगारिक लावण्या १७७

* समारोप २०१

विभाग तिसरा

९. शाहिरांच्या काव्यातील सात्त्विक शृंगार २०६
आणि उत्तान शृंगारिक लावण्या

१०. लावणी वाङ्‌मयातील अश्लीलतेसंबंधी विवेचन   २२६

अ) लावणी वाङ्‌मयातील अश्लीलता

विभाग चवथा

११. वास्तव स्त्रीपुरुष जीवनाचा अनुल्लेख   २५०

१२. उपसंहार   २५४

परिशिष्ट १ भि. नि. गायकवाड यांच्या पुस्तकाची अनुक्रमणिका   २५९

परिशिष्ट २ डॉ. सुधाकर के. भोसले   २६२

विभाग पहिला

सुंदरा मनामधि भरली

१. लावणी - काव्यप्रकार व परंपरा
२. मराठी लावणीची पूर्वपीठिका

प्रकरण १ ले
लावणी-काव्यप्रकार व परंपरा

१. लावणी : वाङ्मय व कला

लोकरंजनासाठी नृत्य, संगीत, अभिनय यांचे गरजेनुसार व कौशल्यानुरूप मिश्रण करून सादर केला जाणारा गेय काव्यप्रकार म्हणजे लावणीवाङ्मय आणि लावणीकला. लावणीच्या रचनेत साहित्य, संगीत, नृत्य, अभिनय यांचे प्रमाण निरनिराळे असते. त्यांचे आवाहनही वेगवेगळे असते.

शाहिरी लावणी, फडाची लावणी व बैठकीची लावणी असे लावणीवाङ्मयात तीन प्रकार आढळतात.

१. शाहिरी लावणी - शाहिराने डफ तुणतुण्याच्या साथीने पद्यमय भाषेत निवेदन करून गाऊन पेश केलेली लावणी म्हणजे शाहिरी लावणी.

श्री. मधुकर वासुदेव धोंड यांनी लावणीची अशी व्याख्या केली आहे[१] -

"सर्वसामान्य जनांच्या मनोरंजनाकरिता त्यांना रुचतील अशा लौकिक, पौराणिक वा आध्यात्मिक विषयांवर रचलेली, कडे वा ढोलकी यांच्या तालावर विशिष्ट ढंगाने म्हटलेली खटकेबाज, सफाईदार, पद्मावर्तनी व भृंगावर्तनी जातिरचना म्हणजे लावणी."[२] लावणी केवळ श्रवणाची कला नसून ती पेश करावयाची, सादर करावयाची कला आहे, असे या व्याख्येतून प्रा. धोंड यांना सुचवायचे आहे. लावणी ही विशिष्ट ढंगाने म्हटली जाणारी काव्यकला आहे हे वैशिष्ट्य लक्षात घेऊन पुढील व्याख्या प्रा. भि. जि. गायकवाड यांनी केली आहे -

"सर्वसामान्य माणसांच्या बोलीत लिहिलेली, लौकिक, पौराणिक, आध्यात्मिक विषयांबरोबरच शृंगाररसाला प्राधान्य देणारी पद्मावर्तनी व भृंगावर्तनी धावत्या चालीची रचना म्हणजे लावणी."[३]

आपल्या प्रस्तुत विवेचनाच्या संदर्भात या दोन्ही व्याख्या आपणांस पुरेशा आणि योग्य वाटतात.

२. बैठकीची लावणी - तबला, पेटी, सारंगी, तंबुरी आदी वाद्यांच्या साथीने ही लावणी, गायिका-नर्तिका बैठकीमध्ये सादर करतात. ह्या रचना उत्तर हिंदुस्थानी ठुमरीच्या धर्तीच्या असतात आणि माफक अभिनयाची, तसेच रागसंगीताची जोड देऊन बैठकीची लावणी सादर केली जाते.

३. फडाची लावणी - नाच्या, सोंगाड्या इत्यादी कलाकारांच्या साथीने नृत्य, संवाद आणि अभिनय यांची जोड देऊन ढोलकीवर गायली जाणारी लावणी. 'बालेघाटी' (विरहदु:खाची भावना आळवणारी), 'छक्कड' (उत्तान शृंगारिक), 'सवालजवाब' (प्रश्नोत्तरयुक्त), 'चौकांची' (दीर्घ चार कडव्यांची वा चार वेळा चाली बदलणारी) अशी रचना फडावर सादर केली जाते.

आजच्या तमाशातील लावणी नृत्यावर हिंदी चित्रपटातील बेगडी नृत्यप्रकार तसेच हिंदुस्थानी कथ्थक नृत्यशैली यांचा बराच प्रभाव दिसून येतो. तरीही या नृत्यपरंपरेतच आढळणारे असे काही खास सौष्ठवयुक्त पदन्यास आहेत. 'मुरली'च्या नृत्याशी त्याचे बरेच साधर्म्य दिसून येते. ढोलकीच्या साथीने विविध प्रकारच्या कौशल्यपूर्ण ठेक्यात व जलद गतीत होणारे पदन्यास तसेच खांद्यावरून मागे सोडलेल्या नऊवारी लुगड्याचा पदर दोन्ही हातांत डोक्यामागे शिडासारखा धरून केले जाणारे पदन्यास ही पारंपरिक ढंगाच्या लावणीनृत्याची खास वैशिष्ट्ये होत.

२. मराठी साहित्यातील लावणी वाङ्मयाची पूर्वपीठिका

प्रारंभीचे मराठी काव्य -

मराठी काव्यलेखनाचा प्रारंभ साधारणपणे इसवी सनाच्या तेराव्या शतकापासून झालेला दिसून येतो. ते वाङ्मय प्रारंभी तत्त्वज्ञानात्मक ग्रंथस्वरूपाचे होते. विवेकसिंधू, भावार्थदीपिका इत्यादी काव्यग्रंथ आपले आत्मापरमात्मा एकरूपतेसंबंधीचे तत्त्वज्ञान सांगणारे होते. तसेच ज्ञानेश्वर, नामदेव, तुकाराम इत्यादी कवींचे परमेश्वरभक्तीपर अभंग, ओव्या या स्वरूपाचे भक्तिवाङ्मयही निर्माण झाले आहे. त्या व्यतिरिक्त संतकवींची भारुडे, गवळणी, सौरी, डौर अशाही स्वरूपात भक्तिवाङ्मय व तत्त्वज्ञानात्मक वाङ्मय लिहिले गेले आहे. मध्ययुगीन पंडित कवी आणि आख्यानक कवी यांचे संस्कृत वृत्तरचनेनुसार रचलेले आणि ओवीबद्ध स्वरूपात रामायणमहाभारतादी

ग्रंथांतील कथांचा मराठीत अनुवाद केलेले काव्यही उपलब्ध आहे. संस्कृत काव्यशास्त्रानुसार या वाङ्मयात शृंगारवीर रसादींचा आविष्कार झालेला आहे. शाहिरांच्या वाङ्मयातील शृंगार, वीर, करुण रसाच्या आविष्कारापूर्वीसुद्धा मराठी काव्यात कोणत्या तरी अवगुंठनातून शृंगार रसयुक्त काव्य निर्माण होत होते. त्याची काही उदाहरणे पुढील परिच्छेदात पाहू.

तेरावे ते सतरावे शतक या दरम्यान निर्माण झालेल्या मराठी काव्याचे विषयानुषंगाने आणि वृत्तछंदलेखनानुसार केलेले ठळक वर्ग असे आहेत.

१. नाथपंथीय तत्त्वज्ञान आणि कर्मकांड सांगणारे काव्य २. महानुभाव पंथातील कवींनी त्यांचे पंथीय तत्त्वज्ञान विशद करणारे लिहिलेले काव्यग्रंथ. ३. महानुभवांचेच श्रीकृष्ण परमात्म्याच्या जीवनचरित्रावर आधारित रसपरिपूर्ण काव्य. यात शृंगाररसालाही वाव दिला आहे. ४. वारकरी संतकवींचे भारतीय आध्यात्मिक तत्त्वज्ञान विशद करणारे ज्ञानेश्वरी, अमृतानुभव इत्यादींसारखे काव्यग्रंथ. ओवी वृत्तांत आणि अभंगातून भक्तिरसाचे व मधुराभक्तिपर शृंगाराचे दर्शन घडविणारे काव्य. भारुडे, गवळणी, सौर, डौरी इत्यादी स्वरूपातील शृंगारिक व तत्त्वज्ञानात्मक काव्य - श्रीकृष्णाच्या जीवनातील प्रसंगांचे चित्रण करणारे रसपरिप्लुत काव्य. ज्ञानेश्वरादी संतकवींनी सामान्य जनांना जीवनविषयक मार्गदर्शन करणारे व सदाचरणाचा उपदेश असणारे काव्य. ५. दत्तसंप्रदाय - समर्थसंप्रदाय इत्यादी सांप्रदायिक तत्त्वज्ञान सांगणारे व भक्तिरसपरिप्लुत काव्य, समर्थ रामदासांचे धार्मिक, सामाजिक व राजकारणाविषयक मार्गदर्शन करणारे काव्य. ६. पंडित कवींचे आख्यानकाव्य - यात सर्व रसांचा परिपोष झाला आहे. ७. शाहिरांचे श्रीकृष्णादी देवतांची प्रार्थना करणारे लावणीकाव्य. इहलोकांतील स्त्रीपुरुषांचे लैंगिक जीवन चित्रित करणारे शृंगारिक काव्य सतराव्या शतकात भर जोमाने निर्माण होऊ लागले.

३. मराठी काव्याची प्रभात

मध्ययुगातील काळात मराठीत शाहिरांनी शूरांच्या पराक्रमाचे वर्णन करणारे पोवाडे लिहिले. मराठी स्त्रीपुरुषांच्या जीवनातील शारीरिक प्रेम, विवाहोत्तर प्रेम आणि विरह, स्त्रीपुरुषांचे अनैतिक मानले जात असणारे शृंगारिक प्रसंग मराठी लावण्यांत शाहिरांनी वर्णिले आहेत. तेराव्या शतकापासून मराठीत भक्तीच्या अवगुंठनातून श्रीकृष्णादी देवदेवतांच्या शृंगाराचे चित्रण होतच होते. आता या जगातील मराठी स्त्रीपुरुषांच्या जीवनातील शौर्य व मिलन विरह या स्वरूपातील शृंगार चित्रित होऊ लागला. म्हणून जुन्या पिढीतील एक पत्रकार व समीक्षक अच्युत बळवंत कोल्हटकर यांनी शाहिरी वाङ्मय ही 'मराठी काव्याची प्रभात' होय असे म्हटले आहे.

महाराष्ट्रात शिवाजी महाराजांच्या काळात जेव्हा पंडित कवींचे काव्यलेखन बहरलेले होते त्याच काळात शाहिरांच्या काव्यलेखनासही प्रारंभ झाला होता. पोवाडे व लावण्या या दोहोंतही कवींची इहलौकिक प्रवृत्ती दिसून येते. शिवकालीन व तद्नंतरची महाराष्ट्रातील राजकीय परिस्थिती धामधुमीची होती. लोकांच्या मनात स्वराज्य व साम्राज्य स्थापन करण्यासंबंधीची आकांक्षा होती. ऐहिकतेचे वारे समाजात वाहू लागले होते. या ऐहिक प्रवृत्तीतून तत्कालीन पोवाड्यांत मराठी सरदारांच्या शौर्याचे, पराक्रमाचे व लढायांचे वर्णन करण्यात आले आहे. त्याच ऐहिक (इहलौकिक) प्रवृत्तींतून लावणीवाङ्मयात शृंगाराचे वर्णन करण्यात आले आहे. स्त्री-पुरुषांच्या मनातील परस्पर आकर्षण, प्रेम, मिलनाचे सुख व विरहातील दुःख यांची वर्णने लावणीवाङ्मयात येतात. पोवाड्यांचा उगम जसा तत्कालीन परिस्थितीत सापडतो, तसा लावण्यांचाही उगम त्या काळच्या सामाजिक व राजकीय परिस्थितीत सापडतो. मराठी लढवय्ये सरदार व अन्य शिपाई नेहमी मुलूखगिरीवर जात असत. त्यांना घरापासून दोन दोन वर्षे दूर रहावे लागे. साहजिकच पतिपत्नींना जाणवणारा उभयपक्षी विरह लावण्यांत चित्रित केला जाई. याच सामाजिक परिस्थितीमुळे व्यभिचार, रंगेलपणा व उत्तानता यांचेही समाजात अस्तित्व होते. त्याचे पडसाद लावणी वाङ्मयात उमटलेले आहेत. त्यामुळे विरहाची वर्णने, मिलनाची उत्सुकता व तृप्ती यांची वर्णने लावणी वाङ्मयात आढळतात. शाहिरांनी राधाकृष्ण, गोप-गोपी यांच्या नावांवरही शृंगाररस वर्णिला आहे. रामजोशींपासून पठ्ठे बापूरावापर्यंत बहुतेक सर्व शाहिरांनी कृष्णचरित्रावर अनेक प्रकारची रचना केली आहे. भूपाळ्या, कृष्णाच्या गोकुळातील खोड्या वर्णन करणाऱ्या लावण्या, रासक्रीडा व वसंतलीला वर्णन करणारी पदे व लावण्या, मुरली, अक्रूर, चंद्रावळ इत्यादी विषय शाहिरांनी पंडित कवींप्रमाणेच हाताळले आहेत.

४. पंडित कवी आणि शाहीर यांच्यातील दुवा जोडणारे भक्तकवी मध्वमुनीश्वर[४]

मध्वमुनीश्वर या नावाचे एक लोकप्रिय कीर्तनकार होऊन गेले. हे भक्तकवी मात्रावृत्तात्मक गेय रचना करीत. त्यांनी राधाकृष्णांचा शृंगार कोणताही झिरझिरीतसुद्धा पडदा न वापरता वर्णिला आहे.

१. राधे विंधिति माझे प्राण।
तुझे लोचन बाण।।
शिकल करिसी अंजन जहर ।
येवढे का निर्वाण।
मध्वमुनीश्वर म्हणतो सखये।

मजला दे जिवदान।।

२. काळे तुझे बाल राधे, गोरे तुझे गाल।

बिंद्या शिसफूल भाळी शोभे।

भांगी सुरस गुलाल।

मध्वमुनीश्वर म्हणतो तूझे रंगित अधर रसाळ।।

यासारखी मध्वमुनीश्वरांची पदे पंडित कवींच्या कवितेतील भक्तियुक्त शृंगार आणि शाहिरांच्या लावण्यांतील उघडावाघडा शृंगार यामधील दुवा आहेत, हे स्पष्ट आहे.

मध्वमुनीश्वरांचे 'उद्धवा शांतवन कर जा' हे पद गोकुळातील गोपींचे विरहदुःख व्यक्त करते. श्रीकृष्ण गोकुळ सोडून मथुरेस गेले. आपल्या माघारी गोकुळातील गोपगोपी विरहदुःखाने व्याकुळ झाले असतील हे जाणून श्रीकृष्णाने उद्धवाला - आपल्या भक्ताला, गोकुळात गोपगोपींची समजूत काढायला पाठविले. श्रीकृष्ण म्हणाले, 'उद्धवा; त्या गोकुळवासी जनांचे शांतवन करण्यासाठी तू गोकुळात जा. माझे मातापिता नंदयशोदा, माझ्यासाठी म्हणजे विरहदुःखाने प्राणत्याग करतील; माझा वियोग सहन न झाल्यामुळे उदास होऊन माझ्यासाठी रानोमाळ भटकतील. अन्नपाणी त्यागून अतिदुःखित असे रडत राहतील.' मध्वमुनीश्वरांनी गोपींची अवस्था कशी झाली आहे ते पुढील शब्दांत सांगितले आहे -

''पतिसुतादि गृहधन त्यजिले मजवरती धरुनी ममता ।

मानिले तुच्छ अपवर्गा मजसंगे निश्चल रमतां ।

मद्दत्तचित्त त्या गोपी नेत्रांतरि लेवुनि समता ।

तिळतुल्य नाहिं मनिं डगल्या दृढनिश्चय धरूनी तगल्या ।

बहुधा त्या नसतिल जगल्या भंगले मनोरथ ज्यांचे ।''

गोपींचे विरहदुःख श्रीकृष्णांना याप्रमाणे जाणवले. उद्धवाबरोबर त्यांनी गोपींना असा निरोप दिला की 'शोकाचा त्याग करा.'

शाहिरांनीसुद्धा गोपींचे विरहदुःख लावण्यांत वर्णिले आहे. तेव्हा शाहिरांच्या लावणीतील विरहवर्णनांपूर्वी मध्वमुनीश्वरांनी अशा प्रकारच्या शृंगारवर्णनांना प्रारंभ केला आहे, हे स्पष्ट आहे. प्रा. रा. श्री. जोग यांना शाहिरी वाङ्मयाला फार जुनी परंपरा नाही, असे म्हणावयाचे आहे.[४] म्हणून त्यांनी मध्वमुनीश्वरांना शाहिरांचे 'पूर्वग' असे म्हटले आहे. पण तसा विचार केला तर ज्ञानेश्वरांपासून एकनाथांपर्यंतच्या विराण्या, सौरी, कुंटण, गौळणी व पदे इत्यादी काव्ये म्हणजे शाहिरी वाङ्मयाची (लावण्यांची) पूर्वपरंपरा म्हणून मानावयास हरकत नाही. काही उदाहरणे पाहू.

५. तेरावे ते सत्रावे शतक या काळात लिहिले गेलेले रूपकात्मक स्वरूपातील शृंगारिक काव्य. काही नमुने[५] -

१. ज्ञानदेव

घनु वाजे घुणघुणा वारा वाहे रुणझुणा
भवतारकु हा कान्हा वेगीं भेटवा का? ॥१॥
चांद वो चांदणे चापे वो चंदनु
देवकीनंदनु विण नावडे वो ॥२॥
चंदनाची चोळी माझें सर्व अंग पोळी
कान्हो वनमाळी वेगी भेटवा का? ॥३॥
सुमनाची सेज सितळ हो निकी
वोले आगिसारखी वेगी विझवा का ॥४॥
तुम्ही गातसा सुस्वरे ऐको नेदावी उत्तरे
कोकिळे वर्जावे तुम्ही बाइयांनो ॥५॥
दर्पणी पाहता रूप न दिसे वो आपलें
बाप रखुमादेवीवरे विठ्ठले मज ऐसें केलें ॥६॥

२. ज्ञानदेव -

पैल तो गे काऊ कोकताहे शकुन गे माये सांगताहे ॥ध्रु.॥
उड उड रे काऊ तुझ सोन्याने मढवीन पाऊ
पाहुणे पंढरीराऊ घरां कैं येती ॥१॥
दहिभाताची उंडी लावीन तुझ्या तोंडी
जीवा पढिये त्याची गोडी सांग वेगी॥२॥
दुधे भरुनी वाटी लावीन तुझे वोठी
सत्य सांगे गोठी विठो येईल कायी ॥३॥
आंबया डाहाळी फळें चुंबी रसाळीं
आजिचे रे काळी शकुन सांगे ॥४॥
ज्ञानदेव म्हणे जाणिजे ये खुणे
भेटती पंढरीराणे शकुन सांगे ॥५॥

३. एकनाथ -

कुंटण

सद्‌गुरुमाय कुंटिण झाली माझी। व्यभिचारा ठेलिये सये आजी ॥ध्रु.॥

अद्वैताचा मज पांघरविला शेला । एकांतासी तिणे चालविलें मला
परपुरुषाचे शेजेवरी नेउनी घातली। मागल्याची सोय सोडविती झाली ।
भ्रांतिपदर काढुनी ओढिती झाली। आलिंगन घ्यावया सरसाविली।
वासनेचे कंचुक सोडियेले । मायामय कुच हे मर्दियेले।
जीवशिव मिठी घाली धरी आवळून ।
करून ऐक्यता माझें चुंबिले वदन ।
अलक्ष पदातीत घातले आसन । देहातीत भोगिला भोग त्याणे ।
एका जनार्दनी भोळी नारी । परपुरुष भोगी निरंतरी ॥१॥

परमेश्वराशी होणारे भक्ताचे भक्तिपूर्ण मिलन अथवा जीवशिवाचे ऐक्य वर्णन करण्यासाठी एकनाथांनी या रूपकात पलंगावर प्रेयसीला नेण्यापासून तो देहातीत शरीरभोग पूर्ण होईपर्यंतच्या सर्व क्रिया यथासांग वर्णन केल्या आहेत. पण या सर्व वर्णनात कोठेही अनावर कामवासना असल्याचे जाणवत नाही.

आता दोन गौळणी पहा-

४. एकनाथ -

१. वारियाने कुंडल हाले । डोळे मोडीत राधा चाले ॥ध्रु.॥
राधेला पाहुनी भुलले हरी॥ बैल दुहिती नंदाघरीं।
फणस जंबिरी कर्दळी दाटे । हातिं घेऊन नारंगी फाटे ॥
हरीला पाहुनी भुलली चित्ता । मंदिरी घुसली डेरा रिता ।
मन मिळालेसे मना । एका भुलला जनार्दना ॥१॥

५. विठ्ठलनाथ -

२. राधिकेचा रंग पाहुनि कृष्ण दंग जाहला ॥ध्रु.॥
वेणीफणी करुन भांग काजळकुंकू ल्याली चांग ।
गोरे अंग चोळी तंग दाखवी श्रीहरीला ॥१॥
राधिकेचा झकाझोंक कृष्ण पाहुनि लावि नोक ।
जरीपातळाचा झोंक पदर सांवरीला ॥२॥
कृष्ण पाहुनि झाली वेडी हांसतांचि नेत्र मोडी ।
विठ्ठलनाथ भक्त गडी चरणीं रंगला ॥

या दोन्ही गौळणीत प्रियकराच्या भेटीसाठी करावयाचा साजशृंगार वर्णिला आहे. शृंगारिक हालचालीसुद्धा सांगितल्या आहेत. पण काही गैर वाटत नाही.

६. आता एकनाथांची सौरी पाहा.

सौरी झाले बाई आता करुं गत काई ।
बसवी झालें बाई आता भिन्नभेद नाही ॥१॥
कासरा लाऊन सासरा मारला दादला टाकून आले
आत्मलिंग पाहूनिया मगनमस्त झालें ॥२॥
बांधून बुचडा उघडा माथा विभूतीचा पटा
आला गेला म्हटला नाही धरल्या चारी वाटा ॥३॥
उभी शिंदळ घाली गोंधळ हाची लाभ मोठा
मागे पुढे पाहूं नका वेगी काम लोटा ॥४॥
लहान थोर म्हटला नाही जाहले मी वेडी
एका जनार्दनी बसवी झाले परद्वारी गोडी ॥५॥

'मी सौरी झाले, बसवी झाले. आता भिन्नभेद नाही. आत्मलिंग पाहून मगनमस्त झाले. आला गेला म्हटले नाही. चारी वाटा धरल्या. मी वेडी झाले. लहान थोर म्हटला नाही. बसवी झाले, परद्वारी गोडी वाटते.'' ही सगळी शृंगारिक भाषा आहे. पण शृंगारिक भाषेत आध्यात्मिक रूपक केले आहे, हे जाणवल्यामुळे यात अश्लीलता जाणवत नाही.

७. आता तुकारामांची सौरी पहा -

सौरी झालो बाई   लागलो संतांपायीं ॥ध्रु.॥
बांधुनि बुचडा, माया उघडा आंगी विभूतीच्या पटा ।
आला गेला भोगी मला   मोकळे मार्ग चारी ॥१॥
काजळ कुंकू लेउनि गेलों   केतकीच्या बना ।
बारा सोळा पोरे झाली   दादला येइना मना ॥२॥
तुका म्हणे सौरी झालो   दादला माझा भ्याला ।
संगे येती रांडा पोरे   काय सांगू त्यांना ॥३॥

या सौरीत सर्व शृंगारिक रूपके आहेत. एकनाथांच्या रूपकांप्रमाणेच या सौरीतही आध्यात्मिक रूपक आहे हे जाणवून अश्लीलता वाटत नाही.

८. एकनाथांचा वैराग्यपर अभंग -

एडका तो मदनतो केवळ पंचानन
धडक मारिली नारदा   केला रावणाचा चेंदा
दुर्योधना मारिली गदा   घेतला प्राण ॥१॥
धडक मारिली शंकरा   केला ब्रह्मयाचा मातेरा
इंद्रा चंद्रासी भेदरा   लाविला ज्याणे ॥२॥

भस्मासुर मुकला प्राणासी   तीच गती झाली वालीची
विश्वामित्रासारिखा ऋषी   नाडिला ज्याणं ।।३।।
शुकदेवाने ध्यान धरोनी   एडका आणिला आकळोनी।
एका जनार्दनाचे चरणीं   बांधिला ज्याणं ।।४।।

मदन हा एडका आहे. त्याने भल्याभल्यांना टक्कर देऊन पराभूत केले आहे. तेव्हा या मदन एडक्यापासून सावध राहिले पाहिजे. शुकदेवांनी ध्यान धरून हा मदन एडका काबूत आणला आहे आणि त्याला एकाजनार्दनाचे चरणीं बांधला आहे, असे हे वैराग्यपर मार्गदर्शन एकनाथांनी केले आहे.

९. आता शिवदिन केसरी वैराग्यपर रूपक करतात, ते पाहू.

बाईल पैशाची बा! पैशाची   विरळागत पुरुषाची ।।ध्रु.।।
धन कनकांतर गांठी   त्याला समान सांगे गोष्टी ।
नेसवि साडी लुगडी   त्यांसी लावी लाडीगोडी ।।१।।
भ्रतार वेडा पिसा   त्यांसी नित्य करी कर्कशा
शिवदिन गुरुचे पायीं   पैशाविण काहीच नाही ।।२।।

६. संतकाव्यातील स्त्रीरूपगुणवर्णने -

तेराव्या शतकापासून मराठीत कथाकाव्ये लिहिली जात होती. या कथाकाव्यांच्या नायिका सीता, रुक्मिणी यासारख्या देवतांच्या अवतारी कन्या होत्या अथवा दमयंती, शर्मिष्ठा, देवयानी यासारख्या रामायण महाभारतातील कथांच्या नायिका, राजकन्या अथवा श्रेष्ठ स्त्रिया होत्या. पुरुष म्हणजे नायक राम, श्रीकृष्ण, अर्जुन, नळ यासारखे अवतारी पुरुष किंवा श्रेष्ठ पुरुष होते. संस्कृत काव्यांच्या धर्तीवर यांची रूपगुणवर्णने करण्याची पद्धत होती, असे आढळते. अलौकिक अथवा श्रेष्ठ स्त्रियांची रूपगुणवर्णने संस्कृत काव्यात शोभणारी आणि सांकेतिक आहेत. श्रीधर कवींनी 'रामविजया'तील सीता अलौकिक स्त्री म्हणून अशी रंगविली आहे -'
'सीता आदिमाया प्रणवरूपिणी आहे. तिच्या इच्छामात्रेने ब्रम्हांड घडू किंवा मोडू शकत होते. तिचे हे असे अद्भुत स्वरूप वर्णन करणे अशक्य आहे. सीतेच्या समोर अनंत शक्ती हात जोडून उभ्या असत. श्रीधरांनी 'हरि विजया'तील रुक्मिणीचे रूपवर्णन असे केले आहे.

"तप्त सुवर्ण जैसे सुरंग ।

तैसे रुक्मिणीचे दिव्यांग ।

आकर्णनेत्र सुरेख चांग ।

मुखमृगांक कोण वर्णी ।
दंततेज जिकडे झळकत ।
पाषाण ते पद्मराग होत ।
सहज बोलता मंदिरात ।
प्रकाश होत दंत तेजे ।।'' इत्यादी.

रूपगुणवर्णनांमुळे काव्यातील शृंगाररस परिपुष्ट होत असतो. म्हणून कवी मोठ्या आवडीने आणि कौशल्याने रूपगुणवर्णने करीत असतात. मराठी लावण्या ह्या प्रामुख्याने शृंगाररसयुक्त असल्यामुळे शाहिरांनी स्त्रीरूपगुणवर्णने मोठ्या हौसेने केलेली आढळतात. याप्रमाणे मराठीतील लावणीवाङ्मयाला, त्यातील रूपगुणवर्णनांना निश्चितपणे पूर्वपरंपरा आहे. संयोगशृंगार आणि वियोगशृंगार यांनाही संस्कृतची आणि संतकाव्याची पूर्वपरंपरा आहे. प्रा. मधुकर वासुदेव धोंड लिहितात -[६]

''लावणी हा काव्यप्रकार 'अठराव्या शतकाच्या शेवटी शेवटी' उदयाला आल्यासारखा वाटला, तरी त्याच्यामागे दीर्घ परंपरा होती. लावणीच्या आधीच्या संतकाव्यातील गौळणी, विराण्या, भारुडे, पदे इत्यादी गीतांत या परंपरेची चिन्हे स्पष्ट दिसून येतात.'' ज्ञानेश्वर ते एकनाथ या कालखंडातील या रूपकात्मक काव्याचे येथपर्यंत जे नमुने पाहिले, त्यावरून ही गोष्ट स्पष्ट झाली आहे.

शाहिरांच्या पूर्वी परमेश्वरभक्तांच्या एकरूपतेचे वर्णन शृंगारिक रूपकांनी केले जात होते. याचे कारण परमेश्वर भक्तांचे मिलन हे पतिपत्नी अथवा प्रियकर प्रेयसी या नात्यांतील अभेदाशी अर्थात एकरूपतेशी तुलता येते, हे होय.

परमेश्वरभक्तांचा ऐक्यानुभव व्यक्त करण्यासाठी वैवाहिक नात्याचा दृष्टांत जसा वापरला गेला, तसाच व्यभिचारी प्रेमाचाही उपयोग करण्यात आला. कुंटीण, सौरी यासारख्या व्यभिचारी प्रेमाच्या संस्था अथवा प्रकार समाजमान्य होते, असे दिसते. यासारख्या रूपकांतून परमेश्वराच्या भेटीची आतुरता व तळमळ तीव्रतेने व्यक्त झाली आहे. मात्र या रूपकांतील पारमार्थिकतेचा व ऐहिकतेचा पडदा अतिशय झिरझिरीत असतो. झिरझिरीत असला तरी तो पडदा असतोच आणि त्यातून व्यक्त होणारा काव्यानुभव उच्च दर्जाचा असतो. शाहिरांच्या लावण्यांत हा पडदा पूर्णपणे दूर झाला आणि इहलौकिक स्त्रीपुरुषांच्या सात्त्विक शृंगाराचे तसेच व्यभिचारी शृंगाराचे वर्णन करण्यात येऊ लागले.

**

तळटीपा :

१. 'लावणी - वाङ्मय व कला'

संदर्भ ग्रंथ - 'मराठी विश्वकोश' खंड १५ - पृष्ठे ४३८-४३९
२. संदर्भ - मऱ्हाटी लावणी : म. वा धोंड - पृष्ठे १७ ते ३२
३. संदर्भ - मराठी लावणी - निर्मिती आणि स्वरूप -
प्रा. भि. जि. गायकवाड, संबोधि प्रकाशन, गोरेगाव, मुंबई.
४. मराठी वाङ्मयाभिरुचीचे विहंगमावलोकन -
प्रा. रा. श्री. जोग. पृष्ठे १५७-१५८-१६०.
५. मऱ्हाटी लावणी - म. वा. धोंड. पृष्ठे २२१ ते २२८.
मौज प्रकाशन, मुंबई ४
६. कित्ता - पृष्ठ २५.

***

प्रकरण २ रे
मराठी लावणीकारांच्या जीवनाचे अल्प दर्शन

अ) १. शाहिरी वाङ्मय सर्वप्रथम आढळते ते इसवी सनाच्या चौदाव्या (१४ व्या) शतकात. 'अज्ञानसिद्ध' व 'बहिरापिसा' या दोघांचे प्रत्येकी एक असे दोन पोवाडे उपलब्ध आहेत. त्यांचे विषय 'गुरुस्तोत्र' हे आहेत. ते नागेश संप्रदायाचे कवी होते. ज्ञानेश्वरांच्या नंतरच्या काळातील हा संप्रदाय होता.[१] नागेश ऊर्फ नागनाथ याचा कालखंड शके १२९० ते शके १३४० हा दिला आहे. लावणीवाङ्मयाची उपलब्धीसुद्धा यानंतरच्या काळातील आहे.

२. आज उपलब्ध असलेल्या लावण्यांमध्ये एकनाथकालीन 'मन्मथ शिवलिंगाची' लावणी सर्वांत जुनी लावणी आहे.[१] बार्शीचा राहणारा हा मन्मथ शिवलिंग नागेश संप्रदायी होता. त्याचा जन्मकाळ इसवी सन १५६० व मृत्यूकाळ इ. सन १६१३. त्याने 'परमरहस्य' या शीर्षकाचा ग्रंथ (इ. सन १६००) लिहिला आहे. मन्मथ शिवलिंग हा लिंगायत संप्रदायाचा प्रसारक होता.[२] त्याच्या 'कराड' वरील लावणीत नकळत स्पृश्यास्पृश्य विचार मांडला गेला आहे.

३. एकनाथ काळानंतर शिवकाळातील उपलब्ध लावणीकार म्हणजे 'जोतीराम' हा होय. यांच्या भक्तिपर आणि आध्यात्मिक विषयांवरच्या काही लावण्या उपलब्ध आहेत. जोतीराम, शंभुराज, रामा शिंपी हे लावणीकार वारकरी संप्रदायातले असून धामणगावच्या माणकोजी बोधल्यांच्या शिष्यपरंपरेतील आहेत. यांचा व्यवसाय शेती करणे. संप्रदाय परंपरेनुसार भजनकीर्तन करण्याचा त्यांना छंद होता. प्रसंगोपात्त लावणीरचनाही करीत. त्यांच्या लावण्यांत निवृत्तिपर विचार प्रकट झाले आहेत. गंगाधर नावाचा लावणीकार प्रवृत्तीने पंडित कवी होता.

४. राजा सरफरोजी हे खूप भाषा जाणणारे व व्यासंगी लावणीकार होते.[२] त्यांच्या लावण्यांतून तीर्थक्षेत्रांची माहिती मिळते; तसेच तंजावर भागातील पेशवेकालीन मराठीचे रूप पहावयास मिळते.

५. प्रसिद्ध संशोधक श्री. रा. म. आठवले यांनी वामन पंडितकृत 'संसाराची लावणी' प्रसिद्ध केलेली आहे. (लोकसत्ता ११-५-१९६९) राम जोशींच्या उपदेशपर लावणीचे ते पूर्वस्वरूप असल्याचे सांगतात.[१] मध्वनाथांच्याही काही लावण्या उपलब्ध आहेत. दत्तसंप्रदायातील भक्त आणि भक्तांची चरित्रे लिहिणारे चरित्रकार महिपती यांचाही उल्लेख करण्यात आला आहे.[२]

६. उत्तर पेशवाईच्या काळात दुसऱ्या बाजीरावाच्या कारकीर्दीत लावणी ही रचना, संगीत आदी अंगांनी विकास पावली. बाजीरावाच्या इच्छेवरून होनाजींनी बैठकीच्या लावण्याही केल्या. उत्तर पेशवाईतील प्रसिद्ध लावणीकार म्हणजे —

१. अनंत फंदी (सुमारे इ. स. १७४४ ते १८१९)
२. परशराम (इ. स. १७५४ ते १८४४)
३. होनाजि (इ. स. १७५४ ते १८४४)
४. राम जोशी (इ. स. १७५८ ते १८१३)
५. प्रभाकर (सुमारे इ. स. १७६९ ते १८४२)
६. सगनभाऊ (इ. सनाचे अठरावे ते एकोणीसावे शतक)

हे होत. यांच्या लावण्यांचा परिचय आणि समीक्षा आपण करणार आहोत. या पुढील परिच्छेदात त्यांचा परिचय स्वतंत्रपणे देण्यात आला आहे.

७. लावणी हा काव्यप्रकार आशय आणि रचना ह्या दोन्ही दृष्टींनी खास मराठी परंपरेतून आलेला आहे. लावणी ही तत्कालीन जनसाधारणांच्या बोलीतून, मराठीच्या बोलीभाषेतून अवतरली आहे. लावणीतून लावणीकारांनी मराठी स्त्री-पुरुषांच्या शृंगारिक आणि वैराग्यपर भावनांना आणि विचारांना कसे अभिव्यक्त केले आहे, ते आपणांस पहावयाचे आहे.

आ) उत्तर पेशवाईतील ठळक लावणीकारांचा अल्प परिचय

१. कविराय राम जोशी

या राम जोशींचे घराणे मूळ सोलापूरचे. त्यांच्या वडिलांचे नाव जगन्नाथ जोशी आणि मूळ उपनाम तासे हे होय. परंतु व्यवसायाने जगन्नाथराव 'जोशी' असल्यामुळे आडनावही जोशी असेच झाले. जोशी यांचे घराणे वेदशास्त्रसंपन्न असे होते. राम जोशी यांच्या थोरल्या बंधूंचे नाव मुद्‌गलशास्त्री. ते कथाकीर्तने करीत. ते संस्कृत पंडित असून पुराणिक होते, अशीही नोंद आहे. असे वेदशास्त्रसंपन्न

पुराणिकांचे घराणे लाभलेल्या राम जोशींची बालपणी मूळ प्रवृत्ती उनाडपणा करण्याची होती. उनाडपणातच रमल्यामुळे त्यांचे वडील बंधूंशी पटले नाही. म्हणून त्यांनी घराचा त्याग केला.

घराबाहेर पडल्यावर राम जोशींनी पंढरपूर गाठले. तेथे त्यांनी काव्यव्याकरणाचा अभ्यास करून त्यात प्रावीण्य मिळविले. धोंडी या तमासगिरासाठी काही त्याच्या नावाने व काही स्वतःच्या नावाने लावण्या रचल्या. तमासगिराला समाजात फारशी प्रतिष्ठा नसल्याने असेल कदाचित पण त्यांनी लावणीच्या अखेरीस राम हे नाव टाकून आपल्या लावण्यांच्या अखेरीस आपला उल्लेख 'कविराय' असा करण्यास प्रारंभ केला. अत्यंत प्रतिभाशाली काव्य असल्यामुळे रामजोशींना पेशव्यांकडूनही बिदाग्या मिळत असत.

राम जोशी यांनी बालपणी संस्कृताध्ययन केले होते. संस्कृताध्ययन चालू असतानाच त्यांना तमाशाचाही नाद लागला. त्यांच्या घरासमोर असणाऱ्या धोंडिबा नावाच्या शाहिराच्या फडात ते जाऊन बसत. राम जोशी हे प्रतिभावान कवी होते. धोंडिबाच्या फडात राहिल्यामुळे त्यांना लावण्या रचण्याची स्फूर्ती झाली आणि ते धोंडिबांना लावण्या लिहून देऊ लागले. बालपणी त्यांनी संस्कृत विद्येचा अभ्यास केला होता आणि प्रतिभासंपन्न व्यक्तिमत्त्व होते. याचा परिणाम म्हणून त्यांच्या लावण्या संस्कृत भाषेने मंडित होऊ लागल्या. श्रीकृष्णाची वसंतक्रीडा, होरीचा खेळ यांची वर्णने उच्च दर्जाची आणि रंगतदार झाली. छेकापह्नुती सारखी संस्कृत काव्यशास्त्राला अनुसरून लिहिलेली लावणीही प्रसिद्ध आहे. त्याशिवाय इहलोकांतील स्त्रीपुरुषांच्या जीवनातील भावभावनांचे चित्रण करणाऱ्या शृंगारिक व उत्तानशृंगारिक लावण्या रचल्या आणि त्यांनी स्वतःच्या तमाशाचा फड उभा केला. पुढे त्यांनी देवतांच्या भक्तिपर लावण्या, पारमार्थिक अर्थाच्या उपदेशाच्या लावण्या रचल्या. त्यांच्या लावण्यांत त्यांची विद्वत्ता व उच्च दर्जाचे कवित्व आढळते. तमाशाच्या फडात चिमा आणि बया या नावाच्या तमासगीर स्त्रियांच्या सहवासात राहून त्यांना मद्यपानाची सवय जडली. मद्यपानाच्या धुंदीत राहून, अन्य तमासगिरांमध्ये राहून बेतालपणे वर्तन करून त्यांनी द्रव्यनाश केला.

पुढे तत्कालीन प्रसिद्ध कीर्तनकार व पंडितकवी मोरोपंत यांची गाठ पडल्यावर त्यांच्या उपदेशाने रामजोशींना उपरती झाली. समाजातील ढोंगी आणि भोंदू लोकांवर टीका करणाऱ्या सामाजिक स्वरूपाच्या लावण्या त्यांनी रचल्या. वैराग्यपर उपदेश करणाऱ्या लावण्या रचल्या. तीन-चार पोवाडेही त्यांनी रचिले आहेत. 'मदालसा चंपू' हा संस्कृत (चंपूकाव्यग्रंथ) ग्रंथ व रामाष्टक हे स्तोत्र राम जोशींनी लिहिले आहे. मोरोपंतांच्या उपदेशाप्रमाणे रामजोशी पुढे कीर्तनही करू लागले. लावण्यांप्रमाणेच

त्यांच्या कीर्तनातही विद्वत्व व कवित्व आढळते. त्यांच्या समोर मोरोपंत या पंडित कवींचा आदर्श असल्यामुळे त्यांच्या काव्यात, लावणीरचनेत यमकानुप्रास, भाषेची सजावट आढळते व संस्कृत प्राकृत भाषांतील शब्दांचा यथायोग्य वापर आढळून येतो. यमकानुप्रासामुळे त्यांच्या लावणीत उत्तम नाद निर्माण होतो.

१.अति नाजुक तनु देखणी, गुणाची खणी उभी नवखणी चढुन सुकुमार ।
जशि मन्मथ रति धाकटी सिंहसम कटी । उभी एकटी । गळ्यामध्ये हार ।
अंगि तारुण्याचा बहर । ज्वानिचा कहर । मारिते लहर मदन तलवार ।
पायी पैंजण झुमकेदार कोणाची दार । कोण सरदार हिचा भरतार? ।

या एवढ्या ओळीत त्यांच्या काव्यांतील सर्व गुण प्रत्ययाला येतात. सुंदर तरुणींची वर्णने रामजोशींनी मनमोहक केली आहेत.[४] संयोग शृंगाराइतकीच वियोग शृंगाराचीही उत्कट चित्रे राम जोशींनी रंगविली आहेत. बहुरंगी, बहुढंगी जीवन जगून व आपल्या सरस लावणीरचनेची मोहिनी महाराष्ट्रावर टाकून रामजोशी इ.स. १८१३ साली स्वर्गस्थ झाले.

२. होनाजी-बाळा[५]

इसवी सनाच्या १८ व्या शतकाच्या उत्तरार्धापासून इसवी सनाच्या १९ व्या शतकाच्या पूर्वार्धापर्यंतचा होनाजींच्या अस्तित्वाचा कालखंड आहे. होनाजी हे पेशवाईतील प्रसिद्ध शाहीर. त्यांचे आडनाव शिलारखाने. जातीने नंद गवळी होते. होनाजींचे आजोबा सातप्पा आणि चुलते बाळा बहिरू हे दोघेही नामांकित शाहीर होते. सातप्पाचे वडील बाळा गवळी व पहिले पेशवे बाळाजी विश्वनाथ हे दोघे कोकणात असताना ब्रह्मेंद्रस्वामींचे भक्त बनले. पुढे बाळाजी विश्वनाथांना पेशवाई मिळाली. तेव्हा बाळा गवळ्याला त्यांनी काही वतन दिले. त्यांचा मुलगा सातप्पा पहिल्या बाजीरावाच्या पदरी नोकर होता. वडिलांप्रमाणेच सातप्पाही तमासगिरात सत्पुरुष म्हणून प्रसिद्ध होता. सातप्पा उत्तम कवी होता. त्यांनी असंख्य लावण्या रचिल्या.

सातप्पांना बाळा, कुशाबा आणि सयाजी असे तीन मुलगे होते. यांपैकी बाळा हा बाळा बहिरू ह्या नावाने प्रसिद्ध असून त्याच्या वडिलांच्या तमाशात तो नाचण्याचे काम करीत असे. नंतर तो स्वत:च कवने रचू लागला. बहिरू नावाचा रंगारी बाळाचा दोस्त होता. ते दोघेही लावण्या करीत व गात असत. त्यांचा तमाशा बाळाबहिरूचा तमाशा या जोडनावाने प्रसिद्ध होता आणि तेच जोडनाव ते दोघेही लावीत. हा बाळा बहिरूचा तमाशा थोरल्या माधवरावांच्या काळी गाजत होता. सवाई माधवरावांच्या वेळीही हा तमाशा चालू होता. बाळाचा धाकटा भाऊ सयाजी

याचा मुलगा म्हणजेच प्रसिद्ध शाहीर होनाजी (शिलारखाने).

होनाजींचा जन्मदिवस माहित नाही. पण सवाई माधवरावांच्या कारकीर्दीत ते शाहीर व तमासगीर म्हणून खूप प्रसिद्ध होते. त्याच्या साथीदाराचे नाव बाळा करंजकर. तो होनाजींच्या लावण्या सुरेल आवाजात म्हणत असे. त्यामुळे त्याचा तमाशा 'होनाजी बाळाचा तमाशा' म्हणून गाजला आणि होनाजींचे नाव होनाजीबाळा हे रूढ झाले. सवाई माधवरावांच्या काळात होनाजींना राजाश्रय मिळाला. पेशव्यांचा रंगपंचमी समारंभ आणि खर्ड्यांची लढाई या प्रसंगांवरील पोवाडे होनाजी दरबारात म्हणत असत. दुसऱ्या बाजीरावाच्या वेळी तर त्याचे भाग्य खूपच उजळले. त्याच काळात अस्सल मराठी लावणीचा परमोत्कर्ष झाला. होनाजी हे पेशव्यांचे 'प्रिय' शाहीर बनले.

होनाजींनी दुसऱ्या बाजीरावांवर बरेच पोवाडे रचिले. होनाजींनीच प्रथम निरनिराळ्या रागदारीच्या चालींवर लावण्या रचिल्या. त्यामुळे तमाशाला बैठकी गाण्याचे स्वरूप प्राप्त झाले. बाळा बहिरूच्या सर्व लावण्यांचे वळणच होनाजींनी उचलले होते. फडावरील उंच स्वराच्या लावण्या होनाजी कधीच म्हणत नसत. होनाजी आपल्या गायकी ढंगाच्या लावण्या तबल्याच्या ठेक्यावर गाऊन तमाशा करू लागले.

होनाजींच्या लावण्यात शृंगारिक लावण्यांची संख्या बरीच मोठी आहे. बाकीच्या लावण्यात मात्र ईशस्तुती, पौराणिक कथा, क्षेत्रवर्णन व समाजस्थितीचे वर्णन आढळले. त्यांची काव्यरचना प्रासादिक व सरस असून त्यांच्या लावण्यांत शब्दलालित्यही आढळते. राम जोशीप्रमाणेच होनाजींनी सुद्धा भाषेचे अध्ययन केले असावे. पुराणातील कथाही त्यांना अवगत होत्या. श्रीकृष्णाच्या गोकुळातील लीलांचे वर्णन त्यांनी अनेक लावण्यांत केले आहे. 'सांगा हा मुकुंद बाई कोणी पाहिला.' ही त्यांची श्रीकृष्णावरील लावणी प्रसिद्ध आहे. त्यांची 'घनश्याम सुंदरा'' ही भूपाळी अत्यंत प्रसिद्ध आहे. होनाजींच्या शृंगारिक लावण्यांत स्त्रीसौंदर्याचे सरस वर्णन केलेले आढळते.

दुसरा बाजीराव गाण्याबजावण्याचा शौकीन होता. त्याचा कारभारी त्र्यंबकजी डेंगळे आणि होनाजी यांची दोस्ती होती. त्र्यंबकजी डेंगळ्यांचा वाडा शुक्रवारात भोतकराच्या हवेलीसमोर मारुतीच्या देवळाजवळ होता. त्या वाड्यातल्या एका खोलीत होनाजी आपली सर्व वाद्ये व मिळकत ठेवीत असत. होनाजींना पेशव्याकडून शिमग्यामध्ये पाच दिवस शनवारवाड्यात तमाशा करण्याबद्दल सालीना ३०० रुपये मिळत असत. त्याशिवाय इतर प्रसंगी त्यांना शेला, दुपट्टे आणि रोख बक्षिसेही मिळत. हे सर्व धन होनाजी आपल्या खोलीतच ठेवत असत. पुढे इंग्रजांनी

त्र्यंबकजी डेंगळ्यांना कैद करून त्यांची सर्व मालमत्ता जप्त केली. त्यावेळी होनाजींच्याही सर्व वस्तू गेल्या. पेशव्यांकडून मिळणारी सालीना मिळकतही बंद झाली.

होनाजी पेशवाईनंतर बरीच वर्षे जिवंत होते. इतर शाहिरांप्रमाणे तेही बडोद्याला जात असत. बडोद्याच्या महाराजांकडून त्यांना दोनशे रुपयांचे वर्षासन मिळत असे.

होनाजींचा अंत फार वाईट झाला. त्यांच्या शत्रूनी मत्सराने त्यांच्यावर मारेकरी घातले, असे म्हणतात. होनाजीला त्यांनी रानात नेऊन बेदम मारले आणि रात्री शहरात आणून टाकले. त्या मारामुळे होनाजी मरण पावले. भाद्रपद कृष्ण चतुर्दशी हा तो दिवस होता. अद्यापीही शहरातील सर्व तमासगीर या तिथीला होनाजींच्या वाड्यापुढे हजेरी देतात. होनाजींची समाधी पूर्वी संगमावर होती. पण ती आता तेथे नाही.

३) अनंत फंदी[६]

अनंत फंदी यांचा जन्म अहमदनगर जिल्ह्यातील संगमनेर येथे झाला. उत्तर पेशवाईत प्रसिद्धीस आलेल्या शाहिरांमधील हे सर्वांत ज्येष्ठ शाहीर होते. शाहीर आणि कीर्तनकारसुद्धा होते. यांचे मूळ नाव अनंत भवानीबाबा घोलप असे होते. ते मलिक फंदी या फकीराच्या नादी लागले. त्यामुळे त्यांचे आडनाव घोलप असूनही ते अनंत फंदी या नावाने ओळखले जाऊ लागले आणि तेच आडनाव कायम झाले.

अनंत फंदी तमाशे करीत तसेच स्वत: लावण्या रचीत असत. लावण्यांव्यतिरिक्त कटाव, फटके आणि श्लोक, आर्या, ओव्या हे काव्यप्रकारही त्यांनी लिहिले आहेत. 'श्रीमाधवनिधनग्रंथ' या नावाच्या त्यांनी लिहिलेल्या ग्रंथात ३६० ओव्या आहेत. मात्र या ग्रंथातील सहावा (शेवटचा) अध्याय कोणीतरी नंतर घुसडलेला असावा, असे मत प्रचलित आहे. दुसऱ्या बाजीरावांनी अनंत फंदी यांना आवश्यक ती माहिती पुरवली व हा ग्रंथ लिहवून घेतला असे एक मत आहे. प्रारंभी दुसऱ्या बाजीरावांची अनंत फंदीवर मर्जी होती. पुढे त्यांचे बाजीरावांशी बिनसले. तेव्हा फंदींनी त्यांचा अधिक्षेप होईल, अशा लावण्या रचल्या.

अहिल्याबाई होळकरांना अनंत फंदी या ब्राह्मणाने लावण्या रचणे अथवा तमाशा करणे पसंत नव्हते. अहिल्याबाई अचानकपणे संगमनेरास आल्या असता अनंत फंदी यांना तमाशा करीत असताना त्यांनी पाहिले व त्यांना शिरच्छेदाची शिक्षा सुनावली. हे ऐकल्यावर अनंत फंदी यांनी तमाशाचे कीर्तनात परिवर्तन केले. यामुळे अहिल्याबाईंनी शिक्षा रद्द करून अनंत फंदींना बक्षिस दिले, अशी आख्यायिका अनंत फंदींबाबत सांगितली जाते.

अनंत फंदींची भाषा रसाळ, प्रासादिक व जोमदार पण रांगडी होती. होनाजी बाळासारख्या समकालीन शाहिरांचे त्यांच्याविषयी व त्यांच्या काव्याविषयी चांगले मत होते. खर्ड्याच्या लढाईचा पोवाडा, तसेच सवाई माधवराव, दुसरा बाजीराव, होळकर, नाना फडणीस, फत्तेसिंग गायकवाड यांसारख्या महत्त्वाच्या ऐतिहासिक व्यक्तींवर त्यांनी रचलेले फटके वाचल्यावर त्या काळातील इतिहासाची माहिती मिळते. त्यांनी हिंदुस्थानी भाषेतही लावण्या रचिल्या. 'लुंडेगुंडे हिरसे तट्टू' हा फटका चांगलाच प्रसिद्ध आहे.

४. परशराम[७]

शाहीर परशराम यांचे मूळ गाव वावी. हा गाव नाशिकच्या पश्चिमेस जो तीस मैलांचा भाग आहे, त्या धनवट देशात आहे. वावी या गावी परशराम शिंपीकाम करीत असे. त्याच्यासंबंधी अशी आख्यायिका सांगितली जाते की 'एके दिवशी त्यांना स्वप्नात दृष्टांत झाला की, अभंग झाले आहेत; आता लावण्या व्हाव्यात! आणि म्हणून ते लावण्या रचू लागले. त्यांनी जवळजवळ पावणेदोनशे लावण्या रचल्या आहेत. पौराणिक कथा अथवा आध्यात्मिक उपदेश, आध्यात्मिक विवेचन हेच त्यांच्या बहुतेक लावण्यांचे विषय असल्याचे आढळून येते. त्यांच्या लावण्यांवर संतांच्या काव्याची छाप पडलेली दिसते. काही लावण्यांमध्ये त्यांनी संसारी माणसाची सुखदुःखे चितारली आहेत. शृंगारिक लावण्याही रचल्या. त्यात अश्लीलता अथवा अतिशयोक्ती आढळत नाही. त्यांची लावणी ओघवती, प्रासादिक व सहज समजणारी आहे. लावणीच्या शेवटी ते स्वतःचा नामोल्लेख करतात. मात्र त्यांच्या नावाआधी 'नामे विठ्ठल' 'नामी विठ्ठल' किंवा 'रदी विठ्ठल' असा उल्लेख येतो. त्यांना विठ्ठलाचा साक्षात्कार झालेला असल्याने ते असा उल्लेख करीत असावेत असे काहीजणांचे मत आहे. इतर काहीजणांच्या मते त्यांचे गुरू विठ्ठल खत्री यांना उद्देशून असा उल्लेख ते करीत असावेत. ते अनेक तीर्थक्षेत्रांना जाऊन आले होते आणि अनेक गावेही त्यांनी पाहिली होती. त्यामुळेच त्यांच्या लावण्यांत बहुधा तत्कालीन सामाजिक स्थितीचे सुंदर वर्णन त्यांनी केले आहे. त्यांनी काही पोवाडेही लिहिले होते. होळकर, गायकवाड, पवार यांच्यासारखे सरदार तसेच इंग्रजी राज्य वगैरे त्यांच्या पोवाड्याचे विषय आहेत. त्यांचा कालखंड[७] सुमारे १७४४ ते १८४४ म्हणजे उत्तर पेशवाई हा आहे. त्यांची व्यक्तिगत माहिती फारशी उपलब्ध नाही.

५. प्रभाकर[८]

मराठी शाहीर प्रभाकर जनार्दन दातार यांचा जन्म रत्नागिरी जिल्ह्यातील

मुरूड येथे झाला. ते फक्त प्रभाकर या नावानेच मराठी शाहिरी वाङ्मयात प्रसिद्ध आहेत. त्यांचे बालपण नाशिकजवळील गंगापूर येथे गेले. पुढे त्यांचे कुटुंब पुणे येथे स्थायिक झाले. पुण्यास त्यांचे वडील पेशव्यांकडे कारकून होते आणि ते स्वत: रास्त्यांच्या कचेरीत कारकुनी करीत असत. नंतरच्या काळात प्रभाकर दातार शाहीर गंगू हैबती ह्यांच्या फडात शिरले. पेशवेपदावर सवाई माधवराव असताना प्रभाकरांची लोकप्रियता पेशवेदरबारी पोचली व वाढीस लागली. दुसऱ्या बाजीरावांच्या कारकीर्दीत त्यांची कीर्ती शिखरावर पोचली. दुसऱ्या बाजीरावांचा आश्रय प्रभाकर दातारांना मिळाल्याने ते शाहीर प्रभाकर म्हणून ओळखले जाऊ लागले. त्यांनी दुसऱ्या बाजीरावांच्या विलासावर ३०-४० लावण्या रचिल्या. त्यांच्या लावण्या शृंगाररसप्रधान असून मार्मिक शब्दयोजना, रेखीव रचना, चित्तवेधक वर्णनशैली यामुळे कमालीच्या लोकप्रिय झाल्या. शाहीर प्रभाकरांनी अनेक पोवाडे रचले. पेशवाईसंबंधी प्रभाकरांना आपुलकी वाटत होती. पेशव्यांवर त्यांची निष्ठा होती. खर्ड्याची लढाई, रंगाचा दरबार, सवाई माधवरावांचा अकाली मृत्यू, बाजीरावांचा राज्यनाश इत्यादी विषयांवर त्यांनी सरस पोवाडे रचिले आहेत. पेशवाईच्या अस्तानंतर प्रभाकरांवर अनेक संकटे आली. त्यांची सांपत्तिक स्थिती खालावली. मग पोट भरण्यासाठी ते श्रीमंत, शेट, सावकार व अधिकारी ह्यांच्यावरही पोवाडे रचू लागले. इसवी सन १८४२ साली त्यांचे निधन झाले.

६. सगनभाऊ[९]

इसवी सनाचे अठरावे ते एकोणिसावे शतक हा सगनभाऊंचा जीवनकाल होय. सगनभाऊ हे पेशवाईतील प्रसिद्ध असे मुसलमान मराठी शाहीर होत. पुण्याजवळील जेजुरी गावचे सगनभाऊ रहिवासी होते. यांचा पिढीजात धंदा शिकलगारीचा म्हणजे हत्यारांना धार लावण्याचा होता. सगनभाऊंना हा धंदा नीट साधेना आणि त्यांना त्या धंद्यात रस वाटेना म्हणून ते पुण्याला आले आणि तमासगिरांच्या फडात सामील झाले. इतर कवींबरोबर त्यांनाही कवित्वस्फूर्ती होऊन ते स्वत: कवने रचून गाऊ लागले. होनाजीसारख्या मातब्बर शाहिराशी स्पर्धा करून त्यांनी आपले नाव तमाशाच्या फडात गाजते ठेवले.

सिदू रावळ हा नाथपंथी शाहीर सगनभाऊंचा गुरू होता. सगनभाऊंना मराठी बोलीचा आणि मराठी परंपरेचा फार अभिमान होता. त्यामुळेच मराठी स्वराज्याचा अस्त होताच ते व्यथित झाले. ही व्यथा त्यांनी पुढील पंक्तीत प्रत्ययकारी शब्दांत अशी व्यक्त केली आहे.

"राजा कुणिकडे, प्रजा कुणिकडे,

काय अशी आग पाखडली ।
अन्न विसरलो, पाणि विसरलो,
वाळवंटि जशी मासोळी पडली ॥
तसेंच काय हो- चहुभवत्या फौजा,
भयभीत झाल्या आभाळांत ।
जरिपटक्याचा हत्ती अमुचा, रुतला गाळांत ॥

अन्य मराठी शाहिरांप्रमाणे सगनभाऊंनी प्रीतीची गाणी मुक्त स्वरात गाइली आहेत. त्यांना राम जोशींची रुणझुणती रसवंती लाभली नव्हती आणि होनाजींची जरतारी जडणघडणही जमली नव्हती; पण त्यांच्या मनाचे पाखरू जातिवंत प्रीतीच्या राज्यात मोकाटपणाने भिरभिरत आणि कंठ फुटेपर्यंत उत्कटपणे प्रीतीची गाणी गाते.' (रा. चिं. ढेरे) सगनभाऊंची भाषा सहजसुंदर व रचना प्रत्ययकारी वर्णनांनी सजलेली असते.

''तू प्राणहंस, मी कांचन कायाकुडी ।
तू कल्पवृक्ष, मी छाया तुज तळवटी ।''

यासारख्या हृदयाला भिडणाऱ्या काव्यपंक्ती सगनभाऊ सहजपणाने लिहून जातात.

शाहीर पठ्ठे बापूराव[१०]

महाराष्ट्रातील एक प्रसिद्ध शाहीर. अव्वल इंग्रजी कालखंडातील प्रसिध्द पठ्ठे बापूराव यांचा जन्म रेठरे हरणाक्ष या खेड्यासारख्या गावात १ नोव्हेंबर १८६६ रोजी झाला.हे गाव सांगली जिल्ह्याच्या वाळवे तालुक्यात आहे. म्हणजे यांचा जन्म पेशवाई बुडाल्यानंतरचा. १८१८ मध्ये पुण्याच्या शनिवारवाड्यावर इंग्रजांचे निशाण लागल्यानंतरच्या काळात झालेला आहे. त्यांचे मूळ नाव श्रीधर कृष्ण कुलकर्णी. त्यांनी त्या काळातील इंग्रजी पाचव्या इयत्तेपर्यंत शिक्षण घेतले आणि वडिलांच्या पश्चात त्यांनी कुलकर्णीपणाची वृत्ती काही दिवस सांभाळली. विद्यार्थिदशेतच त्यांचा विवाह बडवे घराण्यातील सरस्वती नावाच्या मुलीशी झाला होता. त्यांना पुढे तमाशाचा नाद लागला. त्यामुळे त्यांनी संसाराचा आणि कुलकर्णी वृत्ती या दोहोंचाही त्याग केला. पठ्ठे बापूरावांनी स्वत:चा तमाशाचा फड उभा केला व त्या फडासाठी ते लावण्या व कवने रचू लागले. आपल्या तमाशाच्या फडात ते पठ्ठे बापूराव या नावाने लावण्या म्हणतही असत. त्यांच्या तमाशात दलित समाजात जन्माला आलेली पवळा नावाची एक सुंदर मुलगी होती. तिच्यावर त्यांचे आत्यंतिक प्रेम होते. तिच्याशिवाय त्यांचे पानही हलत नसे. अशा रीतीने ते पवळाच्या कच्छपी

गेले. पठ्ठे बापूरावांनी एकापेक्षा एक सरस गण, गौळण, भेदिक अशा लावण्या रचल्या. तसेच झगड्यांच्या, रंगबाजीच्या, वगाच्या अशा विविध ढंगांच्या विपुल लावण्या रचल्या. शृंगाररसाने ओतप्रोत भरलेल्या या लावण्या त्याकाळी फार लोकप्रिय झाल्या होत्या. पठ्ठे बापूरावांचा मृत्यू २२ डिसेंबर १९४५ रोजी पुणे येथे झला. त्यांनी रचलेल्या अनेक लावण्या अद्यापि उपलब्ध झालेल्या नाहीत. त्यांच्या बऱ्याच उपलब्ध लावण्या आजही तमाशाच्या फडात गायल्या जातात. सगळे तमासगीर त्यांना आजही गुरुस्थानी मानून पूज्य मानतात. पवळा ही सुंदरी त्यांच्या फडात असेपर्यंत त्यांचा तमाशाचा फड जोरात चालू होता. परंतु ती बापूरावांच्या जीवनातून निघून गेल्यावर त्यांच्या फडाला अवकळा प्राप्त होऊन तो बंद पडला. त्यानंतरचे पठ्ठे बापूरावांचे काही दिवस दीनवाणे गेले.

**

तळटीपा :

१. राम जोशीकृत लावण्या - डॉ. वि. म. कुलकर्णी - डॉ. मोरजे- प्रस्तावना

२. मराठी लावणीवाङ्मय - डॉ. गंगाधर मोरजे - पृष्ठे १२६ ते १२८

३. मराठी विश्वकोश - खंड १४ पृष्ठे ७८९-७९०

४. राम जोशीकृत लावण्या - कुलकर्णी - मोरजे - प्रस्तावना

५. भारतीय संस्कृति कोश-१० खंड - संपादक, महादेवशास्त्री जोशी. पृष्ठे ४१७ ते ४२९

६. मराठी विश्वचरित्र कोश-संपादक श्रीराम पांडुरंग कामत. खंड १ला. पृष्ठ २८.

७. कित्ता - खंड २ पृ. ७७०

८. कित्ता - खंड २ पृ. ९२२

९. भारतीय संस्कृतिकोश, संपादक-महादेवशास्त्री जोशी. खंड ९ वा, पृ. ६१३

१०. मराठी विश्वचरित्र कोश, संपादक- श्रीराम पांडुरंग कामत. खंड २. पृष्ठ ७६१.

***

विभाग दुसरा

सुंदरा मनामधि भरली

३. मराठी लावण्यांतील आशय-दर्शन

● राम जोशी यांच्या लावण्या- समारोप

४. शाहीर होनाजी बाळा यांच्या लावण्यांतील शृंगार चित्रण

५. अनंत फंदी यांच्या लावण्यातील शृंगार

६. प्रभाकरांच्या लावण्यांतील शृंगार

७. परशरामाच्या शृंगारिक लावण्या

८. सगनभाऊंच्या शृंगारिक लावण्या

● राम जोशी यांच्या लावण्या- समारोप

प्रकरण ३ रे
मराठी लावण्यांतील आशय -दर्शन

विभाग (अ)
राम जोशी यांच्या श्रीकृष्णविषयक लावण्या

शृंगारिक भाषा वापरून श्रीकृष्णभक्ती व्यक्त करणारे राम जोशी हे मध्ययुगीन काळातील अग्रगण्य शाहीर आहेत. आपल्या नावाचा उल्लेख ते लावणीच्या अखेरीस 'कविराय' असा करतात. संस्कृत व मराठी या दोन्ही भाषांतील सुसंस्कृत व प्रौढ शब्दांचा वापर करून त्यांनी श्रीकृष्ण चरित्रातील काही प्रसंगांवर लावण्या रचल्या आहेत. शृंगारिक भाषेत श्रीकृष्णभक्तीचा प्रत्यय काही लावण्यांत त्यांनी आणून दिला आहे. "कुंजात वाजवी वेणू"[१] या लावणीत श्रीकृष्णाचे बालरूप रेखाटले आहे. राम जोशी सांगतात.

१.'कुंजात वाजवी वेणू भोवताल्या चरती धेनू । की उडती रेणू?
ब्रम्हांडे ज्याच्या पोटी । टेकण काठी । देहुडा पदाची धाटी ।
दिलि यशोदेनं तुपरोटी । बांधी पोटी ।
घोंगडे शिंके लंगोटी । काल्याने भरली वाटी । न्याहरीसाठी ।
विटिदांडू लगोऱ्या गोटी । सवे गोपाळांची दाटी ।
गडबड मोठी । डोईस लहान चिंधोटी ।
डोघालित यमुनेकाठी । बोटे चाटी । चाल ।'

असा हा देखणा खेळगडी बाळकृष्ण. त्याचा गोकुळातील अफाट महिमा राम जोशींनी वर्णिला आहे.

'काय सांगू गे याची करणी । खेळतां न तापे धरणी ।
वरी शीतळ होती तरणी । पशु बाळहि लागति चरणी ।
आम्ही म्हणों की मुल हे पिसे । उगिच फिरतसे ।

म्हणुन भलतसे न मानु ।
मानुं मानुं याचा खेळ कसा काय नेणुं गे ।
कुंजात वाजवी वेणु ।१।।

'हा मुलगा वेडा आहे का? याची करणी काय सांगावी? पशूंची बाळेही याच्या चरणी लागतात.' असे एक गोपी म्हणते. दुसरी गोपी म्हणते, 'अगं हा अवतारी पुरुष आहे. याचे थोर गुण कुणाला माहीत नाहीत? त्याचे थोरपण सारे जाणतात.'

सर्व गोपींच्या मनातील श्रीकृष्ण विरहाची भावना सात्त्विक शब्दांत पुढील लावणीत वर्णिली आहे.

२. 'आता काय आम्ही हरिवाचुनी राहूं ।[३]
प्राणसख्याला कधी पाहूं ?।।ध्रु.।।
आता काय मुरलीचा ध्वनि साहूं ? ।
कुंजवनींची गेली हां हूं ।
आता काय यमुनेमधि न्हाऊं ? ।
कृष्णपदीचें सुख लाहूं ।
प्राण चालला गे साजणी ।
आता मेलों सोसेना जाचणी ।
झाली जिवाला बहुत जाचणी ।
कविराया भेटिची मागणी ।
आता काय आम्ही हरिवाचुनी राहूं ? ।
प्राणसख्याला कधी पाहू ? ।

'हा परमात्मा श्रीकृष्ण आमच्या पासून दूर राहिला तर या हरीवाचून आम्ही कशा (जिवंत) राहू शकतो ? तो नसला तर त्या प्राणसख्याला कोठे शोधावे, कोठे कधी पहावे?

आता मुरलीचा स्वर कधी कानी पडणार? तो स्वर कुंजवनातून गेला आहे. यमुनेमध्ये कृष्णाबरोबर न्हाणे आता कसे शक्य आहे? आता कृष्णाच्या चरणांचे सुख कसे प्राप्त होणार? आमचे प्राण कृष्णावाचून निघून चालले आहेत! आता आम्ही मेलो. जाचणी सहन होत नाही.' 'झाली जिवाला बहुत जाचणी.' कविराय राम जोशी श्रीकृष्ण परमात्म्याच्या भेटीची मागणी करतात.

प्राणसख्याच्या मुरलीने बेभान होणे, कृष्णाशिवाय यमुनाजळीचे स्नान निरर्थक वाटणे, विरहामुळे जिवाची जाचणी होणे या प्रतिमांतून वियोगशृंगारातील तीव्रता सात्त्विक शब्दांत सादर करण्याची रामजोशींची हातोटी होती. आणखी एक राम

जोशींची लावणी 'वाचनीय व श्रवणीय आहे. जिचे मन प्रपंचात रमत नाही, अशी एक गोपी म्हणते आहे.[४] -

३) 'बायांनो, मी हरीसाठी वेडी झाले आहे. काही केल्या माझ्या जीव प्रपंचात रमत नाही. त्या हरीच्या पायी मी लौकिकाची रीत गमावली. त्या श्रीकृष्णाची गोष्ट काय सांगावी? तो जेथे जाईल तेथचा राजा आहे. मी त्याला कोणत्या गावी, कोणत्या खेड्यात शोधावयास जाऊ? आम्ही परक्याच्या भाजा. मूढपणाने याच्या नादी लागलो आहोत. 'आम्हांला लौकिकाची चाड नाही.' हा अपवाद आम्ही धारण केला आहे.'

या लावणीतील प्रपंचात जीव न लागणे, लौकिकाची रीत सोडणे यासारखे वाक्प्रचार आध्यात्मिक अर्थाचे आहेत. असे असूनही लावणीत गोपीकृष्णामधील शृंगारिक संबंध स्पष्टपणे जाणवतात.

'आहे ऐकतो रांड कुणी मिळविली तेडी ।
सासू आणि सासऱ्याची वाईट मी झाले ।
यामुळे दादल्याला नाही कधी भ्याले ।।'

यासारखे आध्यात्मिक अर्थाने वापरलेले शब्दही आढळतात. अनेक ठिकाणी राम जोशी यांनी श्रीकृष्णाच्या ठिकाणी भक्ती व्यक्त करण्याऐवजी श्रीकृष्णाची उत्तान शृंगारिक प्रतिमाच रेखाटली आहे. एका लावणीत गोपी श्रीकृष्णाला म्हणते,[५]

४. 'काही नाही लाज पोटी । मनुष्यांची काय दाटी ।।ध्रु.।।

हे श्रीकृष्णा, तुझी खोड खोटी आहे. तू माझ्या अंगाला झोंबू नकोस. गांठीसाठी जेव्हा तेव्हा मला अडवतोस! मी तुला माझ्या अंगाला हात लावून देणार नाही.[५]

'पृथ्वीचा भूप भोगी ज्याला म्हणती महाराजा ।
त्याने मला काल बागामधि दिला हार ताजा ।।
साखरेच्या उंच बरबी पदकांची थोर गाठी ।।'

त्याने मला दिली. आता तरी सांगते. माझ्या (अवयवाला) शरीराला झटू नको. मी खाशा स्वारीची प्यार साळू आहे. मी काय तुझ्या बाला भिते? गाठीसाठी प्राण गेले तरी चालतील. मग तू तर काय कुण्या झाडाचा पाला? तुला या गाठीपेक्षा वैजयंतीमाला अधिक गोड वाटते का? कारण - 'हिचा तुला लोभ झाला कविरायाचे साठी ।।'

आणखी एका लावणीत[६] उत्तान शृंगारिक भाषेत गोपी श्रीकृष्णाला म्हणते,

५. ''सोड सोड पदर मुलगिचा ।
जहो तुझी अशि कशी ही होरी ।।ध्रु.।।

रांडा काय गोकुळी उण्या ?
मुलगी अति नाजुक माझी रे
लोळविली रंगामध्ये दांडग्या
नरतनू की? भाजी रे ॥''

तू यदूच्या कुळी जन्मलास म्हणून काय पोरी तुला राजी होतील असं तुला वाटते काय रे? पोरीचे गाल पहा किती लाल लाल झाले आहेत. वाचली ती. तिची आयुष्याची दोरी बळकट होती. लाल रंग भरून पिचकारीने तू माझ्या मुलीचे डोळे भरून टाकिलेस. 'जी रांड दांडगी तिच्या उरावर धर जाऊनि गोळे रे.' तुझा केशर गुलाब हे थंड असूनही माझ्या गरती पोरीला पोळल्यागत वाटते. तू जर चोर पोरटा आम्हांवरी बळजबरी का करतोस? आता इथे या गोकुळात गरती मुली कशा बरे नांदतील? मातलास गोकुळ पुरी अशी काय कविराय थोरी रे? सोड सोड पदर. (क्र. ७७)

आता होरी खेळणाऱ्या श्रीकृष्णाला गोपी काय म्हणते पहा. 'अशी कशी रे तुझी होरी हरि, आवळून धरिशील उरी? आम्ही इथे पुऱ्या पडत नाही आहोत. तुला स्वत:ला अब्रूची चाड नाही. आम्ही गरती बायका आहोत. आमच्या अंगावर असा गुलाल काय उधळतोस? सारे अंग रंगात बुडालेले पाहून घरी आक्का काय म्हणेल? तू मैंदा बका, काहीच बोलत नाहीस. आमच्या घरी सासूसासऱ्यांना कळेल मग आमच्यावर लोकांत टीका होईल. आमच्या अब्रूस धक्का लागेल. जळो तुझी पिचकारी. नको हा खेळ. एखादे वेळेस फुकट मरशील. लोक तोंडावर थुंकतील. आम्ही गरती स्त्रिया अब्रूसाठी मरून जाऊ. चल, तुला नंदराजाजवळ धरून नेते.'

'रंगाचे पाणि रे डोळे गेले भरून ।
काय हरि खेळशील आमुचे कुच चुरून ।'

तुझी मस्ती थोड्याच दिवसांत जाईल जिरून. थांब,

तुला ही खोट जंव न लागून बसली खरी ।
काढिते खेळ न एवढ्या वरी ।
अशि कशी रे तुझी होरी हरि ॥१॥

तू फार व्यसनी आहेस असे ऐकत होते.

जन्मला यदुवंशामध्ये हिरा ।
अरे चांडाळा सोड मला आग लागली उरा ।
मी जाऊन माझ्या पतींना घेऊन येईन ॥२॥
अरे, माझा कान दुखावला, थांब
तरी कां ओढिशी फरफरा ।

कशाचा खेळ जुलूम हा खरा ।।

एखादी तुझ्याचसारखी कुणी असेल तर ती तुझ्याशी झटेल. जी कुलीन आहे ती तर तुझ्यावरी विटेल. तुझ्या या दुष्कर्माने गोकुळीची वस्ती उठल. (गाव उजाड होईल. लोक गाव सोडून जातील.)

हे जे पाप तू जोडतो आहेस ते कोणत्या जन्मी फिटेल? तुझा हा रंग मला कसा बरे पटेल? (पटणार नाही.) माझ्या घरच्यांनी कधी माझ्यावर बळजबरी करून माझी कधी निरी धरली नाही,

तर कवण तूं परनर यमुनातिरी ।
अशि कशी रे तुझी होरी हरि ।।२।।

याप्रमाणे तिने हरीला जरब दिली.

हे सर्व श्रीकृष्णावरील प्रेमामुळे गोपीने लाडाने श्रीकृष्णाला सांगितले.

राम जोशी पुढे सांगतात—

'परि वरि आंतुली वेगळी प्रेम रसाची केली ।
स्त्रीजातीला कोण म्हणल् भोळी अथवा भली ।
कृतादिक युगी मग हा तर कली ।
परमात्म्याची मूर्ति तिणे उरी तर कशी लाविली ।
रसामध्ये पुनरपि फूस लाविली ।
श्रीकृष्णाते म्हणे तुझी उगि प्रीति पाहिली ।।चाल।।

अशा रीतीने या सगळ्या रागाचे स्वरूप अनुराग हेच होते. लावणी इथेच संपत नाही. राम जोशी पुढे सांगतात, होरीचा खेळ इथे थांबला. शामा, रामा, उमा, चिमा, भिमा, यमा या मुली एकत्र झाल्या. त्या एकदम हरीवर तुटून पडल्या. उसंत न घेता सगळा वसंत त्यांनी लुटून नेला. रंगलूट झाली. कंचुक गेले फिटून. असा होरीचा खेळ श्रीकृष्ण व गोपी यांनी एकत्र जमून खेळला. आणि राम जोशी यांनी त्याचे पेशवेकालीन जनसामान्यांच्या भाषेत वर्णन केले. त्यामुळे गोपींच्या तोंडी अशी स्त्रीस्वभावाला न शोभणारी भाषा वापरली आहे. राम जोशी म्हणतात.

'हा होरिची कोणी तऱ्हा बांधिल कविजन जरी ।
तरी न ये या कविरायाची सरी ।
अशि कशि रे तुझि होरी हरि ।
आवळुन धरिशिल उरी । पडेना आमुची रे येथे पुरी ।।३।।

आता श्रीकृष्णाचे सौंदर्यवर्णन असणारी राम जोशींची एक लावणी[७] पाहू.

६. कुंदरदन तनु श्याम सुलोचन
कोण ताई मज हा नित्य हाटकी ।।ध्रु.।।

ह्याच्या शिरी मोरमुगुट आहे. करी वेणू धरली आहे. पीत वसन तो नेसला आहे. वनी धेनू चारीत तो हिंडतो. कोण, कुठला हे तर मी जाणत नाही. धीट खुणाउनि वाजवी चुटकी । कुंदरदन तनु श्याम.

एवढे सुंदर वर्णन ज्या श्रीकृष्णाचे करण्यात आले आहे, त्याच्याबद्दल रामजोशी पुढे काय लिहितात पहा.

१. काल मला चुचकारून ओढी । ठावि नसे मजही
काही गोडी । आरडिता कुच रगडुन सोडी । आण
तुझी बाई मी नव्हे लटकी ।।२।।
२. याची माझी कधि ओळख नव्हती । काय पिडा
ही मज भोवती । हा परनर आग लागो
माझी नवती ।
काय तऱ्हा कविराय उद्धवकी ।
कुंदरदन श्याम सुलोचन ।
कोण बाई मज हा नित्य हाटकी ।।३।।

या लावण्यांची समीक्षा

या श्रीकृष्णविषयक लावण्यांची समीक्षा दोन प्रकारे करता येते.

काही रसिक हे मान्य करतात की ह्या लावण्यात खूप अपशब्द वापरले आहेत आणि गोपींच्या तोंडी ते शोभत नाहीत. परंतु त्यांचे म्हणणे असे की तमाशा हा मनोरंजनाचा प्रकार जनसामान्यांसाठी आहे. त्यांची अभिरुचि ही सर्वसामान्य असते आणि यात वापरलेले अपशब्द हे त्यांच्या नेहमीच्या बोलीभाषेतले - स्त्रीपुरुषांनी नेहमी तोंडात खेळविलेले असतात. स्त्रियांच्या अवयवांचा उल्लेख, स्त्रीपुरुषांची लैंगिक स्थिती हे सर्व ते स्वाभाविक समजतात. शहरी, सुसंस्कारित भाषा बोलण्याची त्यांना सवय नसते आणि गरजही नसते.

दुसरी प्रतिक्रिया ही अशा शहरी, सुसंस्कारित रसिकांची आहे. त्यांचे विवेचन असे असते -

राम जोशी यांना बाळकृष्णाचे अपार कौतुक वाटत होते असे दिसते. बाळकृष्णाचे गोकुळातील वात्रट व बीभत्स प्रकार कौतुकाने व भक्तिभावाने श्रीकृष्णविषयक लावण्यांत वर्णिले आहेत. बाळकृष्णाने गोपींच्या विविध प्रकारच्या खोड्या काढल्या आहेत. त्याबद्दल गोपींनी यशोदेकडे वेळोवेळी तक्रारी केल्या आणि रामजोशी यांनी त्या तक्रारी लावण्यांत वर्णिल्या आहेत. एक गोपी म्हणते, हा नंदाचा पोर लोणी खाऊन फार मातला आहे. तो

'फेडी लुगडी, करी धुळदाणी ।
ओढितो वेणी किती दडपी बायका कोनी ।। (क्र. ७३)

दुसऱ्या एका लावणीत एक गोपी तक्रार करते -

२. 'तुझा मूल अति अनिवार यशोदे ।।ध्रु.।।
चावट निशिदिनी घर घर फिरतो
रात्र न म्हणे दिवा मुलगिस धरतो ।
गोरस जळो परि भलतेच करतो—
आम्ही परयुवती हा कुच कसे चुरतो
नग्न जळी उभ्या वसनचि हरतो.'

ह्या कृष्णाने सारे गोकुळ विटवले आहे. याने गरती स्त्रियांना फटविले आहे. हा निजल्या मुलीला चिमटून उठवतो. (लावणी क्र. ७४)

३. श्रीकृष्णाचे हे सर्व वात्रट प्रकार आपल्या तोंडाने वर्णून सांगताना गोपींना लज्जा वाटत नव्हती असे दिसते. बऱ्याच लावण्यात तो गोपींचे कुच चुरतो, असे सांगितले आहे.

'काय वदू मूल माझी बगडी ।
काढुन बाळी बुगडी ।
नहात होती घरि उघडी ।
हा तिचे कुच रगडी ।
किति रांडांशी खेळे फुगडी ।।' (क्र. ७५)
'नव्या तरण्या मुलगिस मटकन् धरि मनगटी ।
तोडितो झोंबुनी हारघटित कुचतटी । (क्र. ७६)
'केला अनर्थ काल सेला । देऊनिया एक्या गेला ।
मुलिसी द्वाड मेला रे । भेटा म्हणुनी
चाखी ओठ । भय नाही सोनाट (क्र. ८७)
'बैसुनिया यमुनेकाठी डोळे मोडी ।
भलतिची घागर फोडी ।
गरतिला गल्लित गाठुन बुल्ली काढी।
माजोरी ढंग ना सोडी ।। रांडेच्यालाकाय शिकविल्या खोडी ।
या वयात भलतिच गोडी बैसुनि नाजुक मुलगि कुंजामध्ये ओढी ।
चुचकारुनि लुगडे फेडी । गेली उलथुन याची मस्ती ।।
मेल्याने माझी सुन नागवी केली ।
मुलगिची माझ्या कुचचुचुके धरली ।

पोरीला न कळे त्यासि करितो बोली ।...
म्हणे, कोठे तुझा तो बांडा । मेल्याने गोकुळ केले छिनाल वाडा ।
बाटविल्या साऱ्या रांडा ।' (क्र. ८१)
निशिं घरांत शिरे बळजोरी । करितो चोरी ।
दहिदूध समेटुन घेरी । नवनीत शेलके हेरी ।
आणिले खोरी। बांधुनि घेतसे हा जरी ।
मग आपण राहुन दारी । पोरे सारी ।
घालुन आत बाहेरी ।
पसरितो सराटे भारी । कांटवण बोरी ।'' (लावणी क्र. ७३)

त्या स्त्रिया वर्णन करितात —

'हा मुलगा लहान आहे. पण गरतीचे कुलीन घर बुडवितो भलतिचे.' एक गोपी 'सांगतसे निज ग्राऱ्हाणी । बाइ दिसतो चोरावाणी । ऐका कानी । याचे काय पाहिले पाणी । नंदाची विटली राणी । पुसेना कोणी । मातलाच खाऊन लोणी । फेडी लुगडी करी धुळधाणी । ओढिती वेणी । किति दडपी बायका कोनी । किति गेल्या गाव टाकुनि ।। चाल ।। (पृ. ६६)

असे सगळे प्रताप सांगून झाले तरी त्या श्रीकृष्णावर त्या गोपींची श्रद्धा होती —

'डोळा नुघडे दुमदुमला रंगित वेणू ।
रंजित कुंजित मधु मंजुळ रस मग नेणूं ।
गर्दि उडविली घाबरले काय मी वाणूं ।
बळकट होती, काही आयुष्याची दोरी ।
वाचुनि आलो आम्ही सासुरवाशी पोरी । कुंजात वाजवी ।।

असे या सासुरवाशिणी स्त्रिया श्रीकृष्णाविषयी आपल्या तक्रारी सांगतात. अशी अनेक उदाहरणे देता येतील.

अशा प्रकारची भाष्य वापरून, गलिच्छ शब्द वापरून श्रीकृष्णाचे अवमूल्यन केले आहे, असे वाटण्यासारखे शब्द 'कारटा तुझा हा द्वाड'[८] या लावणीत पहिल्या तीन कडव्यात वापरले आहेत ही गोष्ट खरी आहे. पण चौथ्या कडव्यात अशा प्रकारचा वात्सल्ययुक्त आशय आला आहे की वाचकांचा मूड एकदम पालटतो. त्यांची मन:स्थिती एकदम शांत होते. चौथ्या कडव्यात राम जोशींनी आरंभी सांगितले आहे. मग चवथी, पाचवी, सहावी अशा सर्व गोपी आल्या. 'गोपींचा जमला मेळा.' कुणी म्हणाल्या, तुझा तो मांग, तो काळा कुठे आहे सांग? त्याने 'लोण्याचा खादला गोळा

कुणि म्हणति मुलीचा लाडू नेला बाळा

मातीने भरला डोळा ।
कुणि म्हणती याचा ढंग जाईना चाळा
आता तर दिधला टाळा.'

त्या सांगतात, 'तो आता सापडला तर त्या मेल्याचे तोंड ते जाळा.' याप्रमाणे धिंगाणा घालणाऱ्या श्रीकृष्णाचे दर्शन कसे झाले?

राम जोशी सांगतात -

तव माजघरांतन कान्हा तो रांगत आला तान्हा
लाविते यशोदा थाना । गोपींच्या लवल्या माना ।।

कविरायांनी या लावणीचा शेवट असा वात्सल्ययुक्त वातावरण निर्माण करून केला आहे. अशी अनेक उदाहरणे देता येतील.

गोपींच्या तोंडी ही भाषा न शोभणारी आहे. श्रीकृष्ण परमात्म्याच्या बालपणी त्याने असे लैंगिक वर्तन केले असे सांगणे दोषास्पद आहे. बालपणी असे वर्तन कोणाच्याही हातून घडणे अस्वाभाविक वाटते. ज्या श्रोत्यांच्या मनोरंजनासाठी राम जोशी अशा प्रकारच्या लावण्या रचून म्हणत, त्या श्रोत्यांची व शाहिरांची अभिरुची हीन दर्जाची होती, असेच म्हणावेसे वाटते. शिमग्यात अशा प्रकारच्या लावण्या म्हणून, ऐकून समाज आपल्या मनाचे त्या काळापुरते समाराधन करून घेत असे, असे म्हणता येते. मनातील कुवासनांना वाट काढून देऊन मन शुद्ध करणे असेही या प्रकाराचे समर्थन करणाऱ्यांना म्हणता येण्यासारखे आहे. सर्वच शाहिरांनी असे अपशब्द स्वाभाविकपणे उपयोजिल्याचे आढळून येते. पूजनीय दैवताला नीच मानवीय पातळीवर आणून ठेवले असल्याचा दोषही शाहिरांना द्यावा, असेही म्हणता येते. संतकवी व पंडित कवींनीही श्रीकृष्णाच्या अशाच काही बालपणीच्या खोड्या वर्णिल्या आहेत. पण तो 'बाळकृष्ण' होता, वयाने लहान होता, याची जाणीव, त्यांनी केलेल्या वर्णनांवरून होते. शाहिरांच्या लावण्यांत वर्णिलेल्या श्रीकृष्णाच्या खोड्यांवरून तशी जाणीव होत नाही. एका गोपीनेच म्हटले आहे. 'हा आपल्या वयाला न शोभेसे प्रकार करतो.' श्रीकृष्ण सातआठ वर्षांचा पोर होता, हे संतांच्या काव्यात जाणवल्यामुळे त्याच्या खोड्यांच्या वर्णनात संत व पंडित यांचा भक्तिभाव प्रत्ययास येतो. शाहिरांनी केलेल्या श्रीकृष्णाच्या खोड्यांच्या वर्णनात श्रीकृष्णाच्या बालपणाची जाणीव होत नसल्याने ते सर्व वर्णन अश्लील व बीभत्स वाटते.

तरीसुद्धा अलीकडील पंचवीस वर्षांत मराठी साहित्यात अश्लीलता आणि बीभत्सता यांच्याकडे पाहण्याचा समाजाचा दृष्टिकोन बदलला असल्यामुळे शाहिरांच्या श्रीकृष्णविषयक लावण्यांतील उपयोजिलेले अपशब्द पेशवेकालीन सर्वसामान्य समाजाच्या म्हणजे जनसाधारणांच्या नित्य व्यवहारात स्वाभाविकरीत्याच वापरले जात असत,

असे मत मांडण्यात येऊ लागले आहे. सध्याच्या काळातसुद्धा ग्रामीण भागातील अशिक्षित लोकांत रूढ असणाऱ्या अश्लील वाटणाऱ्या म्हणी व वाक्प्रचार ऐकले असता हे म्हणणे पटू शकते. तथापि, सर्वच समाजाची भाषा अशी शिवराळ होती असे म्हणणे, त्या समाजावर अन्याय करण्यासारखे आहे. राम जोशी अगदी साध्यासोप्या भाषेत श्रीकृष्ण चरित्रातले काही प्रसंग वर्णून सांगू शकतात, हे एका लावणीवरून लक्षात येते. सुदेव ब्राह्मणाला रुक्मिणीने द्वारकेला पाठविले आणि श्रीकृष्णांनी त्वरित कुंडिनपुरास येऊन रुक्मिणीस घेऊन जावे असा निरोप दिला. या प्रसंगावर राम जोशी यांनी रचिलेली लावणी अशी आहे.

'म्हणे रुक्मिणी सुदेव बाई पाठविला म्यां खरा ।
परि कधि येईल वृद्ध मित्रा हा मनामधे खरखरा ।।ध्रु.।।
असे रुक्मिणी प्रारंभी म्हणते. तो दिवस गेला. रात्र झाली.
'चैन पडेना असुगं माझा कृष्ण पदी गुंतला ।।

रुक्मिणी सांगते - दादाला माझे लग्न लावून देण्याची घाई (तातडी) झाली होती. त्याने मला हळद लावली. त्या चेदिपतीच्या मुलाशी, शिशुपालाशी, माझे लग्न लावण्याचा त्याचा विचार आहे. मी त्या रात्री जीवितसंकल्प केला. मला माझ्या आईवडिलांना मझ्या मनातील दुःख सांगता येईना. जसजशी रात्र सरू लागली तसतसा माझा जीव धडधड करू लागला.

(माझे हृदय धडधड करू लागले.)
'अश्रु वाहती नयनीं सखये गळा भरुनिया आला ।'
कुंडननगरीत जो उत्सव चालू आहे तो मला 'दुःखाचल' वाटतो आहे.
गडे काय सांगू या कर्माची कहाणी ।
अवकाश थोडका दादा मज नाहणी ।
परि समयी झाली सुदैव गति लाहणी ।
मी पाय पहाया पहिल्यापुन शाहाणी ।
उघडुन दृष्टि जो करू गेले पाहणी ।
अकस्मात तो दृष्टिस पडला जसा हरवला हिरा ।
विप्र मुखश्री कळवी मजला यदुविर आले घरा ।।२।।

किती साधा प्रसंग अतिशय साध्या सोप्या भाषेत राम जोशी यांनी यदुवीर श्रीकृष्ण कुंडिनपुरात आल्याचा रुक्मिणीला झालेला आनंद व्यक्त केला आहे.

८. श्रीरंगा कमलाकांता -

श्रीकृष्णाचे भजन असावे असे वाटावे, असे हे सुंदर शृंगारिक गीत, राम जोशी यांनी रचिले आहे.

श्रीरंगा कमलाकांता हरि पदराते सोड[१०] ॥ धृ ॥

आम्ही व्रजातील नारी-गोपी बाजाराला जातो आहोत. अहो कान्हा मुरारी, अहो कंसारी, आम्हाला कां अडवितां? आम्ही व्रजवासी स्त्रिया मथुरेच्या बाजारात गोड दही आणि नवनीत (लोणी) विकू.

हे गिरिधारी, मथुरेच्या बाजारी आम्ही मजा पाहू.

व्रजललना नारी जात असो बाजारी ।
अहो कान्हा मुरारी अडवितां का कंसारी ।
मथुरेच्या वारी पाहुं मजा गिरिधारी ।
विकुन नवनित दधि गोड । हरि पदरातें सोड ॥१॥

या कडव्यातील श्रीरंगा, कमलाकांता, हरि, कान्हा मुरारी, कंसारी, गिरिधारी ही श्रीकृष्णाची संबोधने एकसारखी कानावर पडून, त्यातील र अक्षरांचे अनुप्रास ऐकून, आपल्या मनाला भजनाची लय लागते. पद गोड वाटते. हरि पदराते सोड । यात शृंगारिक भाव आहे, तसाच वात्सल्यभावही आहे. परमेश्वराशी कोणतेही प्रेमाचे नाते जोडून भक्ती करता येते. या व्रजवासी ललना संसारी स्त्रिया आहेत. सासूसासरे आणि पती यांचा त्यांना धाक वाटतो. त्या म्हणतात,

ऐका लवलाही गृहिं गांजिल सासूबाई
परतुनिया पाहीं येऊं आम्ही ईश्वरग्वाही ।
दान देऊन कांही मग जाऊ अपुले ठाईं ।
पतिभयाने देह रोड हरि पदरति सोड ॥२॥

त्या म्हणतात, ''आम्ही ईश्वरसाक्ष खरे सांगतो. आम्हांला तू अडविलेस तर आम्हांला घरी जायला उशीर होईल. सासूबाई घरी छळ करतील. पतिभयाने आम्ही रोड झालो आहोत. ईश्वरसाक्ष सांगतो आम्ही नक्की परतून येऊ.''

'दान देऊन काही मग जाऊ अपुले ठाईं ।' (२)

असे त्या श्रीकृष्णाला म्हणाल्या.

गडि तुमचे धरिती नानापरि चेष्टा करिती ।
जुलूम आम्हांवरती मधुसुदना लज्जा हरिती ।
अबरूच्या गरती कळली तुमची बदमस्ती ।
वाइट शिकलां खोड । हरि पदराते सोड ॥३॥

तुमचे सवंगडी आम्हांला पकडतात. नाना प्रकारे आमची चेष्टा करतात. आमच्यावर जुलूम करतात. आमची लज्जा हरण करितात. आम्ही अब्रुदार गरती स्त्रिया आहोत. आम्हांला तुमचे गैरवर्तन (बदमस्ती) कळले आहे.

''वाईट शिकलां खोड'' तुम्हांला वाईट खोड लागली आहे —

चांगल्या कुलीन स्त्रियांची छेड काढण्याची ही तुमची बदमस्ती सोडून द्या. हरि पदराला धरू नका. आमचा पदर सोडा.'(३)

विनवुन कृष्णासी शरणागत झाल्या दासी ।
पाहून मजा खासी आणल्या गोपि महालासी ।
होनाजिबाळासी । मति आगळि कविरायासी ।
धोंडि सदाशिव जोड । हरि पदराते सोड ।।४।।

याप्रमाणे कृष्णाच्या पायाशी गोपी शरण आल्या. त्यांची ही गंमत झालेली पाहून श्रीकृष्णांनी गोपींना आपल्या महालात नेले.

''रामजोशांच्या या लावणीचे हे एवढेच कडवे उपलब्ध आहे.'' असे प्रा. मधुकर वासुदेव धोंड यांनी म्हटले आहे.[११] ही लावणी सरस भक्तिभावयुक्त असून श्रीकृष्णाची संबोधने अर्थपूर्ण, कानाला गोड वाटणारी व अनुप्रासांनी सजलेली आहेत.

९. वसंत क्रीडा -

या लावणीत राम जोशी यांनी 'वसंत क्रीडेचे'[१२] 'अत्यंत मादक वर्णन कसे केले आहे, ते पहा. राम जोशी म्हणतात,

''कुंजात मधुप गुंजारव यमुनातटी
होरी खेळतो हरी करुनि राधा नट आपण नटी'' ।।

हा होरीचा खेळ पहायला आकाशातील सुरसुंदरी विमानात बसून आल्या आहेत. डफ, सारंगी, पखवाज इत्यादी वाद्ये झडत आहेत.

'रूप रम्य राधेचे राधावल्लभ आपण धरी ।
तिलोत्तमा, उर्वशी, मेनका, रंभा, परी घाबरी ।
फागामधि बागात मातला वसंत अंत:पुरी ।
कवण राधिकापती कवण राधा हे नकळे खरी ।।'

श्रीकृष्णाने राधेचे रूप घेतले. राधेचे रम्य रूप पाहून त्याला तिलोत्तमा, उर्वशी, मेनका, रंभा यासारख्या अप्सरांची आठवण झाली. फाल्गुनातील बागांमध्ये वसंत फुलला आणि तो अंत:पुरातही मातला. त्या होरीमध्ये कोण राधा आणि कोण राधिकापती हे न कळण्याइतके ते एकरूप झाले.

राम जोशी यांनी या खेळातील आणखीही एक प्रकार वर्णिला आहे.

'पुरुषवेष राधा निजवेष कवटाळुनि चुंबिती ।
हरी म्हणुन गोपिका शुद्ध राधेला आलिंगिती ।
अंगसंग रतिभंग दंग रंगामधी किती लाजती ।
मनी म्हणती कामिनी नव्हे माधव सुखसंगती ।
अष्ट नायका कृष्ण म्हणुन राधेला कवटाळिती ।

काय सांगु मी तरी विचित्र होरी मज भासती ।'

अशी ही क्रीडा चालती असता भामेच्या लक्षात आले की श्रीकृष्ण राधेबरोबर होरी खेळतो आहे. म्हणून भामा रुसून घरी निघून गेली. भामा 'पिशी रुसली' म्हणून हरीने पितांबर नेसला व तो एकटाच भामेपाशी जाऊन पोहोचला.

'सचिंत पशुचे रीती तशी मंचकावरी ते मुसमुशी
हळूच पद चुरुनि तिचे मांडिस देतसे उशी ।'

भामेने आपला राग श्रीकृष्णाजवळ व्यक्त केला. तेव्हा श्रीकृष्ण तिला म्हणाला,

'करी कंकण, नको आरसा, संशय मनामध्ये
धरू नको फारसा. घे क्षणभरी रतिसुख रसा.'

श्रीकृष्णाच्या या बोलण्याने भामेची समजूत पटलीसे दिसते. रामजोशी वर्णितात,

'कविरायाने यापरी नली रासामधी गोमटी ।
होरी खेळतो हरी करून राधा नट आपण नटी ॥'

रामजोशींच्या शृंगारिक लावणीचे रूप हे असे आहे.

१०. छेकापह्नुति -

राम जोशी यांनी संस्कृतचे अध्ययन केले होते. संस्कृत काव्यशास्त्रामध्ये अपह्नुती हा एक अलंकार सांगण्यात आला आहे. एकाच्या भाषेत द्वर्थी शब्दयोजना असते. दुसरा त्यातील एक अर्थ धरून उत्तर देतो. त्यात काही तरी लपविले जाते. ह्या लपविण्यातून एक दुसऱ्याला छेडतो. या छेडाछेडीत जी गंमत असते, त्यात अपह्नुती हा अलंकार साधला जातो. अपह्नुती म्हणजे लपविणे, काहीतरी दडविणे. उपमेय हे उपमान आहे, असे वर्णन करावयाचे. उपमेयावर त्याच्या वास्तविक स्वरूपाचा अपलाप करून उपमानाचा आरोप करणे असे या अलंकाराचे स्वरूप असते. एक उदाहरण-

'न हे नभोमंडल वारिराशी.' हे आकाश नव्हे हा पाण्याचा सागर आहे. अशासारखा काहीसा उपमा अलंकाराचाच एक प्रकार असतो. संस्कृत अलंकारशास्त्राप्रमाणे 'छेकापह्नुति' हा अलंकार काही असो, राम जोशी यांनी या शीर्षकाच्या लावणीत छेडाछेडीची गंमत साधण्याचा प्रयत्न केला आहे.

'राधासखीसंवादे छेकापह्नुती आयका ।
रसिक हो किती चतुर बायका ।'

असा या लावणीचा प्रारंभ आहे. राधा आणि तिची सखी या दोघिंमधील संवादात ही छेडाछेडी आहे.

राधा - 'अंबरगत पयोधराते रगडुनि पळतो दुरी ।
काय हा धीट म्हणावा तरी ।'

म्हणजे आकाशातील मेघाला रगडून तो दूर पळतो- किती हा धीट पुरुष?

सखी - तो नंदाचा मूल काय गे ? तो नंद राजाचा मुलगा म्हणजे श्रीकृष्ण काय गे?

राधा - 'नव्हे, नव्हे, ग मारुत मेघोदरी' म्हणजे श्रीकृष्ण नव्हे, तो मेघांच्या पोटातील वारा - (मारुत)

२. सासुसासरापतियादेखत अधरामृत माधुरी घेतसे काय वदावे तरी ।

राधा - सासुसासरा व पती यांच्या देखत अधरामृतमाधुरी चाखणारा - काय म्हणावे याला ?

सखी - श्रीकृष्ण काय गं?

राधा - नव्हे, नव्हे - हा मधुकर पंकजहारी, म्हणजे कमळातील परागांचे सेवन करणारा हा मधुकर होय. कमळाच्या हारातील पराग सेवन करणारा मधुकर.

३. पटविघटित कुचतटीही वसंती हळुच येऊन उरी ।

शीतल स्पर्श सुगंधित करी ।

म्हणजे वसंत ऋतूत हळूच येऊन पटविघटित कुचतटी शीतल सुगंधित स्पर्श करणारा.

एक अर्थ - श्रीकृष्ण? दुसरा अर्थ मलय पर्वतावरील सुगंधित शीतल वारा मलयानिल -

४. सुवर्ण पाहुनि तनुवरी । वंचक रात्री शिरतो घरी ।

हात टाकितसे अंगावरी । एक अर्थ - श्रीकृष्ण

दुसरा अर्थ अंगावरील सोन्याचे दागिने पाहून रात्री चोरून येऊन अंगावर हात टाकणारा तो चोर- शर्विलक

५. सुंदर रतिजोगता मिळाला पतिही सुभगा खरी ।

दुजीला असा तरी मिळेल काय? एक अर्थ - श्रीकृष्ण

दुसरा अर्थ रतीला वरणारा पती म्हणजे मन्मथ - मदन

६. गुणवंत कुचावरी लोळे - अति शोभला ।

गुणांनी युक्त व सुंदर स्त्रीच्या कुचांवर लोळणारा १. श्रीकृष्ण २. गुण म्हणजे दोरा. दोऱ्यात फुले ओवून करतात, तो हार.

७. बाई, आंगमर्दनी अतिसुखकर वाटला.

शरीराचे मर्दन करताना ज्याचा स्पर्श अतिसुखकर वाटला. तो १. श्रीकृष्ण २. व्यजन सुवंशातिल - म्हणजे चांगल्या वेळूवनातील वारा.

याप्रमाणे प्रथम काही विशेषणे वापरून जे वाक्यांश तयार होतात, त्यांचा उच्चार राधेने करावयाचा व सखीला तो कोण असा प्रश्न विचारावयाचा. प्रत्येक वेळी नवी नवी विशेषणे वापरून सखीने तो श्रीकृष्ण का असे विचारून उत्तर

द्यावयाचा प्रयत्न करायचा. राधेने परत नकारार्थी उत्तर द्यावयाचे व त्या वाक्यांशाने जी वस्तू अथवा व्यक्ती सूचित होते त्या दुसऱ्या अर्थाचा उच्चार राधेने करावयाचा अथवा स्पष्टीकरण करावयाचे अशी द्व्यर्थी शब्दांची गंमत या दीर्घ लावणीत राम जोशी यांनी केली आहे. फसवणूक, दडवणूक, लपवालपवी असे जे अपह्नुतीचे स्वरूप असते ते या लावणीतील द्व्यर्थी शब्दयोजनेने कितपत साधले आहे ते सांगणे कठीण आहे. पण शृंगारिक लावणीच्या दृष्टीने यात श्रीकृष्णाच्या संदर्भात कोणकोणत्या शृंगारिक चेष्टा सूचित झाल्या आहेत ते श्रोत्यांच्या व वाचकांच्या दृष्टीने महत्त्वाचे आहे. १. अंबरगत पयोधराते रगडुनि पळतो दुरी असा हा धीट श्रीकृष्ण येथे पहिला अर्थ घ्यावयाचा. पदराच्या आड असणाऱ्या स्तनांना स्पर्श करून चुरून दूर पळतो. २. सासुसासरापती यांच्या देखत अधरामृत पितो. ३. पटविघटित कुचतटी म्हणजे पदर बाजूला सरल्यावर दिसणाऱ्या स्तनांना शीतल व सुगंधित स्पर्श करतो. ४. अंगावरील सोन्याचे अलंकार पाहून रात्री हळूच घरात शिरतो आणि अंगावर हात टाकतो - आलिंगन देतो.

५. रतीला जसा मदन हा पती लाभला तसा राधेला श्रीकृष्ण हा मदनासारखा सुंदर प्रियकर लाभला. ६. हा गुणवंत सद्‌गुणी पुरुषोत्तम तिच्या वक्षस्थळावर लोळला. ह्या सर्व प्रतिमा शृंगारिक आशयाला अधिक ठळक करणाऱ्या असून लावणीच्या रसिक श्रोत्यांना आवडण्यासारख्या व संस्कृत जाणणाऱ्या रसिकांना संतुष्ट करणाऱ्या आहेत.

'छेकापह्नुति' या दीर्घ लावणीत राधेला उद्देशूनही द्व्यर्थी शब्दयोजना आहे.

१. कंठि लपेटुनि सदा असावी सुभगा गुणशालिनी
वाटते पुष्पवती शोभिनी ।

सुभग, गुणशालिनी, पुष्पवती शोभिनी अशी जी कंठी सदा लपेटुनि असावी अशी वाटते ती कोण?

पहिले उत्तर - ती वृषभानूची सुता, लिकुचस्तनी राधा तर नव्हे? या कडव्यात राधेच्या चांगल्या गुणांबरोबर तिचा 'पुष्पवती असण्याचा' म्हणजे तिच्या ऋतुमती असण्याचाही उल्लेख आहे. दुसरे उत्तर फुलांची माळ हे आहे.

२. विपरीता ही तनुवरि घेता सुदशा सुखदायिनी ।
लहानशी श्यामा गुणशालिनी ।
वृषभानूची सुता काय ती राधा लिकुचस्तनी ।
नव्हे रे मत्कंबल भोगिनी ।

जी शरीरावर विपरीतपणे (उलटी) घेतली असताही सुदशा आणि सुखकारक वाटते ती कोण? पहिले उत्तर - राधा. या ठिकाणी 'राधेशी विपरीत शृंगार केल्याचा

उल्लेख आहे.

दुसरे उत्तर - उलटे घेऊनही सुखकारक वाटणारे व दशा चांगल्या असलेले अंगावर घ्यावयाचे लोकरीचे कांबळे हा अर्थ आहे.

३. अधरचुंबिनी वंशसंभवा लालसमधुरध्वनी ।

असावी मुखास मुख लावुनी ।

वृषभानूची सुता काय ती राधा लिकुचस्तनी ।

नव्हे रे मुरली जगमोहिनी ।

अधराने चुंबावयाची, चांगल्या वंशात जन्मलेली, जिच्यातून लालस मधुर ध्वनी निघतो, मुखास मुख लावावे असे जिच्या बाबतीत वाटते ती कोण? पहिले उत्तर - वृषभानूची सुता - राधा हे होय.

दुसरे उत्तर - मुखाशी मुख लावून वाजविल्यावर जिच्यातून लालस मधुर स्वर निघतात ती वंशसंभवा - वेणूत जन्मलेली अधरचुंबिनी बासरी हे होय.

४. सरला ती सद्वंशा (सद्वंशा) गौरा अतिशय संयोगिनी

येतसे करी धरुनि जे वनी ।

वृषभानूची सुता काय ती राधा लिकुचस्तनी ।

नव्हे रे यष्टी सहचारिणी ।

सरळसोट स्वभावाची, चांगल्या वंशात जन्मलेली, गोरी, संयोगिनी, जी हात धरून वनात येते ती कोण?

पहिले उत्तर - सरळ स्वभावाची, चांगल्या वंशात जन्मलेली, गौरा -गोरी, हाताला हात धरून वनात न्यावीशी वाटणारी राधा ही होय. दुसरे उत्तर - हातात धरावयाची सरळ काठी.

नखक्षताने मृदुक्वणन्ती नवनवगुणरागिणी ।

धरावी वाटे कवटाळुनी ।

वृषभानूची सुता काय ती राधा लिकुचस्तनी ।

नव्हे रे वीणा मृदुभाषिणी ।

नखाच्या बोचण्यामुळे (नखक्षताने) हळूच कण्हणारी, नवे नवे गुण राग जिच्या ठिकाणी आहेत, जी छातीशी कवटाळून धरावी वाटते, अशी ती कोण? पहिले उत्तर - राधा. ती नखक्षताने विव्हळ होते, नवनवगुण रागिणी आहे, छातीशी कवटाळून धरावीशी वाटते, ती राधा. दुसरा अर्थ - मृदुभाषिणी वीणा हे वाद्य.

अशा रीतीने पहिल्या प्रश्नाला माळ, दुसऱ्या प्रश्नाला कंबल, तिसऱ्या प्रश्नाला जगमोहिनी मुरली, चौथ्या प्रश्नाला सरळसोट काठी (यष्टी) व पाचव्या प्रश्नाला वीणा मृदुभाषणी ही उत्तरे राधेने दिली आहेत. पण प्रश्न विचारताना १.

राधा लिकुचस्तनी २. राधा पुण्यवती ३. राधा - 'मुखासमुख लावुनी' 'अधरचुंबिनी ४. राधा - विपरीता ही तनुवरी घेणारी, सुखदायिनी, श्यामा गुणशालिनी ५. राधा सद्वंशा, गौरा, संयोगिनी ६. राधा नखक्षताने मृदु कण्हणारी नवनवगुणरागिणी ह्या शृंगारिक प्रतिमा वापरल्या आहेत. ह्या दृष्टीने ही शृंगारिक लावणी महत्त्वाची आहे. स्वत: रामजोशी संस्कृतभाषा तज्ज्ञ होते, हे या लावणीवरून कळते. या लावणीचे रसिक श्रोतेही संस्कृतचे जाणकार असावेत. त्यांनाच या लावणीतील प्रश्नोत्तरांची गंमत कळली असेल, इतरांना नाही.

❊ ❊

विभाग (ब)
राम जोशी यांच्या लौकिक जीवनातील स्त्रीपुरुषांच्या शृंगाराच्या लावण्या

सुंदरा मनामधि भरली

मानवी प्रपंचात माणसांना सुख, दुःख, प्रेम इत्यादी भावनांचा अनुभव घ्यायचा असतो. तो अनुभव घेताना माणसांच्या जीवनांत शृंगार, वीर, करुण इत्यादी रस निर्माण होतात. मध्ययुगीन काळात मराठी कवी राम, कृष्ण, सीता, रुक्मिणी इत्यादी रामायण महाभारतकालीन नायकनायिकांच्या जीवनातील रसांचे चित्रण काव्यद्वारा करीत. शाहिरांनी मराठी स्त्री-पुरुषांच्या जीवनातील रसांचा लावण्यांतून आविष्कार करण्यास प्रारंभ केला. तमाशाच्या फडात मराठी रसिक श्रोते शाहिरांच्या लावण्यांचा रसिकतेने आस्वाद घेत असत. रामजोशी यांच्या लावण्यांत मराठी तरुणींच्या सौंदर्याचे वर्णन उत्तमरीत्या करण्यात आले आहे. 'सुंदरा मनामधि भरली' ही लावणी प्रसिद्ध आहे.'[१४]

सुंदरा मनामधि भरली, जरा नाहिं ठरली,
हवेलित शिरली, मोत्याचा भांग ।।

राम जोशी यांनी घराच्या बाहेरून हवेलीत शिरताना ती सुंदर तरुणी पाहिली आणि मोत्याचा भांग असलेली ती तरुणी त्यांच्या मनात एकदम भरली. त्यांचे मन तिच्या सौंदर्यावर लुब्ध झाले. सुंदरी मूर्ती मदनाची होती. अमृताप्रमाणे मधुर असे तिचे वदन, ती मदनकदनाची स्त्री जणू काही सौंदर्याची विखारी धारच वाटली. ती मदनकदन, अमृतवदन स्त्री कामसूत्रातली बाहुली वाटली. तरुणी कोकशास्त्रात निपुण होती. तिला कामशास्त्राची संपूर्ण माहिती होती. तिच्या कंठातील मंजुळ ध्वनीपुढे 'शुकपिक' तुच्छ वाटत असत.

'कचघनात सौंदामिनी, दिवस यामिनी जपावी मनी की न कळे पार।।'

तिच्या वेणीत मूदराखडी, कपाळावर कुंकवाची कोर चोखडी, कर्णात मणिकुसुम हे अलंकार होते. तिला पाहून 'मतिस लोभवी' मला तर ती या संसारातील सारच वाटली. ही मन्मथ रस हवा, काय पाहवा, बट वाहवा.'

हिच्या बरोबर संसार मांडला तर सफल संसार होईल. माडीवर खडी राहिली. तिच्या मुखात रंगदार विडा. अशी ही सुंदरा, मनामधि भरली. हवेलित शिरली मोत्याचा भांग. या लावणीतील अनुप्रासयुक्त शब्दांनी वर्णनात गती आली आहे. 'मूर्ति मदनाची / अमृतवदनाची / मदनकदनाची ।। २. कामसूत्रात / मदन नेत्रात / कोकशास्त्रात / ३. धरिली बाज / जाहले वाज / कंठि आवाज / विण्याची तार ।। ४. सौदामिनी / दिवस यामिनी / जपावी मनी / असे कविराय म्हणतात, पण ती जरासुद्धा एका जागी राहिली नाही. झटकन् हवेलीत शिरली. अशी सुंदर तरुणी 'भवी वाटली सार' असा सौंदर्याचा परिणाम दाखविला आहे. संस्कृत भाषेची प्रौढी, मराठीतील सौंदर्यदर्शक सुंदर प्रतिमा वापरून राम जोशींनी स्त्री रूप अनेक लावण्यांत वर्णिले आहे.

१२. 'कोण्या ग सुभगाची मदन मंजरी । सांग सुंदरी ।।ध्रु.।।[१५]

इच्या सौंदर्याची सीमा । झाली गडे रतिहुनि अतिउत्तमा ।

पाहुनिया मुखचंद्रमा ।'

'सखे गडे अमा गमति पौर्णिमा ।'

सख्या अमावास्याच पौर्णिमेसारखी सुंदर झाली.

हिच्या अधराची रक्तिमा काय वर्णावी?

'काय अधराची रक्तिमा । लाजवी नवकुंकुम विद्रुमा ।'

'जिच्या अंगी वसन भर्जरी ही कोण्या ग सुभगाची मदन मंजरी! मला ही 'विद्युन्नटी' वाटली. भलि ग, रूपाची उतरली भटी. हिच्या 'उरी कंचुकी तटतटी' अशी हिची छाती भरदार आहे. हिच्या ललाटी तिलक. हिची कृशकटी पाहून सिंहाचा 'कृशकटिमद' लटपटेल. अशी ही

अनंतगुणगुर्जरी - कोण्या ग सुभगाची मदनमंजरी

शिरी सुंदर नवमल्लिका । झटति वर मधुकररस कौतुका ।

नयनाननखंजरंजिका । मधुर कंठात लाजवी पिका ।

अशी वर्णिल कोण सदलिका ।।

राम जोशीइतका प्रतिभावान कुणी कवी असेल का जो हिच्या सौंदर्याचे वर्णन करील. 'इतर कवि कविरायाहुन फिका ।

मज वाटतसे निर्जरी । कोण्या ग सुभगाची मदनमंजरी ।।

अशी कविराय राम जोशी स्वत:ची पाठ थोपटून घेतात.

१३. असेच मराठमोळे सौंदर्य 'किति गोड किति गोड सुभगसुंदरी' या लावणीत वर्णिले आहे.[१६]

राम जोशी सांगतात,

जिचे रूप चमकचांदणी । वयाने कवळी ।

केतकीपरीस ही पिवळी ।
कां बसे गं सरळ अंगुळी ।
जशी ती चवळी रे वाटे असावी जवळी ।
अमोल सुधारस घटिकटिस पट अवळी ।
नागिण जशि काय गव्हळि ॥'

अशी ही सुंदर तरुणी आहे. ती वयाने कवळी म्हणजे अजून लहान आहे. 'चमकचांदणी' आणि 'केतकीपरीस पिवळी' या प्रतिमांनी तिचे सौंदर्य जाणवून दिले आहे. ती वयाने लहान असल्यामुळे सरळ एक अंगुळी बसते असे तिचे मोजमाप सांगितले आहे. इतकेच नव्हे तर चवळीची प्रतिमा वापरून तिचा नाजूकपणा दाखवून दिला आहे. तिच्या घटात अमोल सुधारस भरला असल्याचे रामजोशी सांगतात. अशी ती चवळी त्यांना वाटे असावी जवळी, नागिणीचे गव्हळे सौंदर्यही तिच्याजवळ आहे, असे कवींना वाटते. याही लावणीतील सौंदर्य अनुप्रासाने, नव्या मराठमोळ्या प्रतिमांनी वाढले आहे.

आणखी एका लावणीत रामजोशी तरुण स्त्रीचे असे वर्णन करतात,[१७]

१४. 'सोन्याचे पायजिव तळी । मदन पुतळी ।
टाकि भूतळी मंजु झुमकार ॥'
ती उभी कशी राहते, कसे बोलते ते राम जोशी सांगतात,
'बाहेर चालला हेर । हिचे माहेर कुठे घरदार ।
ती उभी मोठी ऐटिनं । हार दाटिनं बोलणे कोटिनं।
मांडिवर वार दैवानें । घ्यावि लाभली ।
नार बांधली बहुत साधली विरळ कुण्हीवार ॥'

(पायजिव = तोरड्या, पायातले अलंकार. कुण्हीवार - द्विदल धान्यातील हलका दाणा. येथे लक्ष्यार्थ)

आणखी एका लावणीत[१८]' राम जोशी सांगतात, त्या तरुण स्त्रीला पाहून 'सख्या मी भुललो, रमलो अघटित करणी ब्रम्हाची ।'
नार नवी तरणी काय सांगु रमणी ।
जशी नागिण देवाघरची ।'
सद पदरिचे पातळ जरिचं राव राव
कसिद्याची मुस ओतली ।
कुचतटी बळकट, कंचुकी चापट ओढि
माझे मनि ही फार रुतली ।
चटपट अणवट जोडव्याची झटपट दाही बोटी मेंदी रंगली ।

वदन रदन रंगित मदन तिचे रति सख्या जणू बंद खुलली ।
जडिताचे बाजुबंद कानि कुसुमाचे गेंद, मंद मंद गति चालली ॥

अनुप्रासामुळे लावणीला गती येते. हिची सिंहाच्या कटिसम कटी होती.

तटतट उरावरी लटपट हार करी जसी काय पुतळी कनकाची ॥
राखडी जडित वरि हिऱ्याची टिकली अधरी मधुरस सुधेपरिस
अरे सख्या नव्हे सुंदरी । मदनाची तरवारी ।
घुसली कट्यार उरी । जलदी उपाय करी ।

असे हे वर्णन करीत असता त्या तरुणीच्या सौंदर्याचा मनावर होणारा जबरदस्त परिणामही मधून मधून सांगितला आहे.

१. नयनाचे मारि बाण सख्या गेला होता प्राण
अवचट मनि हे उद्भवली ।
पाहुनि भूल पडली । माझे हृदयात जडली ।
बहु झटक्याने नटली । जशी हवयी सुटली ।
तशी माझे दिठी पडली ।
पटपट तिची गती पाहुनी मी झटपट गति
विसरलो उदमाची ॥

असा आपला उद्योग विसरायला लावणारे तिचे लावण्य होते.

२. जाहली लगबग चालली बघुन मग मी तर
दिशा भुललो दिशा चारी ॥

३. धडड धडड धड धडके उर मग
सुदबुद माझी गेली सारी । लागली मनात गोडी कधि ना हिला मी सोडी

४. देऊन उदंडधन मोहवूनि तिचे मन
नेलि नार रमवाया ।

५. पाहुनी तियेस मग झाला गडि डगमग तगमग सुटली तया ।
शयनावरूनि मृगनयना नेलि मग मनोरथ पुरवाया ।

सुंदर स्त्रीच्या सौंदर्याचे वर्णन झाले की नायक आपले मनोरथ पुरवून घेत असतात, असे रामजोशी सांगतात.

१५. एका लावणीतील[११] नायिका आपल्या प्रियकराला विनविते,

'घडीभर या हो माझ्या घरासी राया ।

'तुम्ही माझ्याबद्दल आपले मन का खवळवले आहे बरे?' मी नव्हे कामिनी तसी गुणवंता. हे गुणवान प्रियकर मी तशा प्रकारची स्त्री नव्हे. तेव्हा तुम्ही माझ्यावर का रागावला आहात? मी तुमच्या पायांना वंदन करिते. माझा काहीच अपराध नसताना

तुम्ही मला का बरे दुखविता? आपले प्रेम (ममता) कमी का केलेत? या दीन जनावर कोप का केलात?

'नवतनुसंगमी मदन भुलेला ।
रंग हा घ्या तुम्हा जोगा भोगा काय ।'

'मदन भुलला आहे. तुम्ही तुम्हाला हवा तसा माझ्या तनूचा भोग घ्या. मी तुमची राणी आहे. तुमच्यावर माझे प्रेम आहे. मी नेहमी तुमच्याच गुणांची गाणी गाते. तेव्हा माझ्या डोळ्यांचे पाणी खळत नाही. कविराय या की हो. उगाच तुम्ही भ्याला.' असे नायिका विनविते.

त्याच्या पुढील लावणीत नायिका विचारते —
'अहो सख्या जिवलगा काय अंतर पडले सांगा.'

प्रियकराला तिचे मन कळले - 'असी त्याणे रुजु धरली ।
मग सदयपणे अनुसरली ।'

तिला करी धरून नायक व नायिका दोघेजण फुलवाडीमध्ये शिरले. तिथे 'मनाची गति पुरली.' याचा अर्थ-

त्या दोघांनी फुलवाडीत शिरून मनसोक्त शरीरसुख घेतले. शरीरसुखामुळे जे समाधान लाभले त्याचे वर्णन राम जोशींनी पुढील शब्दात केले आहे -

'सांगाया गोष्ट नाही उरली ।
आनंदजळे दोघांची लोचने भरली ।
रसामधे तरतरली ।
काही दिवस होति अंतरली ।
ती युवती मदनरंगात परोपरि चुरली ॥
(लावणी क्र. ६५ पृष्ठे ५५-५६)

दोघांच्या शरीरभोगामुळे आणि मनमिळणीमुळे दोघांचेही डोळे आनंदाश्रूंनी भरून आले. प्रेमरसात डोळे तरतरले. त्या युवतीला पतीचा जो काही दिवसांचा विरह झाला होता, तो विरह नाहीसा होऊन ती मदनरंगात पुरती चुरून गेली. राम जोशी स्त्री-पुरुषांच्या शरीर मिलनाचे वर्णन केल्यावर आता सांगायला गोष्ट उरली नाही' असा समारोप करतात.

एक कुलीन पतिव्रता नायिका तिच्याकडे वाईट नजरेने पाहणाऱ्या बाहेरख्याली पुरुषाला समज देते आहे.[१०]

१६. राम जोशी सांगतात की ही स्त्री 'सती सुमती गुणवती' असून चांगल्या कुळात जन्माला आली आहे. ती त्या पुरुषाला स्पष्ट सांगते,

'अरे, तुझे महिला, भोग जा वहिला.' ती सांगते,

'अरे तुला असली कसली घाणेरडी चटक लागली आहे? काय उगीचच सगळीकडे गरररर फिरतोस? आपल्या धर्मपत्नीबरोबर शरीरभोग घे. माझ्या घरी माझे पती आहेत. त्यांना समजले तर ते तुझा प्राण घेतल्याशिवाय राहणार नाहीत. उगाच माझ्याकडे येऊ नको. तुला दगा होईल. तुझे प्राण काय वर आले आहेत? जर तू अपकृत्य करताना सापडलास तर 'पैसा वेचुनिया' कोण तुज कैसा सोडवील?'

'अरे निखळ मी कवळी, सासु माझी जवळी ।

काय करशील माझे घर बुडेल. मी कशी

पुरी पडेन? या छंदात तू 'भरी भरशील' तरकाय गत होईल?' मी उत्तम कुळिची

सोने बावनकशी । माझे पती धणी श्रीमंत आहेत. माझ्या घरच्यांशी तुझी आधीच

'बरकशी' (वितुष्ट) आहे. म्हणून तू नीघ.

दिशा निवट उजळली. लवकर बाहेर पड. नाहीतर दुर्दशा होईल.'

तो परपुरुष तिला म्हणतो,

'गडे, नयनी जसे खडे, शब्द रोकडे खुपती

तुझे मनी । जळो जिनगाणी सोडिल पाणी

तुजसाठी जीव देईन सखे साजणी ।''

'तुझ्या गळ्याची आण. काय विधीने तुला सुंदर घडविली आहे.

जवळ भुजलता । कवल कुचगता ।

तुझे तनमनधन सुधबुध । नेली हरवुनी ।'

'आज तू नको म्हणते आहेस. पण काही दिवसांनी तुझा रंग फिका होईल. मग तू जुनी (म्हातारी) होशील. तेव्हा तुला धक्का बसेल.

'अगे तुझी भरनवती / आजवर नव्हती / आता कुठवर

ठकविसी कर सौदा समजुनी ।।' चाळ ।

तो तिची स्तुती करतो -

'तू तिलोत्तमेहुनि उत्तम वपु कोमला ।'

अशा तुझ्या सुंदर शरीरावर मी आपला प्राण नेमला आहे. थोडा विचार कर असा कितीक मामला । मला मदनाने सोकविले आहे. मला का झिडकारतेस? मन उदास करू नकोस. माझी इच्छा आनंदाने पुरव. संपदा सकळ तुज दिली.'

यावर ती स्त्री सांगते– 'अरे, असा भरंवसा धरून काय मला हाटकतो आहेस? अरे, जळो तुझी मस्ती. या नगरात तू कसा काय राहू शकशील? तुला नसेल भय. पण मला भय आहे. मला माझा पती जपतो. तो 'हाटील तामशी' मी अजून नवखी

आहे. जवळच चौकी आहे. चल दूर हो वेड्या उगा शरीर कटविशी. 'उजागर न पती मजा करील मग दुजा वदेल कोण मशी? अरे माझी अब्रू कशी टिकेल ? कोणी गबरु तुला धरील. एवढ्यावर तुझी खुशी. तुझी नजर बुरी. मी बोलते ते ऐकून हसून जिरवून टाकतोस? अरे, निघून जा. उगला प्राण हा जगला. मानुन घे संतोष बहुत मानसी ।। चाल ।

ही सुंदर स्त्री ज्याची त्यालाच लाभली. अशी गोष्ट 'कुठे नवखंडामधि शोभली । का झडी पडशील तुझी मती झाली ती बरी झाली. नको हालऊ जिभली । सुजात म्हण तुज अजात करी परी मज तशी न बोलली ।'

याप्रमाणे अनैतिक वागू इच्छिणाऱ्या पुरुषाला ती स्त्री नैतिकतेच्या गोष्टी सांगून, भीती घालवून कुवर्तनापासून परावृत्त करते आहे.

तरुणपणी पती परगावी गेल्यामुळे विरहाकुल झालेल्या तरुणीचे दुःख एका लावणीत राम जोशींनी असे वर्णिले आहे.[२१]

१७. झाली तरुणपणाची धूळ । पति नाही सेजेवरी
सुंदरा रडे मुळमूळ ।।ध्रु.।।

ती तरुणी म्हणते, हा वसंतऋतु अनिवार आहे. तो मदनशरांचा मार करतो; मी बेजार झाले आहे. आता मी कसा काय संसार करू?

'सर्पापरी गमती गडे गळ्यामध्ये हार.'

गळ्यातील हार सर्पासारखे भासतात. जासूद येत जात असतात. त्यांच्याबरोबर एखादे पत्रबित्र काही येत नाही. कधी माझे सरदार येतील बरे? मी आता कुणासवे हसून बोलू बरे?

'सजणाविण झाले दीन । जसा तप्त वाळूमधे तळमतो मीन ।
काय सांगु संचित हीन । नाही सये वर्तमान वर्षे झाली तीन ।
बाई झाले दुःखाधीन । आता देह तयाचे चरणावर ठेवीन ।
कधी नेत्र भरून पाहीन । हा विलास त्याविण मजला देतो शीण ।।'

शाहिरांनी वर्णिलेल्या तरुणी या पतिव्रता आहेत.

'नार पतिविण कसि बरि दिसल ।
परपुरुष घरामधि घुसल् । मग स्वकीय जन हा हसल् ।।
हा शुद्धभाव जरी माझा मनिचा असल् ।
तरी सजण सखे मज लौकर नयनी दिसल्
नातरी तो परनारीसी गुंतुन फसल ।।चाल।।

म्हणजे पत्नी जरी पतिव्रता असली तरी पुरुष संयमरहित होते व एकनिष्ठ नव्हते असे दिसून येते. (अर्थात असा एखादाच पुरुष असेल जो परनारीच्या नादी

लागेल.)

१८. कां मजसी अबोला धरुनी[२२] - रामजोशी

या लावणीत नायिका प्रियकराची विनवणी करते आहे.

''कां मजसी अबोला धरुनी ।। जाशि वांकडा घरावरुनी ।।ध्रु.।।
तुजसाठिं पतीस मी मुकलें । हातापायां पडुनि मी चुकलें
ममतेच्या करि विकले । जसें निरुदक कमल सुकलें ।
गांजिशी उरामधिं पिकलें । शोखि दाविसि तऱ्हा करुनी ।
का मजसीं अबोला धरुनी ।।१।।''

आता माझ्याशी असा अबोला धरून माझ्या घरावरून असा वाकडा का निघून जातोस? मी तुझ्यासाठी पतीचा त्याग केला. ममतेच्या, प्रेमाच्या पायी स्वत:ला विकून घेतले. पाण्याच्या अभावाने जसे कमल सुकते तशी मी प्रेमाविण सुकत चालले आहे. आता तऱ्हा करून ही ऐट कशाला दाखवितोस? ती पुढीलप्रमाणे शोक करते आहे.

'कां होसि असा तूं करडा । माझिया जिवाचा अरडा ।
भाजिला प्राण त्वां हुरडा । मज असा भरडशिला किरडा ।
चिकणीला म्हणशिल का बरडा । कोणा रांडेच्या भरि भरुनि ।।२।।

''तू माझ्याबाबतीत इतका करडा का झाला आहेस? हुरडा भाजावा तसे माझे प्राण तू भाजलेस. किरडा मारावा तसे तू मला चिरडलेस. कोणा रांडेच्या नादी लागून चिकण्या सुपारीला भरडा सुपारी समजतोस?'' पूर्णपणे मराठी प्रतिमा योजिली आहे.

कां अशा करिशि अन्याया । राहतें धरुनि मी विनया ।
हे विचार भल्याच्या तनया । तूं मला आवडशी कन्हया ।'

'माझ्यावर तू असा अन्याय का करतोस? मी विनयाने-नम्रतेने तुझ्याशी वागते. हे कन्हया, तूं मला आवडतोस.'

'कुणि कांही म्हणो जन या ।' गाईन कविराय तुला वरुनी ।।३।।

कुणी कांही म्हणोत, मी तुलाच वरले आहे. कविरार्य राम जोशी प्रीतीचे कवन गातात.

१९. कान्ताला एकान्ती कधि पाहूं गे[२३] - राम जोशी

माणसांनी भरलेल्या कुटुंबात नवपरिणीत पतिपत्नींची एकान्तात गाठ पडत नाही, ती नववधू आपली कुचंबणा या लावणीत सांगते.

'कांताला एकांती कधिं पाहू गे सखये ।
वाटते असें पुढे जाउनि उभी राहूं गे सखये ।'' ।।ध्रु.।।

ती सांगते, 'माझी पतीशी एकांती कधी गाठ पडणार याची मी वाट पाहते आहे. वाटते, असे पुढे जाऊन त्याच्या पुढ्यात उभे रहावे.''

'मी तर सासुरवासी म्यां कोणावर रुसावें ।
सासऱ्या गांवी हे काही तरी असावें ।
नणंदा सासु जाऊ यांणी कांही मज पुसावें ।
ती काहींच नाही, हां हुं किति सांहू ।
कांताला - पाहूं ॥१॥

वयाने लहान वधू आहे. प्रथमच सासरी आली आहे. पतीच्या एकांतातील भेटीची तिला ओढ आहे, पण त्याची काही भेट होत नाही. ती म्हणते, 'आता सासुरवासात मी कोणावर रुसणार? नणंदा, सासू, जाऊ यांनी तरी काही चौकशी करावी. सासऱ्यांना कदाचित हे कळत असावे. पण तेही काही बोलत नाहीत. माझ्यापेक्षाही माझे पती भिडस्त आहेत. त्यांनी वडिलांची मर्यादा कुठवर ठेवावी?'

"मजहुनी पति भिडस्त युक्ति कैसी गे करावी?
कुठवरि तरि मर्यादा वडिलांची याणी धरावी ।
मी अर्धांगी घरची काय आहे कोणी परावी ।
काय त्यास खुणाउनि बाहूं सुख लाहूं गे सखये । कांताला ॥२॥
मी द्वादश वर्षाची वय न लगे बाई कलिला ।
हे तर आठवे वर्षी कळूं येते बाई मुलिला ।
रतिपतीचे भय नाही असे कोणातरि मुलिला ।
कविराय मति लाऊं मन बाहूं गे सखये ॥कांता ॥३॥

ती सांगते, "माझ्यापेक्षाही माझे पती जास्त भिडस्त आहेत. वडिलांची मर्यादा पाळून ते त्यांनाही विचारायला, सांगायला धजत नाहीत. मी त्यांची अर्धांगी आहे. घरची स्त्री आहे, कुणी परकी नव्हे. त्यांना खुणावून मी बोलाऊं का? सुख मिळवू का? मी आता बारा वर्षांची (जाणती) झाले आहे. आठव्या वर्षीच मुलींना वैवाहिक संबंधाची जाण येते. न्हाण आले की पतीच्या सहवासाची ओढ लागते, असे रतिपतीचे - मदनाचे भय कोणत्या मुलीला नसते बरे? मला तरी ते आहे.

'कविराय मति लाऊं मन बाहूं गे सखये ।' असे कविराय राम जोशी सांगतात.

अतिशय संयमपूर्ण भाषेत रामजोशी यांनी बारा वर्षांच्या छोट्या मुलीचे विवाहसंबंधातील दुःख व्यक्त केले आहे. तिची मानसिक कुचंबणा सुंदर शब्दांत रेखाटली आहे.

२०. 'जा गडे त्याला तूं घाल माझी आण ।'[२४] - रामजोशी

रुसलेल्या प्रियकराला त्याची समजूत घालून, विनवणी करून परत आणायला नायिका सखीला या लावणीत सांगते आहे. ती म्हणते,

'जा गडे त्याला तूं घाल माझी आण' ॥ध्रु.॥

तू जाऊन सांग, तुझी दासी - प्रेयसी - तुझ्या विरहाने बेचैन झाली आहे. जा, तिला भेट, नाहीतर ती प्राण देईल.

'जाऊन माग बाई सख्या तुझि दासी ।
तुझ्यामुळे चैन नाही उगा रुसलाशी ।
आज न जाशी तरि देईल ती प्राण
जा गडे त्याला तूं घाल माझी आण' ॥१॥
काय मी झालें त्याची अशी अपराधी ।
करावी तुवा माझ्या ठायीं कधिं न अपराधी ।
नावाची मी साळु नव्हे ठकि चिमी राधी ।
भोंदाव्याच्या रांडा घेऊ नको रान, जा गडे
त्याला तूं घाल माझी आण ॥२॥

ठकी, चिमी, राधी या सगळ्या 'भोंदाव्याच्या रांडा' - मी त्यांच्यापैकी नव्हे. मी नावाची साळू आहे. मी त्याचा काही अपराध केलेला नाही, तेव्हा तू माझ्या ठायी अपराधीपण करू नकोस असे त्याला जाऊन सांगा आणि त्याला माझी शपथ घालून त्याला माझ्याकडे परत आणा.(२)

''तुटेना की चंडाळ हे डोळियांचे पाणी ।
अबोल्याते काय घेरि जरा बोल वाणी ।
दीनवाणी जाले मोठ्या सुखाची मी खाण ।
विरहाचा मारु नको कविराया बाण ।
जा गडे त्याला तू घाल माझी आण'' ॥३॥

विरहाने माझ्या डोळ्यांचे पाणी खळत नाही. अबोला नको, जरा चार शब्द बोल. मोठ्या सुखाची मी खाण. पण आज प्रियकराच्या दुराव्याने दीनवाणी झाले आहे. कविराय राम जोशी म्हणतात, अरे कविराया असा विरहाचा बाण मारू नकोस.

संथ सरळ भाषेत विरहाचे दुःख व प्रियकराच्या सहवासाची ओढ या लावणीत सुंदररीत्या चित्रित झाली आहे.

२१. कसे करूं एकांतींचि गाठ पडेना[२५] - रामजोशी

पती नेहमी कामकाजात असतो. पत्नीशी त्याची एकांतात कधी गाठ पडत नाही. त्यामुळे नायिकेला आपल्याच मनातल्या मनात आपली शृंगाराची हौस पुरवावी लागते.

''कसें करूं एकान्तींचि गाठ पडेना ॥ध्रु.॥
मनामध्ये हौस माझ्या सारी पुरवीते ।
शृंगाराचा रंग काही नवा दाखविते ।
अनंगाच्या संगे बाई सुखा मुरवीते ।

योजिला म्यां आनंदाचा घाट घडेना ॥१॥

'माझी शृंगाराची हौस मी मनातक्या मनात पुरविते. अनंग-मदनाच्या समवेत मी शृंगार करीत असल्याच्या कल्पनेने सुखी होते. शृंगाराचा काही नवा रंग दाखविते.'

जिला पतीपासून शरीरसुख मिळत नाही अशी स्त्री शृंगारिक चेष्टा मनाने कशा रंगविते याचे हे राम जोशींनी केलेले वर्णन वैशिष्ट्यपूर्ण आहे. लैंगिक मानसशास्त्राच्या दृष्टीने ही गोष्ट महत्त्वाची वाटते. ती सांगते,

'असा कांही आहे माझ्या मनांतील काम ।
खरे म्हणावें किं जेव्हा घडवील राम ।
उगा हाता येतो कैसा प्रभू घनश्याम ।
याजपुढे कोणाचीही सीग वडेना ॥२॥'

'माझ्या मनातील कामवासनेचे हे असे स्वरूप आहे. जेव्हा राम कृपा करील तेव्हा त्याची पूर्ती होईल. प्रभू घनश्याम असा सहजासहजी थोडाच प्राप्त होतो?'

'त्याची म्हणवीते माझा धनी अभिमानी ।
लोळते मी एथे जाणें सारी राजधानी ।
कधिं तरि बाई त्याच्या लागेन मी कानीं।
कसोटीला कविराय कोणी जडेना ॥३॥

'माझे धनी अभिमानी आहेत. मी त्यांची म्हणविते पण इथे लोळत पडते हे सारी राजधानी जाणते आहे', असे राम जोशी सांगतात.

'कसोटीला कविराय कोणी जडेना ॥३॥'

२२. क्षणभरी चाल माझ्या सदनासी[१६] -

या लावणीत नायिकेने प्रियकराला आपल्या घरी येण्यासाठी विनविले आहे. ती म्हणते—

'क्षणभरी चाल माझ्या सदनासी ।
सख्या हरि पांहू वाटते दिन-रजनी तुझ्या वदनासी ॥ध्रु.॥

हे सख्याहरि, मला तुझे वदन दिवसरात्र पहात बसावेसे वाटते. तू माझ्या घरी क्षणभर ये ना! माझी तळमळ तुला काय कळत नाही का? मी किती कृश झाले आहे, हे तुला माहीत आहे ना?

'तळमळ काय माझी नेणसी । की सखया ।
तनु किती रोडताजी । जाणसी की सखया ।
याची करू काय बाजी । स्त्रीजनकी सखया ।
ही परसात भाजी । तुझी या की सखया ।
अरे काही जाणतील ही । नसे दया मदनासी ॥१॥

स्त्रिया म्हणजे काय परसातली भाजी समजतोस ? या मदनाला दया कशी येत नाही? माझ्या मनात मोठी हौस आहे. ती तू बुडवणार काय?

'अशी मती काय खोटी । धरलिसी की सखया ।
भय तर फार पोटी । शिरले की सखया ।'

राम जोशी यांनी हिरा गारगोटी यांची प्रतिमा वापरून म्हटले आहे,

'हिऱ्यालाही गारगोटी । म्हणशील की सखया ।।
अरे, मज दान दे रे । रतीपतीच्या कदनासी ।।२।।

अरे तू हिऱ्यालाही गारगोटी समजतोस काय? मदनाचा कदन जो शंकर, त्याला तू मला दान देऊन टाक.

पदकमळाशी माथा । वाहीन की सखया सोसू नये प्राणनाथा ।
अनुचित की सखया । विषयाचा काय गाथा ।
अनुचित की सखया । जाऊं द्या हा काय चोथा ।
म्हणू नये की सखया । कविराया तू गजपतीच्या पहा वदनासी ।।३।।
क्षणभरा चाल माझ्या सदनासी

मी हिरा आहे. गारगोटी समजून माझा त्याग करू नको. रतिपतीचा कदन जो शंकर त्याला तू मला दान देऊन टाक.

'पदकमळाशी माथा । वाहीन की सखया सोसूं नये प्राणनाथा ।

या ओळीत तिच्या विरहाची तीव्रता जाणवते.

'विषयाचा काय गाथा । अनुचित की सखया ।
जाऊं द्या हा काय चौथा । म्हणू नये की सखया ।'

या ओळीत नायिका सांगते– विषयाचे प्रेम वाटणे, शरीरभोग हवासा वाटणे या गोष्टीला तू 'चोथा' म्हणून तुच्छ लेखू नकोस असे सांगून कविराय राम जोशी यांनी गजपती-गजाननाचे मुख पहावे, असा उपदेश केला आहे.

'क्षणभरी चाल माझ्या सदनासी.' या शब्दांना समान शब्द असणारी
'घडिभर तरी सदनासी येऊन जा'[२७] ही राम जोशींची लावणी पहा.

२३. 'घडिभर तरी सदनासी । येऊन जा माझी असोसी ।। ध्रु ।।
असा लावणीचा प्रारंभ आहे. आपण किती एकनिष्ठपणे प्रियकराची सेवा करतो, ते नायिका असे सांगते–

'कशी तशि खटनट परि । तुझी म्हणविते ।
पदी तुझ्या तनमनधन झिजवितें ।
तुला किति रतिपतिगति सुचविते ।
जिवाच्या तळमळीमुळे आळविते । होईन दासी ।।१।।'

'अरे सख्या, मी किती खटनट असले तरी मला तुझी म्हणवून घेते तेव्हा तुझ्यासाठी माझे तनमन झिजविते आणि धन खर्चते. एवढेच नाही तर तुला मदनाचा मार्ग शृंगाराचा मार्ग सुचविते.' 'तुला किति रतिपतिगति सुचविते ।' असे शब्द योजिले आहेत. तुझी दासी होऊन तुला जिवाच्या तळमळीने आळविते.

तत्पदीचे रज म्हणविले । सख्यात्वां घरच वर्जिले ।
विरहाने दुःख पिकविले ।
तुझे मन कसें मजविषयीं निष्ठुर झाले । रुसून बसलासी ॥२॥

तुझी दासी झाले. जिवाच्या तळमळीने तुला आळविले. जणू काही तुझ्या पायाची धूळच आहे, इतकी तुझ्यापुढे नम्र झाले. पण सख्या, तू तर घरच वर्ज्य केलेस. त्यामुळे तुझ्या विरहाच्या दुःखात मी बुडून गेले. सख्या, माझ्याविषयी तुझे मन इतके का बरे निष्ठुर झाले की तू माझ्यावर रुसून बसलास?'

परोपरीने नायिकेने नायकाला असे विनविले. कविराय राम जोशी सांगतात की,

'नारीने मोहुनि नेला । सुखशयनीं प्रेमे भोगिला ।'

अशा रीतीने प्रारंभी सख्याची तळमळीने विनंती करणाऱ्या नायिकेला प्रियकराबरोबर सुखशयन लाभले व शरीरसुख मिळाले. कविराय आनंदित झाले आणि हे सरस कवन त्यांनी रचिले. एका नायिकेला संभोगसुखाची अनिवार इच्छा झाली. त्याचे वर्णन रामजोशी यांनी – 'या मदने मज गांजिले'

या लावणीत[२८] असे केले आहे.

२४. 'या मदने मज गांजिले - करूं तरि कैसे ॥ध्रु.॥
मज एकटीला टाकुनि गेला विरहानलें बाई भाजियले ।
या मदनें मज गांजियले ॥१॥
शुकपिक वैरि वाटती यांणिं ठकवुनियां विष पाजियलें ।
या मदने मज गांजियले ॥२॥

मला प्रियकर एकटीला सोडून गेला. त्यामुळे मला विरहरूपी अग्नीने भाजून काढले. गोड गोड बोलणारे हे पोपट, कोकिळ यांनी मला फसविले आणि विष पाजले. ते मला आता वैरी वाटतात. राम जोशी शेवटी म्हणतात–

'मज निवटावें कविरायाच्या होतें हृदयी डागिजेलें ।
या मदने मज गांजियलें ॥३॥

२५. रुसू नये कामिनी[२९] -

या लावणीत नायक, नायिकेची मनधरणी करीत आहे. माझ्याविषयी तू मनात शंका धरू नकोस. माझ्यासारख्या गरिबाला तू म्हणजे मदनाची रती आहेस. भामिनी होऊन तू माझ्यावर रुसू नकोस. कामिनी याचा अर्थ जिची कामना करावी अशी सुंदर

स्त्री. 'रूसू नये कामिनी हसून बसून मसि बोल गे ।।ध्रु.।।
मजजवळी तूं धरूं नको शंका ।
क्षणभरि शोभवी माझ्या अंका ।
रति मदनाची तूं मज रंका ।
होऊ नको भामिनी किती मन हे तव खोल गे ।
रुसू नये कामिनी ।।१।।
'दो दिवसांची गडे जिनगाणी ।
अबला कोणाची अशी गुणखाणी ।
श्रवण करावी तुझि मृदु वाणी ।
गेली सारि यामिनी किती करिशिल मज फोल गे ।
रुसू नये कामिनी ।।२।।

नायक तिला असे सांगतो की ही जिनगाणी - हे जीवित दो दिवसांचे क्षणभंगुर आहे. तुझ्यासारख्या गुणखाणी स्त्रीकडून मी गोड भाषण ऐकावे. सारी रात्र फुकट गेली. तू एक शब्दही माझ्याशी बोलली नाहीस.

आवड मनाची मजवर व्हावी । स्वहित मनाची रति पुरवावी ।
सखे हृदयाची गति नुरवावी । तुज सौदामिनी धन कविराय अमोल गे ।।३।।

या लावणीत जिनगाणी, गुणखाणी, मृदुवाणी अशी यमके साधली आहेत. संस्कृत काव्यातील विरहाच्या वर्णनांची छाप या लावणीत पडलेली आढळते. संस्कृत शब्दांची योजना अधिक आहे. संस्कृत काव्यात कामिनी व भामिनी हे शब्द विशेष अर्थाने वापरतात. कामिनी म्हणजे जिची कामना करावी अशी सुंदर स्त्री. आणि भामिनी म्हणजे प्रियकरावर रुसून बसणारी सुंदर स्त्री. कामिनी, भामिनी यामिनी, सौदामिनी हे अनुप्रासयुक्त शब्द कानाला गोड लागतात. त्याशिवाय शंका, अंका, रंका हे साधलेले अनुप्रासही त्यातील अनुनासिकां मुळे कानाला गोड लागतात. लावणी गायनात हे महत्वाचे आहे.

**

तळटीप :

१. या प्रकरणातील लावण्या (१)'राम जोशीकृत लावण्या' संपादक-शं. तु. शाळिग्राम या ग्रंथातून घेतल्या आहेत. त्याचा संक्षेप रामजो.ला.ला.क्र. असा आहे. (२)काही लावण्या 'राम जोशीकृत लावण्या' संपादकद्वय डॉ. कुलकर्णी-डॉ. मोरजे या ग्रंथातून घेतल्या आहेत, त्याचा संक्षेप राम जोशीकृत ला.कुल.मोर ला.क्र.असा केला आहे.

२. रामजो ला.ला. क्र. ७१ पृष्ठे ६५-६६
३. रामजो. ला. ला. क्र. ५२.
४. रामजो ला. क्र. ५८
५. रामजो ला. ला क्र. ८४ पृ. ७८
६. रामजो. ला. ला. क्र. ८२. पृष्ठे ७४ ते ७६
७. रामजो. ला. ला. क्र. ८० पृष्ठे ७२-७३
८. मऱ्हाटी लावणी : मधुकर वासुदेव धोंड पृ. १०९
९. रामजो. ला. ला. क्र. १४ पृ.१०
१०. मऱ्हाटी लावणी : म. वा.धोंड पृ. ९९टीपा - पृ. २०५
११. कित्ता - म. वा.धोंड टीपा - पृ. २०५
१२. रामजो. ला. ला. क्र. ३५
१३. रामजो. ला. ला. क्र. ३७ पृष्ठे ३५-३६
१४. रामजो. ला. ला. क्र. १२३ पृ. ११३
१५. रामजो. ला. ला. क्र. १३३ पृष्ठे ११९-१२०
१६. रामजो. ला. ला. क्र. १२१
१७. रामजो. ला. ला. क्र. ६६ पृ. ५६
१८. रामजो. ला. ला. क्र. ६९ पृ. ६१-६२
१९. रामजो. ला. ला. क्र. ६४
२०. रामजो. ला. ला. क्र. ७१ पृष्ठे ६३ ते ६५
२१. रामजो. ला. ला. क्र. ६८ पृ. ६०
२२. रामजोशीकृत ला. कुल. मोर. ला. क्र. ५६ पृ. ८३-८४
२३. रामजोशीकृत लावण्या - कुल. मोर. ला. क्र. ५५, पृ. ८३
२४. रामजोशीकृत लावण्या- कुल. मोर. ला. क्र. ६१. पृ. ८७-८८
२५. रामजोशीकृत ला. कुल. मोर. ला. क्र. ५४, पृ. ८२
२६. रामजोशीकृत. ला. कुल. मोर. ला. क्र. ६७ पृ.९५
२७. रामजोशीकृत ला. कुल. मोरे. ला. क्र.५९ पृ. ८६
२८. रामजोशीकृत ला. कुल. मो. ला. क्र. ६३ पृ. ८९.
२९. रामजोशीकृत. ला. कुल. मोर.- ला. क्र. ६४. पृ. ८९
३०. रामजो. ला. ला. क्र. १२३.
३१. मराठी शाहिरी वाङ्मय - म. ना. सहस्त्रबुद्धे, पृष्ठे १४८-१४९-१५०-१५१

***

रामजोशी - समारोप

शाहीर राम जोशी हे व्युत्पन्न पंडित होते. प्रथम पुराणिक, नंतर शाहीर व शेवटी कीर्तनकार (कथेकरी) असे त्यांचे त्रिविध व्यावसायिक रूप होते. कवित्वाच्या अनेक अंगांवर त्यांनी प्रभुत्व मिळविले होते. 'रामजोशीकृत लावण्या' ह्या पुस्तकांत प्रारंभीच्या २१ लावण्या ह्या परमेश्वरभक्तिपर आहेत. यात गणपती, सांबगिरीचा व्यंकटेश, बार्शीचा भगवंत यावर लावणीवजा आरत्या, पदे इत्यादी काव्य आहे. उपदेशपर अशा लावण्या आहेत. पंढरपूर क्षेत्रवर्णन आहे. श्रीकृष्णविषयक ज्या लावण्या आहेत, त्यातील शृंगाराचे स्वरूप आपण पाहिलेच आहे. याचा अर्थ असा की राम जोशींच्या लावण्यांत शांतरस, भक्तिरस, शृंगाररस हे रस उत्तमरीत्या आविष्कृत झाले आहेत. शाहिरांनी सर्वप्रथम मराठी साहित्यात मराठी स्त्रीपुरुषांचे जीवन रंगविले. आध्यात्मिक, धार्मिक काव्य ऐहिक, इहलौकिक पातळीवर पोचले. राम जोशी यांच्या लौकिक विषयांवर ज्या लावण्या आहेत, त्यात मराठी स्त्रियांची जिवंत चित्रे रेखाटली आहेत. त्यात मराठी स्त्रियांच्या भावभावना, आकांक्षा, अपेक्षा, श्रद्धा यांचे चित्रण उत्तमरीत्या झाले आहे. 'सुंदरा मनामधि भरली' ही सर्वोत्कृष्ट लावणी आहे.[३०] त्यात आपणांस उत्तम काव्याचा नमुना आढळतो.

> सुंदरा मनामधि भरली जरा नाही ठरली
> हवेलित शिरली, मोत्याचा भांग ।
> अरे गड्या हौस नाही पुरली,
> म्हणोनी विरली, पुन्हा नाही फिरली
> म्हणोनि सांग ॥ध्रु.॥

असा प्रारंभ केला आहे. यात अनुप्रासाने गती प्राप्त झाली आहे. भरली / शिरली / ठरली / पुरली / विरली / फिरली इतकी अनुप्रासयुक्त क्रियापदे फक्त ध्रुवपदातच आली आहेत. रूपवर्णनाबरोबरच कवींची प्रतिक्रियाही नोंदविली आहे.

सुंदरा हवेलीत शिरताना पाहिली, पण गड्या हौस नाही पुरली असे कवी सांगतात,

जशि कळी सोनचाफ्याची
न पडू पाप्याची दृष्टि
सोप्याची नसल ती नार

असेही कवी सांगतात. सोनचाफ्याच्या कळीप्रमाणे पीतवर्णाची नाजुक सुकोमल नार, तिच्यावर कुण्या पापी माणसाची नजर पडू नये, असे सांगतात. तिची देखणी तनू नाजूक आहे. तिची सिंहासारखी कटी धाकटी आहे. जणू ती 'मन्मथरति'आहे. तिच्या तारुण्याला बहर आला आहे.

अंगी तारुण्याचा बहर - ज्वानिचा कहर मारिते लहर मदन तलवार

अशी अनुप्रासयुक्त अतिशयोक्ती तिच्या सौंदर्याचा उत्कर्ष दाखविते. तिच्या शिरी मोत्याचा भांग आहे. उभी एकटी - गळ्यामध्ये हार आहे. पायी पैंजण झुबकेदार आहे. कुलविद्याजडाव टिकली मनामध्ये टिकली, नाकामध्ये बुलाख सुरती चांदणीवरती, किनखाप अंगिचा लाल, हिजपुढे नको धनभाल, शोभवी दिठोणा गाल हिला जरि शाल विषय भोगाल फिटतील पांग. तिच्या सौंदर्याला चंद्राची उपमा दिली आहे.

ही शुद्ध इंदुची कळा मतिस ना कळा
इतर वाकळा न हिजहुनि चांग ॥१॥[३०]

म. ना. सहस्रबुद्धे[३१] यांनी योगमार्गात 'एक तेजस्वी नार, सुंदरा, बाला' अशा शब्दांनी उल्लेखिल्या जाणाऱ्या सुंदर स्त्रीचा आधार आपल्या पुस्तकांत दिला आहे. राम जोशी हे व्युत्पन्न पंडित असल्याने हा उल्लेख योग्य वाटलातरी राम जोशी यांना भेटलेली ही सुंदरा / उभी नवखणी चढून हवेलीत शिरणारी सुकुमार स्त्री होती. अतिसुंदर, देखण्या, उत्साही, सुवर्णालंकारांनी मढलेल्या कुलीन मराठी स्त्रीचे हे चित्र आहे.

'ही सुंदरी मूर्ति मदनाची अमृतवदनाची मदन कदनाची विखारी धार होती.
बाहुली काम सूत्रात - मदन नेत्रात कोकशास्त्रात निपुण ही फार होती.

लावणीकारात - तमासगीरात स्पर्धा होत असत. (१) कलगी-तुरा (२) गवळी-राऊळ (३) नागेशी हरदेशी यांचे सामने 'निर्गुण निराकार ब्रह्म आणि त्याची माया यांत व्यावहारिक म्हणजे सृष्टीच्या नजरेने कोणाला किती महत्त्व द्यावयाचे याबाबतीत त्यांच्यात मतभेद होते. निर्गुण ब्रह्माचे महत्त्व मानणारे ते तुरेवाले व मायावादी ते कलगीवाले. कामजोशी तुरेवाले तर प्रभाकर कलगीवाले. रामजोशी यांनी एका लावणीत मायेचाही उल्लेख केला आहे. ही लावणी वैराग्यशील व शृंगारविरोधी आहे असे वाटते.

'हरिच्या पायी गड्या न करशिल किती

प्रपंचामध्ये लगट । नरपशु तनु मानसिक सगट । फट फट फट ।'
असा प्रारंभ आहे.

'वृद्धपणामधि अशक्त होशिल
आंगावरला केस पिकल् ।
रांड कशी मग जवळ टिकल् ।
काही धरावी जरा अकल् ।
कर बुद्धीला बरि शिकल् ।
हे जग मायामधी नकल् ।
यासाठी बा सावध करितो तुला कळेना
आहे प्रकट । वय गेल्यावरी होशिल मुगट
फट फट फट ।।२।।
तूं म्हणसिल ही दौलत माझी
सारे मजभोवते कटक ।
का घेसिल ही करून अटक ।
स्त्रीच्या लोभे अनंत चकले
तुला लागली इची चटक । या मोहातुनि दूर सटक
दो दिवसांची जाइल भरभर तोंड करिशी पांढरी फटक
सारे होतिल तुला तुटक । हरिभजनाची लाव लटक ।
भगवज्जन यामाजि घटक । त्याला जाउन जरा हटक ।
तू तरि डोळेझाक करिशि हे माया मोठी आहे चिकट
कविरायाची तऱ्हा बिकट । फट फट फट ।।३।।

अशी ही उपदेशपर, मायावादी लावणी शांतरसाचे उत्तम उदाहरण आहे. परंतु
ही शृंगारविरोधी असल्यामुळे 'सुंदरा मधिमधी भरली । या लावणीच्या संदर्भात विरोधी
सूर असणारी म्हणून सादर केली आहे. राम जोशी यांची कवित्वशक्ती किती श्रेष्ठ
होती हे त्यांच्या लौकिक, उपदेशपर, आध्यात्मिक अशा सर्व लावण्यांवरून स्पष्ट
होते.

भागवताच्या दशम स्कंधात कृष्ण व गोपी यांच्या क्रीडेची वर्णने आहेत.
रामजोशी यांच्या श्रीकृष्णविषयक लावण्यांची प्रेरणा भागवतातील शृंगारिक क्रीडेच्या
वर्णनात आहे. गोपींचा श्रीकृष्णवियक अनुराग त्या वर्णनात प्रत्ययास येतो.

'श्रीरंग, गोपिकोत्संग'
धरुनि करी रंग हरी हा बाई ।
कुंजात मातला वसंत सांगु मी काई ।।'

अशा शब्दांत राम जोशी गोपींचे मनोगत सांगावयास सुरुवात करतात आणि मग शृंगाररसाची लयलूट होते. श्रीकृष्णाच्या मोहक मुरलीवादनाने गोपिका कशा भुलून जात; तसेच रासक्रीडा करताना अथवा होरी खेळताना कशा तन्मय होऊन जात, याचे राम जोशी यांनी केलेले वर्णन त्यांच्या श्रेष्ठ कवित्वाचे दर्शन घडविते. यशोदेजवळ बालकृष्णाच्या खोड्यांचे वर्णन करताना राम जोशी यांनी वापरलेले अपशब्द काही रसिक वाचकांना खटकतात. त्या लावणीत प्रारंभी ग्राम्य भाषेत गोपी श्रीकृष्णाच्या खोड्या यशादेच्या कानावर घालतात. त्यांच्या तक्रारी श्रीकृष्णाच्या लैंगिक अनाचारासंबंधीच्या आहेत. गोपींच्या तोंडी अपशब्द घातले आहेत. 'हा नंदाचा पोर मातला आहे. तो गोपींची लुगडी फेडतो. त्यांची वेणी ओढतो. बायकांना कोनात दडपतो. निशिदिनी घरोघरी फिरून मुलींना धरतो. परयुवतींचे कुच कसे चुरतो. जलाशयात नग्न उभ्या असलेल्या गोपींची वस्त्रे पळवितो. त्याने सारे गोकुळ विटवले आहे. गरती स्त्रियांना फटविले आहे.' या सर्व वर्णनावरून गोकुळातील श्रीकृष्ण हा कुणी गुंड मवाली आहे असे वाटण्याची शक्यता आहे. गोपींच्या तोंडी घातलेले अपशब्द त्यांच्या तोंडी शोभत नाहीत. कारण स्त्रीला लैंगिक संबंधांच्या बाबतीत बोलताना लज्जा वाटते. सभ्य समाजातील स्त्रिया सर्वांसमोर असे अपशब्द उच्चारित नाहीत, असे या रसिक वाचकांचे म्हणणे असते. विसाव्या शतकातील इंग्रजी विद्या शिकलेल्या सुशिक्षित नागरिकांना असे वाटणे शक्य आणि योग्य आहे. पण आपण असाही विचार करू शकतो की ग्रामीण भागात सर्व स्तरांतील स्त्री-पुरुषांच्या बोलण्यात असे शब्द नित्य येत असतात की त्यांना यात काही अश्लील वाटतच नाही. अश्लील म्हणजे काय? असा प्रश्नही विचारू शकतात. येथे आम्ही अश्लील लिहिणाऱ्या शाहिरांचे समर्थन करीत नाही. पण ही वस्तुस्थितीसुद्धा लक्षात घेणे आवश्यक आहे. आणखीही एक विचार आहे. शिमग्याच्या सणाला तमाशाचे फड खास करून बोलावले जात. सर्व स्तरांतील लोक या काळात तमाशाला जाऊन अश्लील, ग्राम्य, अर्वाच्य भाषेच्या कथा आणि अनैतिक लैंगिक संबंधांच्या श्रवणाचा आवडीने लाभ घेत असतील. समाजातील उच्च अभिरुचीचे लोक कथाकीर्तनातून सभ्य भाषेतील श्रेष्ठ व देवतारूप स्त्रीपुरुषांच्या कथा भाविकतेने ऐकत असतील, यात शंका नाही. कारण तमाशापेक्षा कीर्तने, प्रवचने यांना अधिक प्रतिष्ठा होती असे आढळून येते. तमाशाच्या कार्यक्रमात श्रीकृष्णाच्या या अनैतिक आणि वात्रट लीलांचे वर्णन गाऊन झाल्यावर राम जोशींनी असा समारोप केला आहे.

'तव माजघरांतुन कान्हा । तो रांगत आला तान्हा ।
लाविते यशोदा थाना। गोपींच्या लवल्या माना ।'

असा वात्सल्यरसयुक्त उल्लेख वाचल्यावर ध्यानात येते की सर्वसामान्य

अभिरुचीच्या श्रोत्यांसाठीच गोपींच्या तोंडी अशा अपशब्दांची योजना कविरायांनी केली आहे. शिमग्याच्या सणाला तमाशाला जाणाऱ्या आंबटशोकी रसिकांचे समाराधन करण्यात आले आहे. लावणीचा शेवट या ओळीने केलेली लावणी 'कारटा तुझा हा द्वाड' (मऱ्हाटी लावणी पृ. १०९)

समर्थ रामदासांनी संत कवी, पंडित कवी ह्यांच्यापेक्षा शाहीर हे वेगळे कसे आहेत, ते असे सांगितले आहे, संतकवी हे प्रासादिक कवी, पंडित कवी हे पाठकवी आणि शाहीर हे धीट कवी आहेत. रूढ सामाजिक आणि सांस्कृतिक मूल्ये सोडून नवीन इहलौकिक स्त्रीपुरुषांची प्रेमकथा, शौर्यकथा, अनैतिक वर्तनकथा गाऊन दाखविणारे, तमाशाचा फड उभारून त्यातून साहित्यिक मूल्यात बदल घडवून दाखविणारे ते धीट कवी. राम जोशी हे असे धीट कवी होते. सीता, रुक्मिणी, दमयंती, देवयानी इत्यादी पौराणिक व्यक्तिरेखांच्या आड दडून स्त्रीपुरुषांच्या कथा न सांगता त्यांनी या जगातील मराठी माणसांच्या शृंगारिक भावनांचे चित्रण केले आहे. पतिव्रता स्त्री, अनैतिक वर्तन करणारे पुरुष, कामवासना दडपून ठेवून शकणाऱ्या स्त्रिया, व्यभिचारी स्त्रिया यांच्या भावभावनांचे वर्णन राम जोशींनी केले आहे. यांच्या काव्यात प्रौढ संस्कृत शब्द आहेत, तसेच चपखल बसणारे मराठी शब्द आहेत. तत्कालीन मराठीत रूढ असलेले सोपे-साधे शब्द आणि बोलीभाषेतले अपशब्दही आहेत. काही स्त्रियांचा उल्लेख 'रांडा' असा करणे, स्त्रीपुरुषांच्या जननेंद्रियांचे उल्लेख करणे, स्त्रियांच्या स्तनांचा ग्रामीण भाषेतला उच्चार करणे व तोही स्त्रियांच्या तोंडी, असा धीटपणा राम जोशींच्या ठिकाणी होता.

सुंदर मराठमोळ्या स्त्रियांची अतिसुंदर चित्रे राम जोशींनी रंगविली आहेत. अशा स्थळी त्यांचे शब्दप्रभुत्व जाणवते. ठेक्यात म्हणता येणारी शब्दसंहिता, नादानुकूल अनुप्रास योजना, मधुर यमकांची साधना, यांचा प्रत्यय त्यांच्या लावणीगायनात येतो. 'सुंदरा मनामधी भरली, जरा नाही ठरली, हवेलित शिरली, मोत्याचा भांग ।'

किंवा किती गोड किती गोड सुभग सुंदरी ।

दृष्टीला पडली रे । पंकजासनी करी घडली रे ।

जिचे रूप चमक चांदणी । वयाने कवळी ।

केतकीपरीस ही पिवळी । का बसे ग सरळ अंगुळी ।

जशी ती चवळी रे वाटे असावी जवळी ।

अमोल सुधारस धटी । कटीस पट आवळी ।

नागिण जशि काय गव्हळी । काय वदू वयाची भरती ।

विषयाची गत मत पुरती । सुंदरा नसे हिजपरती ।

अशी मनमोहक स्त्रीरूपगुणवर्णने हा रामजोशींच्या काव्याचा विशेष विषय आहे.

राम जोशींच्या कवित्वाच्या योग्यतेचा विचार करताना त्यांच्या इतर प्रकारच्या लावण्यांचा विचारही प्रस्तुत होतो. रामजाशींच्या उपदेशपर लावण्या मनाला इष्ट असा बोध करतात. या लावण्यांची रचना बहुधा त्यांनी उत्तर वयात केली असावी.

'नरजन्मामधि बरा करुनि घे नर नारायण गडी ।

तरिच हे सार्थक मानवकुडी ।।'

'भला जन्म हा तुला लाभला ।'

'दो दिवसांची तनु ही साची'

इत्यादी वैराग्यपर लावण्यांतून अर्थवाही शब्दरचनेचा प्रकर्ष जाणवतो. वैराग्य व भक्ती हे विषय रामजोशींनी परिणामकारक रीतीने रंगविले आहेत. तथापि, काही समीक्षकांना राम जोशींच्या वैराग्य प्रतिपादनात प्रामाणिकपणा व कळकळ असल्याचे मान्य नाही. त्यांच्या मते या प्रतिपादनात प्रामाणिकपणा असता तर त्यांनी घातलेला शृंगाराचा सडा पहावयास मिळता ना! गोपींनी ज्या अर्वाच्य भाषेत श्रीकृष्णाच्या बालपणीच्या खोड्या वर्णिल्या आहेत, त्या वाचून या समीक्षकांना त्यात भडक शृंगारवर्णनाचा व अभिरुचिहीनतेचाच अधिक प्रत्यय येतो. 'व्यंजकता व सूचकता यापेक्षा मुक्तपणे लिहिण्याचीच पद्धती दिसते. काही वेळा तर बीभत्सतेपर्यंत मजल जाते. अशा काही लावण्यांतील उत्तान शृंगार व उन्मादक भावभावना यांचा आढळ रसिकमान्य होणारा नाही.' असा अतिशय संयमपूर्ण अभिप्राय डॉ. वि. म. कुलकर्णी यांनी दिला आहे.

✳ ✳

प्रकरण ४ थे
शाहीर होनाजी बाळा यांच्या लावण्यांतील शृंगार चित्रण

विभाग (अ)
लावणी कृष्णाची

'लावणी कृष्णाची' या शीर्षकाच्या होनाजी बाळा यांच्या बऱ्याच लावण्या आहेत. त्यात त्यांनी विरह व मिलन यांचे उत्तम वर्णन केले आहे. 'सांगा हा मुकुंद बाई कोणी पाहिला' या लावणीत श्रीकृष्ण विरहाचे अत्यंत सात्त्विक वर्णन करण्यात आले आहे. गोपी म्हणतात. 'आम्ही श्रीकृष्णाबरोबर रासक्रीडा करीत असता एकाएकी तो आम्हाला सोडून गेला,'

१. सांगा हा मुकुंद बाई कोणी पाहिला ।।ध्रु.।।
रासक्रीडा करिता व्रजनारी
होतो सखे आम्ही विषय विकारी

तेव्हा तो पुतनारी आम्हांला सोडून गेला. तो कोठे बरे गुंतून राहिला आहे? म्हणजे गोपी जेव्हा विषयविकारी होतात तेव्हा श्रीकृष्णाचे त्यांना दर्शन होईनासे होते.

'उद्भिज श्वेतज वृक्षशीले हो ।
पक्षादिक वनचरे कोकिळे हो।
गोपी पिशा आम्ही कामानले हो ।
जो वृंदावनी बाई मनींचा हिला ।।२।।

आम्ही श्रीकृष्णासह सुरतानंदात मग्न होऊन श्रमलेल्या होतो. तेव्हा श्रमामुळे आम्हाला केव्हा निद्रा आली ते कळलेच नाही. आम्ही जर जाग्या असतो तर त्याला आम्ही जाऊच दिले नसते

होनाजी पुढे श्रीकृष्णाची मनधरणी करतात–

गोपी आळविती हे ब्रजभूषणा हे ।

गरुडध्वजा असे केलेसी काय हे ॥
वियोग तुझा आम्हांलागी न साहे ।
आम्ही तुजला श्रीगुणी गाइला ॥

अशा रीतीने परमेश्वराचा भक्ताला होणारा विरह असा या लावणीचा विषय असल्यामुळे यात भक्तिरसाला अधिक वाव आहे, म्हणून लावणीच्या अखेरीस होनाजी सांगतात–

अशाप्रकारे नंदजीच्या सुताप्रत व्रजाच्या वनितानी भावबळाने बोलाविले. अशा त्या यदुकुळटिळकाच्या प्रेमपदी होनाजी बाळा आपुला देह वाहतात.

भावबळ वनिता व्रजाच्या बोलाऊन सुताप्रति नंदजीच्या ।
म्हणे होनाजी बाळा देह वाहिला ॥'

या लावणीत गोपींच्या मनातील भक्तिभाव होनाजींनी वियोग शृंगाराच्या भाषेत सात्त्विक स्वरूपात वर्णिला आहे.

होनाजींनी बऱ्याच लावण्यांत भक्तीची उत्कटता, शृंगाराची सात्त्विकता आणि वर्णनाची शुद्धता पाळली आहे. पहा.

२. ''दाविसी किती युक्ति चतुर सुंदरी ।[२]
देइ दान या लागी सत्वरी ।
मग जा मथुरेसी तू यानंतरी ।
करी गोरस विक्रय बरी ।
मग मानिल तुजसी सासुसासरा ॥३॥

यानंतरही अतिशय गोड शब्दांत श्रीकृष्णाचे नामस्मरण केले आहे. कमलनाभ, कमलप्रिया, श्रीपती, तुला सुरवर इत्यादी वंदन करितात.

काय रे हरी तुझी असी स्थिती ।
योग्य ह्या नव्हे तुला अशी रिती ।
देही तूं हरी धनी चराचरा ॥४॥
कौंसांतक अरिप्रतापभंजना
हे पुतनारी मधुसूदना
हे मुकुंद गोपीरंजना ।
गाई होनाजी बाळा तव गुणा ।
पाहि मां यदुपते मुरलीधरा ॥५॥

या लावणीतील संस्कृत समासात्मक शब्दांतून श्रीकृष्णाचे नामस्मरण केले आहे. त्यावरून होनाजींचे संस्कृत ज्ञान लक्षात येते.

एका लावणीत होनाजींनी अक्रूराचे आगमन व श्रीकृष्णाचे मथुरागमन वर्णिले

आहे. या लावणीत गोपींचा वियोगविलाप होनाजींनी पुढीलप्रमाणे वर्णिला आहे.

३. 'धावा धावा सख्यांनो विसावा जातो प्राणाचा ।[३]
आण घालून अक्रूरास रथ फिरवूं श्रीरंगाचा ।
न दे तरी आणूं हिरुन करूं संकल्प जीवित्वाचा ।

हा कृतार्थ कृतनिश्चिय ठरला सर्वत्राचा ।
त्या दुर्जने दूर लांबविला स्यंदन गोपाळाचा ।

त्यां गोपींनी श्रीकृष्णाचा रथ फिरवून परत आणायला लावू असा कृतनिश्चय केलेला असला तरी त्या दुंष्ट अक्रूराने त्याचा रथ दूर नेला आणि गोपींना श्रीकृष्णाचा विरह जाणवू लागला. होनाजी लिहितात–

''मग झाली निराशा, बाई नेले सर्वेशा, अंतरलो हृषिकेशा ।।
आज दुरावलो आम्ही पहा कमलपत्राक्षा ।
अक्रूरा ठेवी तशीच आमच्या हृदयात अपेक्षा ।

होनाजींनी या लावणीत गोपींचे विरहवर्णन, त्यांच्या मनाची झालेली निराश अवस्था यथायोग्य शब्दांत वर्णिली आहे. या वियोगविलापात कोठे शृंगारिक उत्तानता नाही, अश्लीलता नाही. फक्त शुद्ध सात्त्विक प्रेमभाव व भक्ती प्रत्ययास येते. अशाच आणखी एका लावणीत[४] गोपी उद्धवाला म्हणतात–

४. उद्धवा! आम्हांला सगुण रुपाचे वेड असता

तूं निर्गुण रूपाचे महत्त्व सांगून आम्हांला ब्रह्मज्ञान का सांगतो आहेस? आणि आम्हांला निर्गुण रूपाचे महत्त्व कसे पटेल? या लावणीत सगुण-निर्गुण रूपाची भक्ती आणि गोपींच्या मनातील प्रेमभाव, श्रीकृष्णाच्या सगुण रूपाचे आकर्षण व्यक्त झाले आहे.

मध्वमुनीश्वर कवींचे 'उद्धवा शांतवन कर जा' हे सांत्वनगीत प्रसिद्ध आहे. त्यातील करुण रसाचा आविष्कार भक्तांच्या मनावर जेवढा परिणाम करतो, तेवढा या लावणीत होत नाही.

मध्वमुनीश्वर कवींनी श्रीकृष्णाच्या चौररतावर आधारित एक पद लिहिले आहे. त्या पदाचा मात्रावृत्तात्मक लावणीतून होनाजींनी अनुवाद केला आहे.

राधा श्रीकृष्णाला विचारते–
श्रीहरी, तुम्ही रात्री होता कोणे ठाईं ।
ते सांगा मजप्रती आता सत्वर भूधरशाई ।।
यावर श्रीकृष्णाचे उत्तर ऐकून राधा म्हणते–
१. नेत्र आरक्त झाले आहेत २. भाळावरचा सुगंधी कस्तुरी टिळक पुसला

गेला आहे. ३. मस्तकावरचा मंदिल चुरला गेला. ४. गालाला अंजन लागले, ओठ सुकले इत्यादी लक्षणांचा राधेने उल्लेख केला आहे.

५. ही खरोखरीच राधाकृष्णांच्या जीवनावरची खरीखुरी शृंगारिक लावणी आहे. कारण रात्रीच्या संभोगक्रियेमुळे श्रीकृष्णाच्या शरीरावरील खुणांवरून राधा आरोप करते.

१. 'भोगली कोणातरी वेल्हाळी'

२. 'प्रवर्तला काही म्हणा तुम्ही रात्री स्त्रीच्या प्रसंगा.'

येथे राधा स्पष्ट शब्दांत श्रीकृष्णावर चौररताचा आरोप करते. तिच्या शंकांचे निरसन श्रीकृष्णाने अत्यंत प्रामाणिकपणे केले आहे. अशी ही उत्तानशृंगारिक लावणी होनाजींनी श्रीकृष्णाच्या स्तवनाने भक्तिरसात पूर्ण केली आहे.

'क्षीराब्धिनिवासां जगन्निवासा अहो यदुकुलभूषणा ।

हे गोविंद मुरारे अच्युत मधुसूदना ।

जगव्यापक हे जगनिधी गोपीमानसमोहना ॥५

इतर शाहिरांच्या श्रीकृष्णाविषयक काही लावण्यात कधी कधी जी अश्लीलता अथवा बीभत्सता आढळते, तशी होनाजींच्या या लावणीत चौररताचे आरोप असूनही अश्लीलता अथवा बीभत्सता आढळत नाही. होनाजींच्या इतर लावण्यांप्रमाणेच या लावणीतही संस्कृत शब्द आणि समासयुक्त शब्दांनी श्रीकृष्णस्तवन आहे. याचा अर्थ ही संपूर्णपणे काल्पनिक अशा चौररतावर आधारित पण मधुर लावणी आहे.

या लावणीचा प्रारंभ असा आहे,५

१. राधा म्हणे श्रीहरी तुम्ही रात्री हो कोणे ठाई ॥

ते सांगा मजप्रती आता सत्वर भूधरशाई ॥ध्रु.॥

राधा स्पष्ट शब्दात सांगते,

२. "नूतनवधू देखण्या गोकुळामध्ये गोवळबाळी ।

नित्य तुम्हाला हरी नवीन एक हृदयीं कवटाळी ।

चार प्रहर क्रमिली निशी कोणे घरी वनमाळी ।

आला नेत्र पुशीत उठून येवढे प्रात:काळी ।

आरोप करते -

३. सुरस गंध केशरी टिळक वर कस्तुरी भाळी ।

घर्माने पुसिला भोगिली कोणीतरी वेल्हाळी ।

दिसती नेत्र आरक्त मुखावर तेज क्वचित् नाही ॥१॥

यावर श्रीकृष्णाने उत्तर दिले–

वनामाजी पोवळी गाय माझी पळून गेली ।

तिला आणायासाठी राधिले रात्र बहुत झाली ।

श्रीकृष्ण सांगतात की रात्रीचे जागरण झाल्यामुळे त्या सर्व खुणा माझ्या तोंडावर आणि डोळ्यात दिसतात ॥२॥

तिसऱ्या कडव्यात राधेने ज्या खुणा सांगितल्या आणि आरोप केले त्यांना श्रीकृष्णांनी चौथ्या कडव्यात असे उत्तर दिले आहे—

आणावया पुष्पे माध्यान्ही मळ्यामध्ये गेलो ।

आकाशी घन वर्षताच मग मी जाई तळी बैसलो ।

पडता वर पुष्पाचे बिंदु मी तळी अवघा भिजलो ।

सुगंध त्याचा असे । परस्थळी नाही कोठे रमलो ।

ओठ सखे सुकले धुंडिता गाई । वनी श्रमलो ।

तरुस गुंतला चिरा । ठाऊक नसे भ्रांतीत भ्रमलो ।

म्हणून पेच मोकळा । टिळ्याची गाली काळिमाही ॥४॥

अशी ही चौररतावरील लावणी आहे.

६. होनाजी बाळा यांची 'रुक्मिणी स्वयंवरावर' एक लावणी आहे.[६] त्यात रुक्मिणी श्रीकृष्णास प्रेमपत्रिका पाठविते, असे वर्णिले आहे. रुक्मिणी श्रीकृष्णास लिहिते,

''म्हणसी तूं जरी निर्लज्ज मानसीं ।[६]

राजिवाक्ष सर्वसाक्ष कर्माध्यक्ष अपरोक्ष ।

तूं प्रत्यक्ष लक्ष जाणसी ।

कल्प वाउगे हृदयीं जाणसी

धन प्रदीप्त भीमक आप्त देईन

गुप्त होऊन तृप्त वाणसी ।

सावली तुझी मूर्त लहानसी ।

म्यां न देखताचि श्रवणीं मननीं पठणीं ।

समनी नमनी शयनी तू झणी वृत्तीस जाणसी ।

ऐकिली अशी कीर्ति मंदिरी ॥ (लावणी क्र. १९)

प्रारंभीच्या ओळीत क्ष चा अनुप्रास, नंतरच्या ओळींत प्त चा अनुप्रास, त्यानंतर णी, नी चा अनुप्रास साधला असल्याने या लावणीत माधुरी, वर्णनात गती आली आहे. श्रीकृष्ण या आपल्या प्रियकराला रुक्मिणी ही प्रेयसी प्रेमपत्रिका पाठविते आहे, असा अगदी सात्त्विक, भाव या लावणीत व्यक्त झाला आहे.

या जगातील स्त्री-पुरुषांच्या शृंगाराच्या लावण्या

संतकवी, पंडितकवी, आख्यानक कवी यांच्या काव्यात 'प्रेम' 'प्रीती' हे शब्द

रामायण-महाभारतातील श्रेष्ठ स्त्री-पुरुषांच्या (व्यक्तिरेखांच्या) कथा सांगताना वापरले जात. शाहिरांच्या लावण्यांत मराठीत सर्वप्रथमच 'प्रीती' हा शब्द लौकिक जगातील स्त्रीपुरुषांच्या संदर्भात वापरला गेला आहे. अर्थात ही प्रीती शारीर पातळीवरच असते. होनाजींच्या अनेक लावण्यात 'प्रीती' चे चित्रण झाले आहे. पहा-

१. एका सुंदर स्त्रीचे एका पराक्रमी सरदारावर प्रेम बसते. ती त्याच्यासमवेत शृंगाराची अपेक्षा व्यक्त करते.

'जसा आकाशी चंद्र तसा राजेंद्र पाहिला दृष्टी ।।[७]
सखे, असे वाटते सखा कवळून मारावी मिठी ।।
पगडी कंगणीदार आंगावर ज्वाहार छबेल्या गडी ।
करून सज्ज पोषाख घेतली हातीं फुलाची छडी ।
मुक्त तुरा शिरपेच कानीं चौकडा सुरत फाकडी ।।
गळा पाचूचे हार सदोदित एकाहून एक चढी ।।
हातीं हिऱ्याच्या आंगठ्या पेट्या पाहून पडले झडी ।
सखे असें वाटते सखा मजकडे पाहतो घडोघडी ।।'

ही तरुणी सांगते, हे राजस्वरूप पाहून, सखे, मला वेडच लागते. माझे मन त्याच्या ठायी रंगले. मी या विषयात वेगळी आहे. (नवी आहे.) माझी कशी गत होईल हे मी कसे सांगू? त्या माझ्या प्रियकराचे मी काय वर्णन करू ?

'जसा कोणी इंद्र बैसला सभे । वीरासन घालून
भवते देशोदेशींचे सुभे । चवरी रुमाल
हुद्देदारी हाती घेउन विलासीक डबे ।'

प्रेयसीच्या मनावर प्रियकराच्या मोठेपणाचा केवढा प्रभाव पडलेला असतो, पहा-

त्यांच्या सेवेत सेवकजन सेवेसाठी तिष्ठत रात्रंदिवस उभे असतात. त्यांच्या ऐश्वर्याचे वर्णन या तोंडाने करणे शक्य नाही.

''मज चांदणीचा चंद्र चांदणी मी लुब्ध त्याच्या प्रभे ।।
केवळ मन्मथ पुतळा अगे साजणी ।
सर्वांत रूप आगळा अगे साजणी ।
वाटते पडावे गळा अगे साजणी ।
भाळी कस्तुरी टिळा गंध केशरी सर्वांगी उटी ।।२।।

मी अवचित माडीवरून सख्याचे रूप पाहिले आणि तन्मय होऊन

'व्याप्त मी कामज्वरे.'
करुणा जाणून माते मजपुन जागे सख्यांनो त्वरे ।'

त्याला मोहोनी घालून मधुर स्वरे त्याच्याशी बोलून त्याला इकडे आणा. 'नट ठकडे बंगाली विद्या घेतली सखे प्रियकरे ।' 'बळेच मला वेड लाविले, कमळिणीस जसा मधुकर तसे हे राजेंद्र मला प्रियकर,' यानंतर ती आपली प्रियकराशी तुलना करते—

१. तो भुजंग मी केतकी अगे साजणी.

२. तो मीन केतन (म्हणजे मदन) मी रती, अगे साजणी. मला त्याच्याशी त्वरित भेटवा. मी हृदयसंपुटी किती विरहाकुल झाले आहे. नाना यत्न करून त्या राजहंसाला माझ्याकडे एकांती घेऊन या. तो राजहंस, तेव्हा त्याला मोत्यांचा चारा द्या. (चरा मुक्ताचा चारा तुम्ही निर्भय तयाला म्हणा.) मी त्याला कायावाचामने शरण झाले आहे. मी त्याची अंगना होईन - प्राण करीन खुरबान. त्याच्यावरून द्रव्यधनाला ओवाळून टाकीन. होनाजी बाळा म्हणे - सख्याची सखी धरी हनुवटी।

जसा आकाशी चंद्र तसा राजेंद्र पाहिला दृष्टी ॥७

अशी ही एक सुंदर प्रेमकथा आहे. प्रेमाचे पर्यवसान स्त्रीपुरुष मिलनातच होते. म्हणूनच ती म्हणते–

"अवचित माडीवरून सख्याचे रूप पाहता गोजिरें ।
तन्मय होऊनि मनी व्याप्त मी जाले कामज्वरें ।"

होनाजींनी केलेले हे प्रेमाचे पर्यवसान आपल्याला साहजिक वाटते. समाजाच्या भीतीमुळे, धार्मिक अथवा सामाजिक बंधनामुळे स्त्रियांनी मनावर नियंत्रण ठेवण्याचे दुष्परिणाम होऊ शकतात. त्यामुळे अठराव्या शतकात सनातनी समाजाच्या चालीरीतीविरुद्ध रामजोशी, होनाजी यांनी एकप्रकारचे बंड करूनच इहलौकिक स्त्री-पुरुषांच्या प्रेमकथा रंगविल्या आणि त्या रसिकजनांच्या फडात गाऊन दाखविल्या.

प्रेमकथांमधील पुरुष देखणा, शूर, कर्तृत्वसंपन्न असावा, त्याची प्रेयसीसुद्धा सुंदर व सद्‌गुणी असावी, असे चित्रण केले तरच रसिकांना प्रेमकथा आवडते अथवा प्रभावी वाटते. होनाजी बाळा यांच्या लावण्यांतील स्त्रीपुरुष असेच होते. होनाजींनी नायकनायिकांच्या व्यक्तिमत्त्वाचे उठावदार चित्रण केले आहे. मराठी सरदारांच्या पोषाखाचे, त्यांच्या अंगावरील दागिन्यांचे व एकंदर व्यक्तिमत्त्वाचे वर्णन एका लावणीत असे केले आहे–

८."नाजुक बांधा सडक आकृती ठेंगणी गोजरी ।
कंगणीदार पगडी शिरी ॥
कंठिदार अंगरखा, दुपेटा भरनक्षिदार भरजरी ।
लल्लाट गंध केशरी ॥
सुवर्ण तोडे, सुबक हिऱ्याच्या मुद्या चमकती करीं ।

खूप डौल दिसे अंबरी ।
गळ्यात कंठी, कानि चौखडा, भिकबाळी गोमटी शोभती ।।
सवतीच्या दृष्टी लागती ।।ध्रु।।

असा रुबाबदार पोषाख करणारा सरदार स्त्रियांच्या मनात भरत असे. या लावणीची नायिकासुद्धा आपल्या प्रियकराला उद्देशून हेच सांगते—

'आधीच छबेली सुरत, त्याजवर तुमची चंचलवृत्ती ।
सवतीच्या दृष्टी लागती ।।ध्रु.।।

बहुत बोबडे बोल मधुरभाषणी गोड वाटतात. त्यामुळे तुमच्याकडे इतर स्त्रियांची लगेच दृष्टी जाते. गोकुळात जसा कृष्ण तसे या लोकांत तुम्ही उठून दिसता. तुमची सुद्धा चंचल वृत्ती आहे. 'अमुक ठिकाणी वनिता सुंदर असे आपल्या कानी आले की तुम्ही त्या क्षणीं तेथे जाता.' असे मला अन्य स्त्रिया परस्परच सांगतात. तुम्ही बाहेरून घरी कधी याल म्हणून मी घरात चिंताक्रांत असते. मी आता पूर्वीसारखी सुंदर राहिले नाही.

''झुरझुरूं पांजर झाले शरीरी आता करू गत कशी ।
मी तुमचे । विषई तुम्ही अतृप्त वर्तणूक मला समज अशी ।'

हे माझे दुःख मी कोणाला सांगू? मी तुमची नेहमीनेहमी दृष्ट काढते- 'हस्त सिणले माझे प्रियकरा. काही समज अजुन मनीं धरा.' तुमच्या गळां पडून या माझ्या सवती तुम्हांला फसवून मंदिरात घेऊन जातील. जरासुद्धा तुम्हाला विश्रांती देणार नाहीत.

हे कमळिणीच्या मधुकरा जाऊं नका परके घरा ।।''
होनाजी बाळा म्हणे वर्तणूक करू सांगितल्या हेचि रीती ।।[८]

आपल्या पतीवर आपले नियंत्रण रहावे, त्याने परस्त्रीच्या नादी लागू नये असे त्याला सांगणारी सुंदर रुबाबदार पुरुषाची पत्नी या शृंगारिक लावणीत रंगविली आहे.

दुसऱ्या एका लावणीतील स्त्री म्हणते—

९. 'जाईजईच्या फुला राजसा तुला कुठे पाहू!
होईल येखादी दृष्ट नको रे तिंदा बाहेर जाऊ ।।ध्रु.।।

या लावण्यांतील सर्व स्त्रिया आपला पती परस्त्रीकडे जाईल म्हणून चिंतेत असतात असे आढळते. ही नायिका म्हणते- प्राणप्रिया राजसा, ही पुण्याची वस्ती, इथे रात्र झाल्यावर गस्तीवर गस्ती फिरतात. इथल्या रांडा कळलाव्या आहेत, जबरदस्ती करतात. तूं त्यांच्या नादी लागू नकोस, तुला लोक हसतील. परस्त्रीकडे जाण्यामुळे किती नुकसान होते हे तुम्हांला उघड दिसते आहे-

'परस्त्रीसंग करिता कोण असा तरला ।

दशकंदर तो संपत्ती संततीसहित हरला ।
गुरुपत्नीशी व्यभिचारी सोम का ठरला ।
नाही सिंधु इंदुचा कलंक सरला ।
गांधीसुत लोहचूर्ण भक्षुनी अति तप आचरिला ।

यानंतर पुराणातील पुष्कळ उदाहरणे होनाजी बाळांनी दिली आहेत.

महिकावतीमधे चंडिकेस बळी देता रघुनाथ ।
महिरावणाची स्त्री कवटाळी केला पतिघात ।
नारदाची नारदी झाली संवछरसाठ ।
तारेपायीं वाली मर्दिला सुग्रीवाचे हस्ते ।
शुक्रकन्या देवयानी कचाला चाहात ।
संजीवनी साधिता येकमेकां श्रापुनी जात ॥
कीचक मर्दिला पांचाळीचे पदी ।
वृंदेसाठी श्रीविष्णू स्मशानामधी ।

अशी कितीतरी उचित अनुचित योग्य अयोग्य उदाहरणे देऊन पतीने परस्त्रीकडे जाऊ नये असा उपदेश या लावणीत केला आहे. या लावणीतील पौराणिक कथांतील काही संदर्भ होनाजींनी चुकीचे दिलेले आहेत.

पौराणिक संदर्भाचे स्पष्टीकरण -

१. सीतेचा- परस्त्रीचा, मोह धरल्यामुळे रावण मुलाबाळांसह संपत्ती व राज्य गमावून बसला.

२. चंद्राने गुरुपत्नीशी संभोग केल्यामुळे त्याला कलंकित व्हावे लागले.

३. रामाशी विवाह करण्याची इच्छा झाल्याने अहिरावणाच्या पत्नीने अहिरावण व महिरावण यांचा वध करण्याची युक्ती रामास सांगितली व आपला पती (रामाच्या हस्ते त्याचा वध करविला) गमावला.

४. तारा या वालीच्या पत्नीने सुग्रीवाशी आपले लग्न व्हावे म्हणून रामाच्या हस्ते आपल्या पतीचा, वालीचा वध करविला.

५. शुक्राचार्यांच्या देवयानी नावाच्या कन्येला कचाशी (शुक्राचार्यांच्या शिष्याशी) विवाह करावयाचा होता. पण त्यात कच व देवयानी यांनी एकमेकांना शाप देऊन संजीवनी मंत्राचे सामर्थ्य घालविले.

६. पांचालीच्या म्हणजे द्रौपदीच्या लोभापायी कीचकाचा वध झाला.

७. वृंदेच्या प्राप्तीसाठी श्रीविष्णूला स्मशानात जावे लागले.

पतीने परस्त्रीकडे जाउ नये असा उपदेश या उदाहरणांच्या द्वारा होनाजींनी या लावणीत केला आहे. ही उदाहरणे अधर्मयुक्त स्त्रीची म्हणता येतील. 'या इष्काचे पायी

बुडाले' या लावणीत हाच विषय दिला आहे.

अशी कितीतरी उचित अनुचित उदाहरणे होनाजींनी या लावणीत दिली आहेत. पुढील लावणी 'या इष्काचे पायि बुडाले' मध्ये हाच विषय दिला आहे.

१०. लावण्यांचे पुरुष नायक कसे श्रेष्ठ, कर्तबगार इत्यादी असावेत याचे वर्णन व विवेचन होनाजींनी अनेक वेगवेगळ्या लावण्यात केलेले आहे.

सर्वगुणसंपन्न सखे राजेंद्र पाहिला दृष्टी ।
क्षमा, शांती आणि दया ज्याची केवळ कासवदृष्टी ।।. ध्रु.।।

अशा पुरुषाजवळ आपले मन तल्लीन झाले असे एक नायिका सांगते. [१०]

सुरतपाक देखणा पुरुष ऐसा ।
अमृतकर नभीमंडळात तैसा ।।ध्रु.।।[१०]

येथे देखणा पुरूष वर्णिला आहे.

११. या इष्काचे पायिं बुडाले[११]

'इष्क' म्हणजे वैषयिक प्रेम. होनाजींनी या लावणीत वैषयिक प्रेमाच्या मोहामुळे कुणाकुणाचा नाश झाला, कुणाकुणाचे कसे नुकसान झाले ते पौराणिक दृष्टांत देऊन सांगितले आहे.

या इष्काचे पायिं बुडाले कईक लक्षापती
खंडिमधि तूं एक पाव रती ।।ध्रु.।।
(पारवती - पाठभेद)

स्त्रीचरित्र हा थोर समुद्र आहे. त्यातून कोण पार पडेल? फार क्वचित त्यात राहिले. विरळ राहिले. चारी युगात इष्काच्या समुद्रात किती एक बुडाले त्यांचा दाखला ऐका.

तपश्चर्येचा मेरु भंगला
विश्वामित्रे तप सोडुनिया उर्वसि मागे लागला ।
मार्तंड पीतवर्ण जाहला ।
मोहिनी रूप पाहुनि शंकर लिंगपतन पावला ।
ब्रह्मा अपूज्य जगि ठरविला ।
अमरेंद्र इंद्रभुवन
सोडुनिया फिरतो वन
गौतमी शाप दारुण
सीता सीता म्हणून प्राणा मुकले लंकापती ।
खंडिमधि तूं एक पाव रती ।।१।।

स्त्रीच्या मोहापायी किती जणांचे नुकसान झाले बरे? विश्वामित्राने तप करायचे

सोडून दिले आणि तो उर्वशीच्या (मेनकेच्या) मागे लागला. त्याच्या तपश्चर्येचा भंग झाला. मार्तंड ऋषी पिवळा पडला. विष्णूने मोहिनीरूप धारण केल्यावर तिला पाहून शंकराचे लिंगपतन झाले. ब्रह्मदेव जगात अपूज्य ठरला. इंद्राला आपले इंद्रभुवन सोडून वनात भटकायला लावले. गौतमीने त्याला दारुण शाप दिला म्हणून तो रानावनात हिंडत राहिला. लंकापती रावण सीता सीता म्हणत राहिला, म्हणून त्याला प्राणाला मुकावे लागले. रामाने त्याचा वध केला. एका खंडी लोकात तू एक पाव रती आहेस. (रती हे अगदी क्षुद्र नाणे आहे.)

"परपुरुषाचे पायिं स्त्रियांनी सोडुन अपुला वर ।।
केली अपकीर्ति पृथ्वीवर ।
महिरावणाचि स्त्री कवटाळी राम पाहिल्यावर ।
मारवी अपुला प्राणेश्वर ।
पार्थ रतीशी रत ना होता शात दिला दुर्धर ।
नपुंसक होय एक संवत्सर ।
परपुरुष स्वप्नि पाहुन ।
चित्रेशिं उखा प्रार्थुन ।
आणियेला दारकेहुन ।
तारा बृहस्पतीचि लुब्धली कलंक चंद्राप्रती ।
खंडिमधि तूं एक पाव रती ।।२।।

स्त्रियांनी परपुरुषाचा मोह धरून आपला पती (वर) सोडून दिला आणि पृथ्वीवर अपकीर्ती करून घेतली. रामाचे दर्शन झाल्यावर महिरावणाच्या पत्नीने त्याचा अभिलाष धरला आणि आपल्या पतीला रामाच्या हातून मारविले. (महिरावणाच्या नव्हे अहिरावणाच्या पत्नीने आपला पती व महिरावण यांचा वध करण्याची युक्ती रामास सांगितली.) पार्थ, अर्जुन स्वर्गात गेला असता रतीने, सुंदर स्त्रीने, अप्सरेने त्याच्याशी अंगसंग करण्याची इच्छा प्रदर्शित केली. ती आपल्या पूर्वजांची पत्नी असल्याने तिच्याशी रत होण्यास अर्जुनाने नकार दिला. त्यावर त्या अप्सरने (उर्वशीने-रतीने नव्हे) त्याला दुर्धर शाप दिला की एक संवत्सर तू नपुंसक होऊन राहशील. त्याप्रमाणे त्याला तेरा वर्षे वनवासात रहावे लागले असता बृहन्नडा होऊन विराट राजाच्या कन्येला नृत्य शिकवावे लागले.

'अहो प्राणपति स्त्रिसंगतीने कितीक गेले मरून ।
नाहि उदयासि आले ते फिरून ।
पार्वतीने त्या भस्मासुराशि भस्म टाकिले करून ।'

स्त्रीच्या संगतीने कितीक (राजे) मरून गेले. ते पुन्हा कधी उदयाला आले

नाहीत. भस्मासुराला पार्वतीने जाळून भस्म करून टाकले.

रंभेने शृंगा आणले धरून ।'

ही दशरथाच्या पुत्रकामेष्टी यज्ञाच्या वेळची गोष्ट आहे. आपणांला पुत्रप्राप्ती व्हावी म्हणून दशरथ राजाला पुत्रकामेष्टी यज्ञ करावयाचा होता. त्या यज्ञासाठी ऋष्यशृंग ऋषींना वनातून आणावयाचे होते. म्हणून आपल्या दरबारातील गणिका पाठवून दशरथाने ऋष्यशृंग ऋषींना भुलविले व त्यांना अयोध्येस आणविले. येथे रंभेने शृंगाला आणले असे म्हटले आहे. रंभेने नव्हे, गणिकांनी भुलवून ऋष्यशृंगाला आणले. रंभा याचा अर्थ सुंदर स्त्री अथवा देखण्या गणिका असा घ्यावयास हरकत नाही. द्रौपदीची अभिलाषा केल्यामुळे कीचकाचा भीमाने वध केला. पांचालीकरिता म्हणजे द्रौपदीची अभिलाषा धरल्यामुळे दुर्मती दुर्योधन रणामध्ये अर्जुनाच्या हातून मरून पडला.

पाराशर हे ऋषी । दिवसाची केली निशी ।
भोगुनिया झाला खुशी ।

पण त्याच्या तपश्चर्येचा भंग झाला.

स्त्रीपासून दूर राहिले कीर्ति त्यांचि वाणती ।
पराक्रम तीन लोक जाणती ।

एकपत्नीव्रती लक्ष्मणाने दुर्मती इंद्रजिताचा वध केला. भीष्माचार्यांनी जन्मभर ब्रह्मचर्याचे व्रत निभावून नेले. आणि त्यांचा वध करण्यासाठी श्रीकृष्णाला हाती शस्त्र धरावे लागले. धरविले शस्त्र हरीचे हती ।

हा संदर्भही थोडासा चुकलाच आहे. भीष्माचार्यांना अर्जुनाने शरपंजरी पाडून ठार केले होते. पण श्रीकृष्णाने 'हाती शस्त्र धरणार नाही' ही प्रतिज्ञा मोडून हाती शस्त्र धरले होते, ही गोष्ट खरी आहे.

''एकपत्नी रघुनंदन । म्हणून दशशिरमर्दन ।
शुक माहात्म्य त्या कारण ।
पराक्रमाचा सागर धन्य स्त्रीविरहित मारुती ।
खंडिमधि तूं एक पाव रती ।।४।।

एकपत्नी रघुनंदनाने दशशिर रावणाचा वध केला.

स्त्रीविरहित म्हणजे ब्रह्मचर्य पाळणारा मारुती पराक्रमाचा सागर म्हणजे महाशक्तिवान होता.

'कोण पदार्थ स्त्रियांच्या जाति अपवित्रा दुष्टिणी ।
पति असतां (होति) व्यभिचारिणी ।
तारेने सुग्रीवापासुनि वाळि मारिला रणी ।

कचावर वेडी देवयामिनी ।
शुक्रे दैत्यालागी दिधला मंत्र संजीवनी ।
स्त्रियांची जाती कुळघातिनी ।।५।।

अशी स्त्रीनिंदा या लावणीत होनाजींनी केली आहे.

कवि होनाजीबाळ म्हणे ।
या इष्काने जुकविणे ।
हे पूर्वीचे प्राक्तनें ।
पांडु म्हणे हरिभक्त वाचले भोळे भारारती
खंडिमधि तूं एक पाव रती ।।४।।

१. 'जाईजुईच्या फुला राजसा तुला कुठे पाहू' आणि २. या इष्काच्या पायि किती बुडाले' या दोन्ही लावण्यांत भरपूर स्त्रीनिंदा केली आहे. आणि इष्कबाजीला विरोध नोंदविला असूनही होनाजींच्या लावण्यांत वेगवेगळ्या प्रसंगाच्या निमित्ताने अनावर कामवासनेचे चित्रण कसे झाले आहे, ते या पुढील लावण्यांत पहावयाचे आहे.

१२. भोगु द्या प्रीत होउं द्या

नुकतीच तारुण्यात प्रवेश करणारी प्रेयसी प्रियकराला, (पत्नी) आपल्या (पतीला), आपल्याशी प्रणय करताना 'जपून करा' अशी विनवणी करताना एका लावणीत होनाजींनी[१२] वर्णिली आहे. या लावणीतील अनुप्रास आणि गाताना जाणवणारा ताल मनाला आल्हाद देणारा आहे. लावणीचा प्रारंभ असा आहे–

भोगुं द्या, प्रीत होऊ द्या, राग जाऊं द्या,
जरा येऊंद्या कांही कनवाळा ।
ठेविला जिव पुढे, जिव माझा तुम्ही संभाळा ।।ध्रु.।।

आपण लहान आहोत, नुकतेच तारुण्यात आलो आहोत, तुमच्या शिवाय मला करमत नाही, असे सांगताना ती म्हणते–

"नूतन नवतीच्या पहिल्या भरी
रिकामी फिरते की घरभरी
तुम्हांविण न गमे मज क्षणभरी
लागला छंद चांगला तुमचा मला,
एकांती चला मी, पडते पाया ।...
दशादिशा रिकाम्या कशा,
तुम्हांविण जशा लागली आशा, वाहिली काया ।
करु नका काडिमात्र माझी माया ।
चुरमुरून मन झुरझुरून, जाते मरमरून

तुमच्यावरून अहो गुणि राया ।
निर्वाण काळिं हा प्राण घेतसे द्याया ।
ही नवतरुणी असली तरी तिच्या तोंडी होनाजींनी
उघड शृंगारिक शब्द घातले आहेत. सध्याचे तिचे वय हे गर्भधारणा होण्याचे आहे हे ती पुढील शब्दांत सांगते आहे–
हंगाम हे पिकाचे, दिस हे जाती वाया ।
तसेच ती पतीला विनविते–
डगमगले विषयानळी । सर्वांगी मदन जळजळी
वाटे उडि घालूं जवळी । घ्या कुशीं पराची उशी
मी जाहले खुषी धरुन । हवी तशी मशी कुरवाळा ।।१।।
ती आपल्या एकनिष्ठपणाबद्दल सांगते, ''माझ्या मनात दिवसेंदिवस ममता वाढली. मी घातली रेषा कधी मोडली आहे का? आपली मी सेवा जोडली.''
पुन्हा अनुप्रास – 'सौभाग्यधनाबंधना ।
सकळसाधना । हेमवदना, कल्पना सोडा ।''
तिच्या मते ब्रह्मदेवानं 'घटित योग निर्मिला जोडा.' म्हणून तुम्ही बोलावणे धाडाल तेव्हा मी रात्रीची येईन. मला दुसरा वाडा बांधून द्या. भोजनाला तुमच्या डावीकडे मी बसेन. मला सुधारस आवडे. तो वाढा.
''रानात हरण एकली ।
पडले मायाचिखली ।
निर्जल जाई सुकली ।
अशा प्रतिमांची योजना होनाजींनी केली आहे. तुम्हांला विचारल्याशिवाय मी माहेराला जाणार नाही. पुरुषाविणे स्त्रीचे जिणे बरोबर नाही.
''मी सदा शरण या पदा । दाविते आदा,
रोज दहादा पसरिते ओटी ।
आपली मान कापली तरी मीच खोटी (चखोटी) ।
हळहळत, नयनजळ गळत, वृथा कळकळत,
शरीर तळतळत, जळत अंग पोटी ।
अवसानसमई मग होते घाबरी मोठी ।'
पुन्हा एकदा ती आपण 'कोवळी नार' असल्याचे सांगते. आपली निष्ठा पुन्हा एकदा बोलून दाखविते.
'केवळ कोमल नार मी श्रमले अजवर फार मी
गळी पडले निराधार मी

सांगतां, मार्ग लागतां, जपुन वागतां,
कसा उभयतां मिळाला ताळा ॥३॥
पुन्हा एकदा 'फळ पिको, लक्ष हे टिको ।

असे सांगते. तुमच्याशिवाय मला द्रव्य-धनकोटी नको आहेत. मी तुम्हांला 'वेव्हाराला' भली सापडले. 'कस्तुरी मिळाली ही मैलागिरीला' अशी प्रतिमा वापरून आपण एकनिष्ठ आहोत हे पुन्हा पुन्हा सांगते आहे–

''मी खास पदरची दास, धरियली कास
आहे बारमास आधाराला ।
नाही जात कधी पुसल्याविण माहेराला ।'

अशी काव्यदृष्ट्या ही सरस लावणी आहे.

पत्नीला 'चार दिवस बाहेर बसावे लागते' म्हणून तिचा विषयानळ कसा भडकतो याचे वर्णन करणारी लावणी

१३. दिवस पाचवा मला चेतला विषयानळ अंतरी ।[१३]
काय करू सखा नाही घरी ॥ध्रु.॥
आम्ही स्त्रिया पापिष्ट दोष पुरता आमचे संचिती ।
हे आता समजले चित्ती । कसे पराधीन जिणे ईश्वरा
केले दुसऱ्या हाती । ही कसी दैवाची गती ।
अहोरात्री मज झोप येईना सखे बाई मजप्रती ।
जागावे नित्य म्या किती । रात्र वैऱ्यावाणी लोटिते ।
याच्या दुःखाने मरण वाटते । झुरते पक्ष्यांपरी ।
काय करू? पुरुषाला मोकळे मार्ग
बाहेर गोष्टी संधीसी । काय स्त्रीजात व्यर्थसी ।
वियोगामुळे नळाविण ती दमयंती जसी ।
बाई मी ग अडले तशी ।
या दुःखाचे दर्द सांगता न ये लोकापाशी ।
मज लाज वाटते अशी ।
आता राहवेना मला । सखे धड नाही बरा ।
पती येईसी योजना करा ।
शरीर विषयकर्वती कापते काळीज गे चरचरा ।
कोणीतरी सावरून धरा ।

असे कोणी स्त्री आपल्या तोंडाने वर्णन करील काय? होनाजी त्या स्त्रीची समजूत काढतात–

होनाजी बाळा म्हणे—

श्रमी नको होऊ धीर धरा जरा ।
येईल स्वामी आज घरा ।।

आणि तो सुदिन उगवला. प्रवासातून सखा घरी आला.

'त्वरे होई तो स्वस्थ भोगिला । आनंदमय मंदिरी ।।७।।

कोणी स्त्री अशी उतावीळ आपल्या तोंडाने सांगेल काय? होनाजीसारख्या पुरुषाने समजूत घालावी काय? पती परत आल्यावर तिने 'तो स्वस्थ भोगिला' हे होनाजींना कुणी सांगितले? आणि होनाजींनी ते रसिक श्रोत्यांना भर फडात वर्णन करून सांगावे काय?

होनाजींनी गरोदर राहिलेल्या स्त्रीचे दु:ख एका लावणीत वर्णिले आहे. ती स्त्री स्पष्ट शब्दांत सांगते–

१४. ''निजा वेगळे तुम्ही बिछाना टाकुनी पलंगावरी
चार दिवस छळू नका गरोदर आहे मी तोवरी ।।ध्रु.।।

ही स्त्री गरोदर आहे. तिचे वय लहान असतानाच तिला दोन न्हाण आले. तेव्हापासून तिचा पती तिला हवेतसे भोगीत होता. थोरामोठ्यांच्या आशीर्वादामुळे तिला गर्भ राहिला. 'दिवसमास वाढतो गर्भ पहा माझ्या उदरांतुनी ।' असे ती सांगते. ''शरीर फार जड झाले नका धरूं हृदई कवटाळुनी दूर निजते एकली पदर पांघरून तुम्हांपासुनी.''

ती सांगते– ''आता मला संभोगाचा वीट आला आहे. पाचवा मास लागला आहे. नुसते लांबून माझ्याशी बोला. शरीरावर हात टाकू नका. मला आता भार सहन होईना. प्राण व्याकूळ होतो.'' पुरुष किती उतावळा आहे ते ती सांगते –

जो जो बोलते असे तो तुम्ही अधिक कवळिता उरी
तुमचे हात किति दोहों स्तनांपासून सोडवू तरी

तुम्हांला काय वाटते मी उगाच ढोंग करते? मग माझे उदर चाचपून पहा. आजपासून तुम्ही माझ्या वाटेला जाऊ नका. किती हट्ट करता? नका म्हणते तरी बळेच धरता. का मला व्यर्थ छळता?

तिला नैसर्गिकपणे काय वाटते ते होनाजी सांगतात. ती म्हणते, मी गरोदर आहे, त्यामुळे आता मला पुरुष नकोसा वाटतो. संभोग करावयास मन कंटाळा करते. मी श्रमसागरी पडले. मज हृदईं श्वास लागला. तुम्ही माझ्यावरील प्रेमात मग्न, पण माझा इकडे प्राण चालला आहे.

कांहि तरी येऊं द्या दया, राजुसा
आम्हिं अति सुकुमार स्त्रिया, रे राजसा
नाहिं शक्ती बोलावया रे राजसा

पायां पडते तरी गाविं नाही तुमच्या तिळभरी
चार दिवस छळु नका गरोदर मी आहे तोवरी ।।३।।

पुरुष हा पत्नीचा मालक आहे, पत्नी पतीची दासी आहे. तिने नवऱ्याला विनविते–

सत्ता जाळी म्हणुन काय जिव घेतां तुम्हि येवढे ।
फारच मी हैराण होतसे पहा माझ्या वदनाकडे
धरुन पलंगी मला नका दडपूं वेडेवांकडे
वर्म न कळतां चुकून येखादे दुखावेल आंतडे
हळुहळु कितिदां म्हणुं सोसेना हे दुख येतें रडें
माझें ऐकतें कोण जाहला निरउपाय यापुढे'।।४।।

अशा रीतीने गरोदर स्त्रीला संभोगक्रियेमुळे किती त्रास सोसावा लागतो याचे चित्र होनाजींनी रेखाटले आहे. होनाजी आपल्या शब्दांत पुढे सांगतात–

पाहून विक नारिसी, राजसा रे
उरकले काम तें दिसीं, राजसा रे
मग दिला विसावा तिसीं, राजसा रे ।।४।।

म्हणजे इतके कळवळून ती स्त्री विनवण्या करीत होती, तरी होनाजी सांगतात की त्या पुरुषाने 'त्या दिवशी' काम उरकले' आणि मग तिला विसावा घेऊ दिला. यावरून होनाजींनी तत्कालीन कामुक पुरुषाचे चित्र या लावणीत रेखाटले आहे, असे म्हणता येईल.

स्त्रीचे 'परावलबी जीवन' 'पुरुषावलंबी जीवन' या लावणीत होनाजींनी रेखाटले आहे. आपण स्त्री आहोत; आपला पती आपला व आपल्या शरीराचा स्वामी आहे. नैसर्गिकपणेच गरोदरपणात शरीरसंभोगाचा वीट येतो. परंतु आपल्या शरीराचा स्वामी कामांध झाला आहे; तो आपल्या शरीराचे वाटेल तसे लचके तोडतो आहे. म्हणून ती सांगते आहे– तुम्ही शरीरभोग घ्या. पण जरा दमाने घ्या. मला हे दुःख सहन होत नाही. दुःखाने रडे कोसळते आहे. पण माझे कोण ऐकणार? माझा तुमच्यापुढे नाईलाज आहे. तुम्ही स्वामी आहात- तुमची मर्जी मी राखली पाहिजे.' असे सांगणारी स्त्री या लावणीत होनाजींनी चित्रित केली आहे. लावण्यांतील पुरुष कामांध झालेले दिसतात. शरीरभोगाव्यतिरिक्त अन्य काही त्यांना सुचत नाही. कोणताही विवेक ते करू शकत नाहीत, अशा पुरुषांचे चित्र होनाजींनी रेखाटले आहे.

एखादी स्त्री आपल्या प्रियकरावर मनापासून प्रेम करते. परंतु तिचा प्रियकर तिच्या प्रेमाला योग्य प्रतिसाद देत नाही. अशावेळी ती प्रेमिका प्रियकराच्या किती विनवण्या करते ते होनाजींनी एका लावणीत[१५] वर्णिले आहे. 'मी सर्व काही सोडून

तुमच्या मागे लागले आहे. आता माझ्यावरी तुम्ही रागाऊ नये. मी माझे आयुष्य तुमच्या 'शिरी चढावे', मी कामज्वराने जळते आहे. मला त्यातून वाचवा. तुमचे मला नित्य दर्शन घडावे. आपण आकाश आहात. मी जमीन आहे. मी वर (उंच) किती पाहू? तुम्ही दयामेघ आहात, मी नदी आहे. मी कोणीकडे जाऊ?

१५. 'व्हा मेहरबान गुणिराया । केली प्रीत जाइल वाया ।
घासुनी झिजविली काया । विनविते समय पाहुनिया रंगरागे ॥१॥[१५]
१. 'प्रीतीमध्ये अंतर कधी न पडावे
प्रतिदिवशी, प्रत्यही दर्शन मजला घडावे ।
पुरवा गरिबाची आशा हो । पायि जडावे ।
वाटे मज अमृतफळ तोडावे ।'
२. नित उठुन हे काय परोपरी उमजाऊं ।
दुबळेपण कोठवरसें समजाऊं? ।
आपण आकाश, मी जमीन, किती वर पाहू?
दुरले दूर कशी बापडी राहूं?
तुम्ही दयामेघ, मी नदी कोणिकडे जाऊं?
पडला आवर्षण कैसी वाहूं ? ।

या लावणीतील विशेष असा की आपण आकाश मी जमीन, आपण दयामेघ मी नदी असा प्रेमाच्या क्षेत्रात प्रेयसीला जो उणेपणा वाटत असतो, अथवा प्रियकर आपल्यापेक्षा श्रेष्ठ आहे - खूप अंतर आहे दोघांच्या योग्यतेत असे जे प्रेमिकांना वाटत असते ते योग्य प्रतिमांनी या लावणीत व्यक्त केले आहे. प्रेमाच्या संदर्भात अपयश म्हणजे अवर्षण असे सांगून प्रेयसी म्हणते—

मी नदी, कोणिकडे जाऊ? ।
पडता आवर्षण कैसी वाहूं?

प्रेमाचा ओघ सुकला आहे. या नदीला वाहणे कसे शक्य आहे? तिच्या विनवणीत किती आर्तता आहे.

स्नेह करुन मागे कां सरता?
कसें केले कर्म विसरता?
मी दमले पदर पसरतां
घट्ट पाय धरितां क्षुधा तृषाचि न लागे ॥२॥

होनाजींच्या लावण्यातील प्रेम हे वैषयिक असते आणि ते त्यांच्या लावण्यांतील स्त्रिया स्पष्टपणे बोलून दाखवितात.

वाढिले पात्र हे, दुसऱ्यापुढे न जावे

रात्रंदिस माझ्याजवळ निजावे

अक्षयी देणे राहिले असे वोजावे ।

या लावणीतील ही स्त्री पतिव्रता अथवा पत्नी नाही, ती प्रेयसी आहे.

घरच्या स्त्रीसमान मज मोजावे

आपल्या प्रेमाकरता प्रियकराने आपल्या घरात आपल्या पत्नीचा दर्जा द्यावा, अशी विनवणी ती करते. आणि पितापुत्राचा दृष्टांत देते–

टाकिता पिता पुत्रासी कसें त्यजावें ।

मग हो बाळाने कोणीकडे जावे? ।

आपण अतिशय हळव्या मनाच्या आहोत. सहज आपली ओळख झाली. जीव एकमेकावर जडला. पण

जीव फार करी तळमळ की

घडिघडि पलखी (पळ निमिष)

दिस जाती विषय परागे ।।३।।

आपल्यासारखा, अपूर्व असा (अशेला) पुरुष असावा. आपला शेला येता-जाता धरून ठेवते. माझे हे चंचल मन– 'आवरावे किती आशेला?' आता मी बुडणार तेव्हा तुमच्या आश्रयाला येऊ पाहते.

घ्या लुटा बहर नवतीचा रंग रसेला

सख्या तू माझा प्राणवशेला

माझ्या प्राणाचा तू आधार (वशेला) आहेस. तुला मी माझे शरीर वाहिले आहे.

जिव देते आदर मानासी । होनाजी बाळा गुणराशी

जनासी सांगे - पाहतां ही सुंदरा मजवर रागे ।।४।।

त्यावेळी उत्तरपेशवाईत सामाजिक नीती किती खालच्या थराला गेली होती,[१६] त्याचे हे उदाहरण. शिमग्याच्या सणात शाहिरांना बोलावून रात्रीच्या वेळी काही विशेष प्रकारच्या लावण्या ऐकावयाचा छंद काही पुरुषांना, धनिक सावकारांना असावा, असे वाटते. होनाजी व अन्य शाहीर यांनी अशा प्रसंगी जी उत्तान वर्णन केली आहेत, स्त्रियांच्या तोंडी लैंगिक क्रियेसंबंधी, संभोग क्षणांसंबंधी जे उल्लेख आले आहेत व विकृत मनोवृत्तीचे दर्शन घडविणारे उल्लेख आहेत, त्यांची काही उदाहरणे नोंदविली आहेत.

१६. एक स्त्री आपल्या पतीला म्हणते–

कां निद्रा केलीस मंचकी मजविरहित मंदिरी?[१७]

खरे सांगा मजला तरी? ।।ध्रु.।।

तुम्हांला अवशीच्या (पूर्वरात्री) प्रथम प्रहरी झोप लागली होती का? तुमच्या

मुखचंद्रावरील पदर काढून मी पाहिले तो तुमचा म्लान मुखचंद्र पाहून मला जाणवले की तुमच्या जिवाला कसलेतरी श्रम झाले आहेत.

कोण कार्य मसलती रोजगाराची काळजी तुला उद्‍भवली? भास मला ।।

आपण दुर्बळ आहोत असे मनात येऊन कां आपणास श्रम वाटताहेत– दु:ख होते आहे? विनंतीच्या नादात सारी रात्र तशीच जाऊ पाहते आहे.

मी तो अधीर, सख्या तू चिंताग्रस्त मानसी
मग केव्हा मला भोगशी?

२. सख्या, तुझ्या सुखदु:खांची मी (सुद्धा) तुझ्याबरोबर भागीदारीण आहे. मला तूं आपले दु:ख सांग. रात्रीचा तृतीय प्रहर झाला आहे. चिंचिण वाजताहेत. (रातकिड्यांचा किर्र आवाज येतो आहे.) मला झोपेच्या डुकल्या येत आहेत. मंदिरातील समया, दीप, कंदील इत्यादी विझू पहात आहेत. चांडाळीण अघोरी निद्रा तुला कुठून लागली? तिने तुला व्यापिले आहे. यापुढे मी तुला संभोगसुखासी विनऊ तरी किती?

३. तिचे हे भाषण ऐकून चौथ्या प्रहरामध्ये त्याने कांतेकडे कृपादृष्टीने पाहिले.
म्हणे सुंदरी ? वृथा श्रमविले तुला अम्ही राजसे ।
न कळता गोष्ट जाहली असे ।
घेऊन मंचकावरी मग तिला गोष्टी पुसतसे ।
प्रिय भावे भोगीते । होनाजी बाळ म्हणे असेच
अर्जवून घ्यावे सुंदरी । मृदु भाषणे मधुरोत्तरी ।। ४ ।।

पुरुषाला आपल्या पत्नीचा विरह सहन होत नाही. (३)

३. मला बसायला वेळ नाही. तुजसाठी हा जीव केवळ भुका[१८]
आल्याविण राहावेना, गडे उभ्यानेच दे मुका ।।

अशा आपल्या प्रेयसीचे तो पुढील शब्दांत वर्णन करतो आहे.

मुखमृगांक टवटवित, सुवासिक तूं निर्मळ राजसे ।
गौरवर्ण पोटऱ्या, शरीर पत्र केतकीचे जसें ।
न पडे श्रवणीं हळुच बोलणें, तुझे थोडके हसें ।
दृष्टभेट होतांक्षणि तुजवर मग इच्छा जातसे ।
प्रीत बिघडता दु:ख जिव्हारी, मन कष्टी होतसे ।

ही प्रेयसी भेटली तेव्हा त्याला तिच्याबद्दल प्रेम वाटले. यापूर्वी खूप तरुणी पाहिल्या, पण हिच्यासारखी सुंदर कुणी दिसलीच नाही, हे सांगताना होनाजींनी "रानोमाळ बायिका पहाव्या, काय द्यावें त्या सुळी?" असे शब्द वापरले आहेत. तुझ्यावर माझी प्रीती आहे–

प्रीत ही तुझ्याकडे कशी भक्षितां शर्करा जशी

लागसी मिष्ट तूं तशी
स्नेहपालनाविशी तुला आम्हि शरीर वाहिले फुका ॥ १ ॥
असे त्याने म्हटले आहे.

४. पुढे तो तिला सांगतो–

गोड वाटसी म्हणुन सखे निर्लज्ज लागलो गळीं ।
न करावी वाटते अतां क्षणभर प्राणावेगळी ।
न पडे एकांती गाठ, न लागे हातापायाची धुळी ।
कठिण तुशी रत होणे खर्चितां द्रव्याच्या ओंझळी ॥

याचा अर्थ प्रेम करणे म्हणजे शरीर भोगणे. अशा सुंदर स्त्रीशी रत होण्यासाठी 'द्रव्याच्या ओंझळी' खर्चाव्या लागत असत. तिच्याबरोबर शरीरसुख घेतल्यावर—

तूं धन्य धन्य प्रियकरे । भोगिंता न वाटे पुरे ।
कल्पना मनाची उरे ।
तुजविण निशिदिनी बरे न वाटे आम्हां विषयसाधका ॥ ३ ॥

या शृंगारिकतेनंतर तो प्रियकर प्रेयसीला उपदेशाचे चार शब्द सांगतो–

दे सोडुन मीपणा, अम्हांसी बोल वचन राजीचे
वागत जा, लेकरू जसें करि आर्जव पंतोजिचे ।
अभिमानाने उंच वाढले देठ जसे भाजिचे ।
गुण नसतां मी गुणी म्हणावें, हे लक्षण पाजिचे ।
ऐक्य विचारे मान्य असावे मन पाहुन मर्जिचे ।
न झाकती पाऱ्यात सुढाळक दाणें हुरमुजिचे ।

सुढाळक दाणे - तेज असलेले किंवा पाणीदार मोत्याचे दाणे. हुरमुजी हा सुद्धा पाणीदार मोत्यांचाच एक प्रकार आहे. ही मोती होरमजच्या आरखातांतून काढतात. म्हणून त्यांना हुरमुजी मोती असे म्हणतात.

या लावणीत **१.** भक्षितां शर्करा जशी लागसी मिष्ट तूं तशी **२.** लेकरू जसे करि आर्जव पंतोजिचे **३.** उंच वाढले देठ जसे भाजिचे

या संपूर्ण मराठी प्रतिमा योजिल्या आहेत. संस्कृत साहित्यशास्त्र आणि संस्कृत उपमाउत्प्रेक्षा यांच्या सांकेतिकतेतून शाहिरी काव्य बाहेर पडले, असे म्हणता येते. प्रियकर प्रेयसीला म्हणतो– हे प्रिये, मीपणा सोडून दे, राजीखुशीने मला 'हो' म्हण. (अम्हांसी बोल वचन राजीचे)

५. 'मी मी कोणीच म्हणुं नये
भुइ कोपराने खणुं नये
होनाजी बाळा म्हणे सये

होऊं नये बायको, होऊन आतां बसलीस लांब का?

चतुर मानती खरें, मूर्ख म्हती पोबारा बायिका ।। ४ ।।

लोक नावे ठेवतात, त्यांच्याकडे 'कुत्रे भुंकतात असे म्हणून दुर्लक्ष कर' असे प्रारंभीच नायकाने नायिकेला सांगितले आहे. ''वैर पडो पाहता उभयता लोक वाइटावरी । प्रीत चाळवुं आपण धरून निश्चय व्याघ्राबरोबरी ।। असे नायक तिला सांगतो. (व्याघ्राबरोबरी -वाघासारखा)

प्रेयसी प्रियकराचा विरह सहन करू शकत नाही हे एका लावणीत[११] होनाजींनी सांगितले आहे—

१८. लागले वेड मज तुझ्या प्रीतिचे भारी ।

झुरते दिसरात्रा सारी ।। ध्रु. ।।

असे ती म्हणते. अगदी प्रारंभापासून माझे मन तुमच्या पायी जडले होते. मी मनाने अंतर ठेवले नाही. मग एकांती यायला मला बंदी का केलीत बरे?

हा तुमचा वियोग मला उन्हाळ्यासारखा तीव्र वाटतो. ''कर्मिते दिवस वाई वाई।''

दहा दहा वेळा येऊन उभी राहते द्वारी ।। १ ।।

मी दिवस कसा घालविते? (कर्मिते) व्यर्थ व्यर्थ घालविते. दहा-दहा वेळा दारात येऊन तुमची वाट पहात उभी राहते. हे गुणिराया, तुमच्या जवळ बसून तुम्हाला सांगते–

जीव धरला आशा पुरवाया ।

घडीविल्या गोष्टी त्या माघाऱ्या न फिराव्या ।

पैलतीर पार कराव्या ।

शिवावरील निर्माल्य हातात घेऊन शपथ घेतली आहे.

शिवनिर्माल्याच्या क्रिया कशा विसराव्या ।

अपअपल्या मनी स्मराव्या ।

मी समाजात फार भिऊभिऊन वागते. (जनवेव्हारी)

नको टाकुं ओळख तुझी माझी बहुत दिसाची ।

आण तुला माझे मासाची । बारा वर्षे लोटली

प्रीत नवसाची । ही जुगण (जोडी) जशी हौसांची । (हंसांची)

हे जिवलगा, सख्या, मी तुझ्या दासांचीही दास आहे. लागली मज गोडी उसाची । बेइलाज मर्जि येवढी कोण्या प्रकारी? ।। ३ ।।

म्हणून ती विनविते, जो पक्ष धरलात तो शेवटास न्या. जो पण केला आहे तो निभावून न्या. लोकांना 'बरे' पाहवत नाही. ते विरुद्ध करतात म्हणजे वैर किंवा

शत्रुत्व करतात. तुम्ही आपले प्रेम,- आपला स्नेह परिणामापर्यंत पोचवा.

'पहा पहा देहादर करिते जेव्हा
तेव्हा ही आठवण माझी ठेवा.'
असा हतिचा विरह आणि तिचे प्रेम.
होनाजी बाळा म्हणे आमचे वचन स्वीकारी
तू प्राणाची अधिकारी, जिवलगे ॥

प्रेयसीला विरह सहन होत नाही. पण जेव्हा प्रियकराची भेट होते तेव्हा ती प्रियकराला सांगते की मी तुझ्या दासांची ही दास आहे. तुम्ही जे योजिले आहे ते कार्य शेवटास न्या. मी 'देहादर' करते तेव्हा माझी आठवण ठेवा. होनाजींनी प्रेयसीला विश्वास दिला की प्रेयसी आपल्या प्राणाची अधिकारी आहे. असे प्रेम शृंगारचित्रण या लावणीत करण्यात आले आहे.

१९. अनावर कामवासना

स्त्रियांच्या तोंडी न शोभणाऱ्या शब्दांची योजना

तमाशाचे फड नित्य रात्रीच्या वेळी भरत असत. शेतकरी, कामकरी वर्ग, सरदार दरकदार, श्रीमंत पाटील, कुलकर्णी इत्यादींच्या करमणुकीसाठी मराठी काव्य, पोवाडे व लावण्या यांचे फड उभे राहात. श्रीमंत पेशवे, त्यांचे सरदार दरकदार हे फाल्गुन महिन्यांतील शिमग्याच्या सणात तमासगीर मंडळींना बोलावून (निमंत्रणे देऊन) सुपारी देऊन, त्यांच्याकडून लावण्या ऐकत असत. वाड्यातील प्रशस्त चौकात मंडळी जमून ऐकत असत व शाहिरी काव्याला दाद देत असत. बाजूच्या खोल्यांतून घरातील स्त्रियाही पडद्याआड बसून या काव्याचा, गायनाचा, रंगबहारीचा आस्वाद घेत असत असे समजते. महिलांच्या उपस्थितीत म्हणावयाच्या लावण्या वेगळ्या असण्याची शक्यता आहे. सर्वसामान्य पुरुषांच्यासाठी अतिशृंगारिक आणि स्त्रियांच्या उपस्थितीत होणाऱ्या कार्यक्रमात देवतापर लावण्या, वैराग्यपर लावण्या अथवा सात्त्विक शृंगाराच्या लावण्या गाइल्या जात असाव्यात. उत्तान शृंगारिक लावण्यांचा श्रोतृवर्ग स्वतंत्र, वेगळा व मर्यादित संख्येचा असावा, असे वाटते.

शिमग्याच्या सणात, होळी पेटवून, अर्वाच्य शिव्या देऊन आपल्या मनातील लैंगिक कुवासनांना वाट काढून दिली जात असे. एकमेकांच्या उखाळी पाखाळी, हेवेदावेही काढले जाऊन बदला म्हणून अर्वाच्य भाषा वापरती जात असावी. स्त्री-पुरुषांच्या मनात असणारी अनावर कामवासना लावण्यांच्या रूपाने बोलून दाखविली जात असावी. इंग्रजी शिक्षणानंतर मराठी सुशिक्षितांची अभिरूची सुसंस्कृत झाल्यावर ते ज्याला अश्लील, अर्वाच्य अथवा अभिरुचिहीन म्हणतात त्या प्रकारच्या लावण्या सर्वच शाहिरांनी रचल्या आहेत, फडात गाऊन दाखविल्या आहेत. होनाजींनी सात्त्विक

शृंगाराच्या लावण्यांबरोबरच अशा अनावर कामवासना व्यक्त करणाऱ्या अथवा श्रोत्यांच्या मनातील कामवासना चाळवणाऱ्या खूप लावण्या रचल्या आहेत. एका लावणीतील स्त्री कामवासना अनावर झालेल्या पतीला संयम करायला, धीर धरायला कोणत्या भाषेत सांगते आहे पहा–

२०. गाठ सुटली कंचुकीची म्हणून अधीर
झालां अंतरी । तुम्ही शांत व्हा जरा
आता मला फेडू द्या तरी ॥ ध्रु. ॥[२०]

ती पुढे सांगते–

"तुम्ही दारात आलात आणि लगेच तुमचे मन कशावरून फिरले बरे? माझे तुम्ही मुखचुंबन घेतलेत आणि कुचाग्र स्वहस्तांनी चुरलेत. माझे वक्षस्थळ उघडे दिसले म्हणून मी चोळीला गाठ मारायला अनुसरले । तर तुम्ही – 'गळ्यात मारुन मिठी कवेमधि मज बळकट कवळुन धरिले । द्वार लाऊं द्या पाहिल कोणी मी जीवी आपल्या घाबरले ।'

मला गादीवरचे गर्दपोस काढून पलंगावरले तक्ये नीट करू द्यात. भोजन झाल्यावर सर्वांनी विडे घेतले आणि आपापल्या एकांती ते निघून गेले.

'तुम्ही अधीर झाला फार पाहून मजकडे ।
म्हणून खोलीत रोकडे ।
मला राव तुम्ही बळे आणिले धरून करी ॥ १ ॥

आपल्या अलंकारांचे ती नायिका उल्लेख करते. त्यातही ती शरीरावयांचा उल्लेख करते–

कर्ण अलंकारांचे सख्या घोस गळून खाली पडती ।
केतक मुद राखडी जिवलगा केसामधि फांसे रुपती ।
गळ्यामध्ये ठुशी तन्मणी मोत्यांचे पेंडे तुटती ।
चंपकळ्यांचीं माळ जिवलगा स्तनाबाजूस फार रुपती ।
चंद्रहार पुतळ्यांची माळ आली घसरून पाठीखालती ।
या मजला वेदना लागती कंगण्या तुमच्या पाठीप्रती ॥

रतिक्रीडेपूर्वी या स्त्रीला किती अलंकार उतरवून ठेवावे लागत असतील याची होनाजींनी दिलेली ही जंत्री पाहून गंमत वाटते. आपण पळून जाऊ शकू का असा ती विचार करते. पण आता व्याघ्राच्या कवेत त्याचे भक्ष्य पडले आहे. मग कशी पळून जाण्याची कुशलता दाखविता येईल? त्यापेक्षा,

तुम्हांशी रतुन आज सख्या तोषविन बहुता परी ॥

येथे खरे तर लावणीचा मुख्य विषय संपत होता. आणि श्रोत्यांना आवश्यक

तेवढी उत्तार शृंगारिकता आणून झाली होती. परंतु होनाजींचे तेवढ्याने समाधान झाले नाही. ते आणखी भडक वर्णन करीत आहेत–

"मी नवी आहे, नवी गवसले म्हणून का तुमचा एवढा जीव अधिर झाला आहे?

वेड घेऊन अवघ्याच या जिनसाचा का करिता एकच काला?
यात मजा तरी कोणती बरी असेल वाटली चित्ताला ।
सांगुन फेडा भ्रांत योग्य या गोष्टी न होती चतुराला ।
कधी नव्हते गुण असे आज आणले कोठून प्रसंगाला? ।

मज खूप श्रमविलेत आणि तुम्ही मात्र 'नवता धाला, नावीन्य धारण केलेत, - तरुण झालात.'

ती आपल्या प्रियकराला संयम करायला शिकविते आहे. 'मी नेहमी आधी दारात उभी राहून शपथ तुम्हांपुन वाहून घेते. सांवरून सावधगिरीने मी तुमच्या खोलीत येते. नित्य-शिरता पाहून तुम्हांला मुखचुंबन आवडी देते. पण हे प्रियकरा, हे नवीन गुण (ही उतावळी) तुम्ही कुठून शिकला? मला एकांती गाठून संकटात पाडिलेत. रोज उठून असेच नित्य उतावळी कराल काय? उघडे स्तन पाहिल्याबरोबर माझ्यावर तुटून पडाल काय?

कंचुकीसहित देखिल्यावरी । होनाजी बाळा म्हणे सांगितलीस
मनची गोष्ट साजणी खरी ॥ ४ ॥

अशा रीतीने एका बाजूला उत्तान शृंगारिक लिहून श्रोत्यांची वासनापर्ती करावयाची व दुसऱ्या बाजूने शृंगारप्रसंगी उतावीळपणा करणाऱ्या पतीला संयम शिकविण्यासाठी हे सर्व सांगितले म्हणून साळसूदपणा करावयाचा. पहा–

'होनाजी म्हणे सांगितलीस मनची गोष्ट साजणी खरी ॥

हाच आशय तेवढ्याच उत्तान शृंगारिक भाषेत पुढील लावणीत सांगितला आहे. या लावणीतील नायकही उतावीळ झाला आहे.[११]

१. नाडबंद किती दिवस सख्या तूं खरे सांग मजपशी ।
सहज आले खोलीत उतावेळ होऊन आडविता मशी ॥ ध्रु. ॥
कवळी रे माझी काय रोप केळीचे कवळे जसे ।
चढती पराई माझी शरीर हे सूक्ष्म केवळे तसे ।
समय न पाहता भलतेच वेळेस मला आडविता कसे?

हे जिवलगा, तुम्हांला हे पिसे लागले आहे का? मला आता जाऊ द्या. घरातील सारी मंडळी जागी होतील.

'आर्जवात मर्जीने तुम्हांला काकुळती येतसे?

आताची वेळ मला सोडून द्या. सारी रात्र आपल्याला मोकळी पडली आहे. मग खुशाल रात्रभर निर्भय निजा मजजवळ.

२. त्यावर पती तिला आपले तिच्यावर किती प्रेम आहे ते सांगतो आहे, "तू माझ्या दृष्टीस पडलीस की मला खूप समाधान वाटते. तूं एकांती राजमंदिरी कधी सापडतेस असे मला होऊन जाते.

'हेच इच्छितो तुला निजावे घेऊन पलंगावरी ।
तुजवाचून हा दिवस वाटे वर्षाएवढा सुंदरी ।
रात्र केव्हा होईल? आलिंगन देशील बरवे परी ॥
भोगिता तुला साजणी । आम्ही नसो तृप्त या मनी ।
नित उठून तुझी घोकणी । करीत असेच क्षणक्षणा
चकोरा प्रीत शशीची जशी ॥

येथेही चकोराला शशीची चंद्राची जशी आस, तशी मला तुझी आस लागली, हीच प्रतिमा पुन्हा वापरी आहे.

३. प्रेयसी उत्तर देते - "मी एवढी तुमच्या प्रीतीची आहे, असा मला भरंवसा वाटत नाही. कारण माझ्यापाशी कामापुरते बोलून मनी दुसरीची आवड. धरिता.' मनाचा अधीरपणा सोडून विचार करा. माझ्या अंतर्यामीची गोष्ट ऐका.

का येके दिवसी तरी सांगा मोडली कधी मर्जी स्वामीची ।
फार वेळ लागला दहशत मोठी सासूची ।
नका सोडू तरी गांठ चोळी फाडाल लागबंदीची ॥"

मी तुम्हांला मघाशी किती विनविले - मला सोडा. जगाला कशाला सोंग दाखविता? जगात तुमचे हसू होईल. हे कळले की जावानंदाना हसू येईल. त्यावर पतीचे उत्तान शृंगारिक उत्तर -

४. ऐक सखे साजणी मनामध्ये असे वाटते मला ।
पलंगावर एकांती कधी संग घडेल तुझा आपला ।
आता न धरवे धीर बहुत अंतरी छंद लागला ।
तुझ्या गळ्याची आण सखे आम्ही जाऊं ना देऊं तुला ।
एक वेळ हाताचे कमानीपासून तीर सुटला ।
आला मागे परतून असा नाही कोणी कोठे पाहिला ॥
होईल ते होवो गडे । भोगुं दे तुला फाकडे ।
कर मान्य वचन एवढे ॥"

यावर होनाजी म्हणतात,
'अशी चंचल होऊ नको । विडे देऊ नको नको चंचल होऊ अशी ॥४॥

वांझ स्त्रीची वेदना

जिला मूल होत नाही अशा वांझ स्त्रीची वेदना होनाजींनी एका लावणीत रंगविली आहे.[२१]

२२. हीन माझे प्रारब्ध वांझपण कधी फिटेल बाई ।
एक बाळक पोटी नाही ।। ध्रु.।।

असे ती म्हणते. माझ्यावर ईश्वराची परिपूर्ण कृपा आहे. सर्व गोष्टी मला अनुकूल आहेत. मला कोणत्या पदार्थांची कमतरता वाटत नाही. मात्र मी

''काया वाचा मने भुकेली एक्या बाळकाची ।।''

आधुनिक काळातील स्त्री ज्याप्रमाणे आपली परिस्थिती वर्णन करून सांगेल तसेच ही अडीचशे तीनशे वर्षांपूर्वीची वांझ स्त्री आपले कमनशीब वर्णन करून सांगते आहे–

'आपापल्या घरी अन्य नारी आपले मूल कडेवर घेऊन आपल्या भ्रतारापुढे हौसेने उभ्या राहतात. मुलाच्या तोंडून बोबडे बोल (वेडेवाकडे) बोलवून घेतात.

'हासविती पतीला अशा प्रकारे करून ।
रिझविती पतीचे मन एका बाळावरून ।
घडोघडी बोलतो एकांती सखा मुखभरून ।।''

ती पुढे आपली तळमळ व्यक्त करते–

'माझे हे जिणे धिग धिग. बाई, एक्या बाळाविणे हे मंदिर सुने वाटते.
कोण मधी अडथळा? न कळती पूर्वदोष काही
हीन माझे ।।१।।''

आपण कोणकोणते उपाय केले, ते पुढे असे वर्णन करते–

जाणी जोशी भट ब्राह्मण सांगितल्या रीती ।
म्यां प्रदक्षिणा घातल्या पिंपळाप्रती ।
घेतली बगाडे लोटांगणे नेणू किती ।।
देव्हारे देव नवसिता । कुळमंत्री अभ्यासितां ।
शिणले साधन साधिता
अजून कोणाची प्रचीति आली नाही मजला सहसाही ।।३।।

आपल्या पोटी पुत्र नाही म्हणजे आपलाच अपराध आहे असे तिला वाटते. मीच माझ्या पतीची वैरीण आहे, असेच तिला वाटते.''

वाळवंटी तळमळी जसा गं बाई पाण्यावाचून मीन ।।'
त्यापरी रात्रंदिस मी झुरते बाई मनीं ।
वाटते चोरट्यावाणी वर्तता जनीं ।

वाटते जिवा वाटून घ्यावी हिरकणी ॥'

हिरकणी वाटून ती खावी व जीव द्यावा असे तिच्या मनात येते. लौकिकात वाईट दिसेल म्हणून ती सांगते. संसारावर दृष्टी ठेवून जगातील व्यवहारांकडे पाहते. आपले हे पूर्वजन्मीचे फळ आपण भोगत आहोत असेही ती मानते. तिचे दुःख होनाजींनी सुंदर शब्दांत व्यक्त केले आहे.

"ह्या वांझपणाच्या मुळे । झाले भ्रमिष्ट केवळ ।
मी कंठू कोणाच्या बळे ? होनाजी बाळा म्हणे
वर्म हे स्वाधिनचे नाही, स्वाधिनचे नाही ॥

ठेव निश्चय सद्‌गुरुचे पायी । होनाजींनी वांझ स्त्रीला 'सदगुरुंना शरण जा, सगुरुंची सेवा कर' असा उपदेश केला आहे. ज्या स्त्रीला मूल होत नाही अशा निपुत्रिक स्त्रीचे दुःख या लावणीत होनाजींनी उत्तम प्रकारे रंगविले आहे. आपल्याला पूर्वजन्मीच्या पापामुळे मूल होत नाही असा विश्वास ती बाळगते. पाण्यावाचून मीन तळमळावा तशी ती तळमळते. हिरकणी वाटून ते चूर्ण खाऊन आत्महत्या करावी एवढा वैताग ती व्यक्त करते. आपण आपल्या पतीला मूल देऊ शकत नाही म्हणजे आपणच आपल्या पतीचे वैरी आहोत असेही ती मानते. असे दुःखी स्त्रीचे चित्र होनाजींनी उत्तम रंगविले आहे.

अपत्यप्राप्तीसाठी तळमळणे

स्त्रीला अपत्यप्राप्तीची ओढ असते. होनाजींच्या एका लावणीत[२३] एका नवोढा तरुणीचे चित्र रेखाटले आहे. ती नायिका दूरदेशी जाण्यास निघालेल्या आपल्या पतीला म्हणते,

२३. 'समक्ष तुमच्या बसुन तुम्हांशी[२३]
नाही आजवर भाषण केले
लाजण्यामधी दिवस गेले ॥
मर्जि मिळाली असता अलीकडे
तुम्ही जातां टाळुन वहिले ।
कर्म पुढे आडवे ठेले.
काळिज नाही ठिकाणी वाटतें
असून जिवंतचि मी मेले ।
डोंगर दुःखाचे उदेले ॥
पदरी पडले पवित्र जाहले ।
आता मला तूं सुख दाखीव ।
"शेत वतनदारीचे पिकीव

हीच वासना मनात
लौकर या पणात
मज मूल व्हावे''

'शेत वतनदारीचे पिकीव' ही प्रतिमा तिच्या 'मूल व्हावे' या इच्छेची वाचक आहे. लौकर या पणात – म्हणजे सध्याच्या काही काळात 'मज मूल व्हावे' अशी नि:संदिग्ध इच्छा ती व्यक्त करते.

वास्तविक स्त्रिया अपत्यप्राप्तीची इच्छा आपल्या तोंडाने बोलून दाखविताना लाजतात. पण स्पष्ट शब्दांत ही तरुणी आपली इच्छा प्रकट करते. (बोलून दाखविते.) तथापि, होनाजींनी या संदर्भात वापरलेली प्रतिमा आणि उच्चारलेले शब्द सात्त्विक आहेत. अनुचित अयोग्य, असभ्य शब्दयोजना केलेली नाही.

एका स्त्रीला दुसऱ्या स्त्रीचा प्रेमाच्या क्षेत्रात मत्सर वाटतो. हा स्त्रीस्वभावविशेष शाहिरांनी अनेक लावण्यांत चित्रित केला आहे. पण त्या आपल्या प्रिय पुरुषावर एकनिष्ठ प्रेम करीत असतात. प्रेमाच्या क्षेत्रातील पुरुषांची (नायकांची) वृत्ती चंचल असल्याचे शाहिरांनी अनेक ठिकाणी वर्णिले आहे. स्त्रीच्या एकनिष्ठ प्रेमाची पुरुषाला किंमत नसते. दुसरी सुंदर स्त्री दिसली की पुरुष त्या स्त्रीकडे आकर्षित होतो; त्याक्षणी त्याला आपल्या प्रेयसीचा - अथवा प्रिय पत्नीचा विसर पडतो. पुरुषाच्या या चंचल वृत्तीविरुद्ध स्त्रिया काहीही करू शकत नाहीत. पतीची मनधरणी करणे एवढेच त्यांच्या हाती असते. दुसऱ्या स्त्रीबद्दल - सवतीबद्दल त्यांच्या मनातील जागा झालेला मत्सर (शाहिरांच्या लावण्यांत) स्त्रियांनी बोलून दाखविला आहे. मनापासून प्रेम करणाऱ्या नायिकेचा प्रियकर आता तिला सोडून गेला आहे, याचे दुःख एका लावणीत[२४] होनाजींनी कसे रंगविले आहे, ते पहा–

२४. तुझ्या प्रीतीचे दुःख मला दाऊं नको रे ।[२४]
वधुन जाई प्राण घेई जगीं ठेऊं नको रे ।। ध्रु. ।।

मला आता यांच्या ममतेचा लोभ कळला आहे. कोण्या ठिकाणी गेले आहेत त्यांचा पत्ता जाऊन लावा. मी स्वत: माझ्या पायांनी (आप आंगे स्वता) तिथे चालत जाईन. 'जाऊन सांगा काही रानभरी (घाबरा) होऊं नको रे ।' ज्याने दहा घरची मजा पाहिली असेल तो एका ठिकाणी कशाला जाऊन बसेल बरे ?

'हे मी सांगते की खोटें खरें पुढे दिसेल ।
गोष्ट ऐकुनी दुसऱ्याचा वारा घेऊ नको रे ।।२।।

यानंतर नायिका दीपकपतंगाची प्रतिमा वापरून म्हणते,

''जगी सांगतात प्रीत पतंगाची खरी ।
झड घालुन प्राण देतो दीपकाचे वरी ।

हे मी सांगत असताना कां गे पडले भरी ।
रत्न टाकुन पदरात गार घेऊं नको रे ॥३॥
होनाजी बाळा म्हणे हजारांत शिरा ।
कळा दाऊन मोहून पती आणिले घरा ।
गेले पलंगी उभयतां मनोरथ पुरा करा ।
काशिराम म्हणे कल्पकांही ठेऊं नको रे ॥ ४ ॥

या लावणीत खऱ्या प्रीतीसाठी दिलेली दीपकपतंगाची प्रतिमा आणि रत्न टाकून पदरात गार न घेण्याचा सल्ला हे काव्यात्म वैशिष्ट्य आहे. आपला प्रियकर परस्त्रीकडे जातो याचे दुःख तिने व्यक्त केले आहे. आपल्या ठिकाणी असणारी कला योग्य प्रकारे वापरून तिने पतीला घरी आणले. होनाजी सांगतात, आता पलंगावर निजून आपले मनोरथ पूर्ण करून घ्या.

२५. विरहाच्या लावण्या

पती परदेशी गेला आहे. अशा स्त्रीचे विरह दुःख होनाजींनी एका लावणीत[२५] असे वर्णिले आहे -

२५. विरहव्याप्त आज सखे राजमंदिरी[२५]
अशा संकटामध्ये ते पति द्वीपांतरी ॥ध्रु.॥

मनात कामवासना निर्माण होते, परंतु पती जवळ नसल्याने मनाची व शरीराची कशी अवस्था होते, ते ही नायिका सांगते आहे–

निशी जशी कुमुदिनीशी जळी विकासती ।
होऊन प्रफुल्लित समीरसवे सुवासती ।
त्यात पुष्पहार ते विखार भासती ॥

रात्री चंद्राच्या प्रकाशात फुलणारे कुमुदिनी कमळ रात्री पाण्यात विकसित होते - समीरासवे सुवासिक होऊन प्रफुल्लित होते. त्यांचा पुष्पहार वियोगकाळात शरीराला विखार होऊन शरीराची आगडोंब होते.

शीतउपचारार्थ शयनी दहती अंतरी ॥२॥

पतिशिवाय ही घोर यामिनी कशी काढावी? त्यात आम्ही कुळशील कुळवंत कामिनी. आम्हांला 'परपुरुष चंद्रवरद चतुर्थीपरी ।' निज घर सोडून पारखे घरी जावे – (तर) असे वाटते की अहीफणावरी पद ठेविणे. आपल्या घरातील लोकांवरील प्रेम विसरून - गृहस्वार्थ विसरून, करूनी चित्त कठोर स्वामी कसे दूर राहिले?

अशा संकटामध्ये ते पती द्वीपांतरी राहिले.
कृपण तो धन रक्षून जसा वर्ततो जनी ।
परभाषणी धर्म तसे वागती मनी ।

या निश्चये लाभ वाटे सांबपूजनी । हृदयी म्हणे होनाजी बाळा
ध्यान हे धरी । अशा संकटामध्ये ते पति द्वीपांतरी ।

पती रागावून, रुसून दूर गेल्यामुळे विरहाकुल झालेली नायिका म्हणते–

२६. "या प्राणविसाव्यावाचून हा जीव पिसा ।[२६]
रुसला साजण समजेल आता ग बाई कसा ।।

त्यांचा स्वभाव असा रागीट आहे हे मला माहीत नव्हते –

सजण सखे पलंगावर पाहिन कधी ।
होईल दोघांची भेट साजणी जधी ।
पेढे वाटिन राजहंस समजला तधी ।
समजाऊन कोणता गुण दाऊं गुणनिधी ।
त्या परी नाही गुण दाऊं विशेष समज मधी ।।

त्यांच्या विरहामुळे मी वेडी झाली आहे. कोणाच्या बळावर मी एकटी जीवन कंठू?

रात्रंदिवस मन तळमळते 'पद पाहून केवळ मोर वनी झुरे जसा । रुसला साजण समजेल आता ग बाई कसा । सारा दिवस एकटीने काढून झुरून जीव हिंपुटी झाला आहे. या सुखशेजेवर मी एकटीच निजली आहे.

स्वप्नात सुखाची सुरत पाहून गोमटी ।
बाजूची उशी कवळुन मारिते मिठी ।
का रुसला होता म्हणून धरिली हनुवटी .
मग अंतरी आपल्या खुशाल होते मोठी ।

बाई ग, या शहरात माझ्या इतकी दुःखी स्त्री शोधून सापडणार नाही. माझी चूक काय झाली ते हरतऱ्हा करून चौकशी करा.

सोसेना मला या मनची जाचणी ।
उभी मूर्त सख्याची दृष्टि पुढे क्षणक्षणी ।
जिववेडा झाला कधी समजतील. धरधणी ।।

या विरहाकुल अवस्थेत नायिकेला इतर स्त्रिया आपणांना हसतील याचे वाईट वाटते आहे.

'बाई येथे नाही माझ्या बऱ्यावर कोणी ।
आगजाळ्या रांडा जळती मला पाहुनी ।
त्या हसती मनच्या मनात कळ लाउनी
इतराजी व्हावया वैर साधिती असा ।।३।।

त्यावर तिलाच उपाय सापडला. निराहार असावे आणि देवपूजा करावी.
'निराहार असावे देवाचे अर्चनी । आदरे पुजावे गिरजा गंगाधरा ।

संकटे निरसून जय ईश्वर देईल खरा ।
होनाजी बाळा म्हणे बरा धरी भरंवसा ॥

तत्कालीन कुलीन स्त्रियांच्या श्रद्धा या लावणीत व्यक्त झाल्या आहेत.
पतीपासून झालेला विरह तर उत्तमरीत्या चित्रित झालाच आहे. पण त्या काळातील
स्त्रिया संकटातून मुक्त होण्यासाठी निराहार राहून आदराने भक्तीने गिरिजा गंगाधरांची
पूजाअर्चा करीत, याचे दर्शन होनाजींनी घडविले आहे. विरहकाल संपावा आणि तिचा
प्रियकर तिला परत भेटावा यासाठी निराहार पूजाअर्चा करू इच्छिणारी नायिका या
लावणीत होनाजींनी रंगविली आहे.

२७. गावा जातो प्राणविसावा राहावा दोन गोष्टी सांगुन ।
पसरा पदर मजसाठी सख्यांनो घ्या एवढे त्याला मागुन ॥ ध्रु. ॥२७

यानंतर परगावी जाण्यासाठी केवढी मोठी जंगी तयारी केली त्याची मोठी यादी
दिली आहे. ती सख्यांना निरोप देते.

''आणीक एक सांगते सख्याला सांगा
सख्यांनो लवलाही । मुकामाशी तुम्ही जाल तेथे
चालून येईन आपुले पाई (पायी) ।
मग मज ठेविता शब्द देईन जीव पती बसता मजला त्यागुन ॥ २ ॥

लावणीतील स्त्री पतिव्रता आहे. नवरा मात्र वाईट चालीचा आहे. कारण पत्नी
म्हणते–

आपण खुशालीत तिकडे एकली दिनासारखी मी येथे । दहा घरच्या दहा रांडा
कशाला याद होईल माझी तेथे ॥

मला त्यांनी पूर्वी वचने देऊन फसविले आहे. दुधाला मी पोळले आहे म्हणून
आज ताक फुंकून पिते आहे. काल रात्री आमचे बोलणे झाले. मी बरोबर येते - मला
तुमच्याबरोबर घेऊन चला असे मी विनविले. पण 'जलद यावे दरकूच' अशी आज
वकिलाची पत्रे आली. तो मनसुबा राहिला. आता मी रंगमहाली एकटी राहिले आहे.

'चैन पडेना मला साजणी होती शरीराची काहिली ।
उद्या राहुन परवा मज टाकुन जातो सुखे ।
माझा वाली राहावे मर्जिमध्ये नसावे चार
दिवस पतीशी मागुन । होनाजी बाळा म्हणे
विनंती करा रात्रीची उद्या जागुन ॥ ४ ॥

होनाजींच्या लावण्यांतील सौंदर्य

होनाजींच्या लावण्यातील प्रीती 'प्रेम' हा उल्लेख

एका सुंदर स्त्रीचे पराक्रमी सरदारावर प्रेम बसते. त्या स्त्रीने "तो भुजंग मी केतकी । तो मीनकेतन मी रती ।' या प्रतिमांतून आपली प्रीती व्यक्त केली. या ठिकाणी प्रीतीचा अर्थ शरीर-मीलन असा आहे. परंतु दीपपतंगाच्या[२८] प्रतिमेतून प्रीतीची अर्थ अधिक सात्त्विकतेने व्यक्त झाला आहे. प्रारंभीच्या ओळी अशा आहेत.

२८. 'तुझ्या प्रीतीचे दुःख मला दाऊ नको रे ।[२९]
वधुनि जाई, प्राण घेई, जगीं ठेऊ नको रे ।।'

या प्रारंभीच्याच ओळींत होनाजींनी प्रीतीची उत्कटता व्यक्त केली आहे. नायिका पुढे म्हणते,

"जगीं सांगतात प्रीत पतंगाची खरी ।
झड घालून देतो प्राण दीपकाचे वरी ।
हे मी सांगत असतांना कां गे पडली भरी ।
रत्न टाकुन पदरात गार घेऊ नको रे ।।'

भारतीय भाषांत दीपकावर झडप घालून प्राण देणारा पतंग हे प्रेमाचे उत्तम प्रतीक मानण्यात आले आहे.

पुढील लावणीत होनाजींनी

२९. "प्रीतीची सांगतो गोष्ट तुज ।[३०]
ऐक सखे सांगतो प्रियकरे ।।"

असे म्हटले आहे. इतर शाहीरांप्रमाणेच होनाजीच्या प्रीतीच्या लावणीचा शेवटही शरीरमीलनानेच होतो.

'कळा दाऊन मोहून पती आणले घरां ।[३१]
गेले पलंगी उभयता मनोरथ पुरा करा
(लावणीचे नाव - प्रीतीचे दुःख, लावणी क्र ९४)
"पाहून आत नारीने नेला मग मंदिरात ।
भोगिला नेऊन आपल्या मंचकावरी ।।[३२]
(नाव - चंद्रवन कोमला प्रियकरा कोणी त्रासिले लावणी क्र ९५)

सात्त्विक शृंगारवर्णनाचा शेवट असा शरीरमीलनाच्या उल्लेखाने होणे यात गैर काहीच नाही. शाहिरांच्या लावण्यांत नेहमी शरीरावयवांचे आणि स्त्रियांचे उल्लेख, तसेच शरीरमीलनाचे उल्लेख बटबटीत शब्दांत केले जातात. त्या मानाने होनाजींच्या प्रीतीविषयक लावण्यांतील उल्लेख खूप सात्त्विक असल्याचे जाणवते.

होनाजींच्या लावण्यांतील स्त्रिया पुन्हा पुन्हा आपल्या एकनिष्ठ प्रीतीचा उल्लेख करीत असतात. एका लावणीतील स्त्रीने आपले प्रेम 'चंद्रचकोरा सारखे' आहे असे

म्हटले आहे.[३३]

''गोड बोलणे वरवर न कळे म्हणसी अंतरभाव कसा । चातकास प्रिय जळधर प्राण्या कृतनिश्चय तुज ठायी तसा । नित्य छळसी एकांती परंतु मला आवडला स्नेह असा ।

हे वाक्य वरले नव्हे अति हर्ष चकोरास प्रिय चंद्र जसा ।
माझी प्रीत तुजठायी किती आहे ऐक सांगते प्राणहंसा ।
अवरजून (आवर्जून) पंचप्राण झड घालिती
खगेंद्र सुधारसा । परंतु एकटी तुझ्या लौकिकासाठी
निजत्ये एकभुजी ।।३।।

तिचे प्रेम 'चंद्र चकोरासारखे' अथवा 'जलधर चातकासारखे आहे. चंद्राची चकोराला आणि जळधराची चातकाला आस असते. तशी मला तुझी आस आहे. या प्रेयसीला या प्रियकराची आस आहे. यातून तिची निष्ठा व्यक्त होते. दुसऱ्या एका लावणीतील नायिका -

''एकचित्ते करू वर्तणूक दोघेजणे ।[३४]
कायावाया मानसी. हर्षाकृत मने ।
असे म्हणून पतीशी होणारी
आपली एकरूपता व्यक्त करते. सद्गुणी
पुरुष पाहून आपण प्रीती केली म्हणून

पतीने आपल्यावर एकनिष्ठ प्रेम करावे अशी अपेक्षा असणारी स्त्री आणखी एका लावणीत होनाजींनी रेखाटली आहे. ती स्त्री म्हणते,

३०. ''कृपावंत कोवळे ह्रदईं मन पाहून प्रीत केली ।
नाही लालूच द्रव्याची दर्शनाची मी भुकेली ।
स्मरण करा काय काय केली पूर्वीची बोली ।
त्याच रीती जगवावे शरीर हे ममतेच्या खाली ।
प्रीतीने आवडते तुम्हांला मी लवंग ओली ।
दूर भिरकावू नका सोबतीण जन्माची झाली.

याप्रमाणे या स्त्रिया एकनिष्ठ प्रीती करणाऱ्या कुलीन (घरंदाज) नायिका आहेत.

होनाजींच्या लावण्यांतील नायिका पतिनिष्ठा व्यक्त करताना दिसतात. एका लावणीत[३६] होनाजींनी स्त्री-पुरुषांचे भाषण नाट्यात्मक पद्धतीने रंगविले आहे. त्यात पत्नी पतीला म्हणते–

३१. ''पूर्वी कपाळी खचित सख्या अक्षर लिहिता विधी ।[३६]
टळेना टाळण्याने कधी ।

हेत ठेवून मजवर घिरट्या घालित होतां आधी ।
लाधली प्रीत नाही तधीं ।
ऋणानुबंध स्नेह घडला प्राणसख्या गुणनिधी ।
सिद्धी न्या आपण जगत्रामधी ॥२॥''
''रूपरंग चातुर्यकला पाहुन झालो खुषी ।
म्हणऊन एकांत केला तुसी ॥ धृ. ॥
असे पती म्हणतो. तुझ्या ठिकाणी क्षमा, शांती, दया, मर्यादा हे गुण आहेत,
'नीर गंगेत निर्मळ जसे । वदनचंद्र न्याहाळिता तुझा आम्हां भासले कसलें ।
शेवटी पीत नेसला असे ।
परीस आणि लोखंड सखे उभयांचे समरसे ।
निवडते शुद्ध कांचन जसे ॥
अशी पती तिची स्तुती करतो. त्यावर पत्नी म्हणते–
''पसरून पदर मागते । मर्जि रक्षून वागते।
सत्क्रियेस मी जागते ।
केली तदर्पण तनु आपली ही नवती लुसलुसी ।''
याप्रमाणे पतीला पत्नीने प्रत्युत्तर दिले.

शृंगारातील सात्त्विकतेचे - पतिव्रतेच्या एकनिष्ठपणाचे - रूप पुढील लावणीत[३७] चांगल्या तऱ्हेने व्यक्त झाले आहे.

३२. 'कोण अता दुसरा? ईश्वरठायी तुम्हां मोजिते ।[३७]
जेविता तुम्ही मग जेवते ॥
उणे शब्द लोकांचे बोलणे मुकाट्याने सोशिते ।
फार तुमच्या रागाला भिते ॥
विचारल्या विरहित काय मी करिते आपल्यामते ।
पाजितां तितुकें पाणी पिते ॥
जें तुम्हांस मला, सदा तुमच्याच विचारात मी ॥''

पत्नीची निष्ठा, आज्ञाधारकपणा व विनय या लावणीत होनाजींनी दर्शविले आहेत. या लावणीत होनाजींनी–
''जसे वनवासामधे पाखरू । कसे राहवते ?
आता उभयता न ये कंटाळा करू?''
अशा ओळी लिहिल्या आहेत.

''जसे वनवासामधे पाखरू कसे राहवते?'' हा दृष्टांत योग्य वाटत नाही. कारण वनवासात पाखराला सोडले तर त्याला बरेच वाटते. वनवासात त्यांची चैनच

आहे. वनवासात त्याला निराधार न वाटता सर्वत्र मुक्त संचार करायला मिळाल्यामुळे पाखरू अधिक आनंदी राहू शकते.

होनाजींनी दुसऱ्या एका लावणीत अशीच एक उपमा दिली आहे.

"जसे जहाजावरले पक्षी, दुजे स्थळ नाही.' ही उपमा अधिक समर्पक आहे. जहाजावरील पाखरू कितीही लांब उडत गेले तरी त्याला परत त्याच जहाजावर यावे लागते.[३८]

अखेरीस पत्नी पतीला विनविते–

"दान प्रीतीचे, म्हणून पद किती आदराने धरू?
करा प्रतिपाळ जसे लेकरू ।
मूळ प्रीतीचे तुम्ही निर्वाहक, कशी तुमचेविण तरूं?"

प्रेयसीने अशी कळकळीची विनवणी केली हे होनाजींच्या लावणीचे वैशिष्ट्य म्हणून नोंदवावे लागते. दुसऱ्या एका लावणीतील[३९] नायिका आपल्या पतीची काळजी करताना आढळते. मुलुखगिरीसाठी - धन मिळविण्यासाठी परदेशी गेलेल्या आपल्या पतीबद्दल तिला काळजी वाटते. ती म्हणते– "उत्तर देशाची मुलुखगिरी कठीण असते. तेथे खूप झाडी आहे. वनात भिल्लांची वस्ती असून जंगलातील जनावर फार क्रूर आहेत. म्हणून त्यांनी मुलखगिरीवर जाऊ नये. 'त्यांची माझी जेव्हा एकान्ती गाठ पडते, तेव्हा मला लाजशरम वाटू लागते. परंतु ते गेल्यावर मी दिवस कशा रीतीने व्यतीत करू?" असे या लावणीत पत्नीचे पतीवरील प्रेम व्यक्त झाले आहे.

होनाजींनी पत्नीची पतीवरील निष्ठा आणखीही काही लावण्यांत वर्णिली आहे–

३४. "सत्यवान सावित्री जन पूजिती अद्यापिवरी ।[४०]
सौभाग्याच्या राशी कीर्ति या त्रैलोक्याभीतरी ।
हाच स्त्रियांचा नेमधर्म करावे पतिसेवार्चन घरी ।
प्रसन्न मर्जी करून करावा लगट दिसोदिस आधी ।
या सर्वांआधी जागी होय निद्रा सर्वांमागुन करी ।"

पतिव्रतेने असे आचरण ठेवावे. सासूसासऱ्यांची सेवा करावी । (दास्य करावे, असे म्हटले आहे.) नंतर पतिसेवा करावी. एकांती केवळ रंभेप्रमाणे वर्तन करावे. पतीला सुरताचा आनंद द्यावा. नंतर पतीचे पाय आपल्या हातांनी चुरावे.

"यथा अनुकूल धर्म वासना । संतोष सदा अंतरी ।
जी गोष्ट प्रिय स्वामिला त्याच गोष्टी साक्षेपी करी ।"

असा पतिव्रता स्त्रीला होनाजींनी यात उपदेश केला आहे. एकांतात पतीशी रंभेप्रमाणे वागावे असे सांगितले आहे. याचा अर्थ सुंदर स्त्री आपल्या आवडत्या पतीला

जसे भरभरून शरीर सुख देते तसे पत्नीने पतीला रिझवावे (सुरतानंदी) असे सुचविले आहे.

३५. होनाजींची 'घडी घडी अरे मनमोहना'[४१]

ही नाट्यगीताच्या स्वरूपाची लावणी आहे. एका कडव्यात प्रेयसी आपले विचार मांडते नंतर लगेच तिचा प्रियकर दुसऱ्या कडव्यात आपल्या मनातील भाव व्यक्त करतो. त्यांच्या या संभाषणात प्रियकर-प्रेयसी यांच्यातील एकरूपतेच्या माधुर्याचा प्रत्यय कसा येतो ते पहा–

प्रेयसी म्हणते–

घडी घडी अरे मनमोहना हांसुन गुणीजनां देखता नको बोलूं मशी ।

भरम धरील जन तुझा माझा पहा

पुरती चौकशी ॥

असे प्रेयसीचे म्हणणे ऐकल्यावर पती तिच्या रूपगुणांची स्तुती पुढीलप्रमाणे करतो.

"छबीदार सुरत साजिरी दिसे गोजिरी बरी

आवडलीस माझ्या मना ॥"

पत्नी सांगते – "कोठे दिसेना दुजा पुरुष मज

तुजसारखा देखणा ।

संपन्न गुणामधी असा रूपाने कसा

जसा अमृतकर तारांगणा ।

तुझा मुखडा पाहता क्षणक्षणा–

शिरी पगडी कंगणीदार दिसे सुकुमार फार नाजुक बांधा ठेंगणा । किती करिशील पोषाग दृष्टी लागेल ग या चांगुलपणा ।"

अरे, अंधारी रात्री तू एकला नको येऊ, असे तुला किती वेळा सांगू. होईल एखादा घात तुझा

मज पापिणीचे संगती ।

मला वाटते, कुठून तुझी प्रीत लागली ।

रोज निज उठून, तुटून जिव पडतो - झालें पिसी,

पती म्हणतो, - दिसतसे चटकचांदणी अगे साजणी ।

मनी तू ठसली आमच्या गडे ।

छंद लागला तुझा आम्हांला रात्रंदिवस फाकडे ॥

वाट पहात बससील नमून (दमून?) येतो आम्ही

म्हणून आणून ठेविसी मिठाई पुढे

काया वाचा. मने तुझे चित्त आमच्या वाटेकडे ।
निजध्यास सदा अंतरी फिदा तुजवरी घरीं
स्वत:सिद्ध करूनिया विडे ।
एकांती मुखी घालता चकाकतिल
तुझा हातांतील चुडे ॥

पती पत्नीशी प्रामाणिक आहे. तो स्पष्टपणे सांगतो की तू आमचे मन मोहिले आहेस, याचा आम्हांला संतोषच आहे. तुझे मन निर्मळ असल्याचे आम्ही पाहिले आहे.

होईल ते हो गडे तुला शिर संकल्पून वाहिले । इष्काची चटक लागली जिवा चांगली रंगली वृत्ति आमची तुजपासी । भरम धरील जन तुझा नि माझा पहा पुरती चौकशी ।

प्रेयसी उत्तर देते -

''हे प्रियकरा, मी सर्वस्वी तुझी दासी अहे.

मनात दुसरा कोणताही विचार आणू नको, ''शरीर तुला अर्पिले प्रचित पहा कर याचा विकरा ।

हृदयात करुनि मनसुबी पहा तरि खुबी
उभी मी तुज सन्मुख सुंदरा
जपुन टाकी पाउले तुला विनविते राज अंबिरा ॥

असे ती सांगते! तर तिच्या जावा नणंदा बाटग्या सासरा सासू मोठी निर्दय. माहेरी भाऊबंदीची, मायबापाची जप्ती.

वळचणीला खूप दुष्ट लोक आहेत. घराच्या आसपास दडून बसलेत - लढून एखादे दिवशी ॥

होनाजीं बाळा म्हणे भले वेड लाविले
वेधले तनमन नव संगतिशी ।
बापूधोंडीचे गुण प्रसंगामधी केवळ समरसी
एका लावणीत प्रेयसी म्हणते—

३६. ''तुझी माझी प्रीत येकदा कधी ।
घडल् घडल् घडल् ॥ धृ. ॥
माझी भरनवती आगरास ।
भोगायास न्या घरास । पाणी विषयसागरास ।
चढल् चढल् चढल् ॥
कुच कंचुकीत तटतटीत । मद अंतरी धडधडीत ।
जसे नवनीत कडकडीत । कढल् कढल् कढल् ॥

या गोष्टी अवघडा । जाळ्यावर सावघडा ।
नावाचा चौघडा । झडल् झडल् झडल् ।।
होनाजी बाळा मथन । करिता होय विरहपतन ।
अहेरणी मधी उंची रतन । जडल् जडल् जडल् ।।

रचनेच्या दृष्टीने ही लावणी वैशिष्ट्यपूर्ण आहे. पहिल्या ध्रुवपदात तुझी माझी प्रीत एकदा कधी घडल् घडल् घडल् अशी क्रियापदाची पुनरुक्ती झाल्यावर पुढील प्रत्येक कडव्यात अनुप्रासयुक्त क्रियापदांची पुनरुक्ती साधली आहे. क्रियापदेसुद्धा उत्तान शृंगारिक आशयाला अधिक प्रभावी करीत आहेत. उदाहरणार्थ, विषयसागरास पाणी चढल् चढल् चढल् ।

कुचकंचुकीत - तटतटीत - धडधडीत
जसे नवनीत कडकडीत - कढल कढल कढल
चौघडा झडल् झडल् झडल् विरहपतन रतन
जडल् जडल् ।। याचा अर्थ

अनुप्रासांनी आणि क्रियापदांच्या पुनरुक्तींनी लावणीत शृंगाराचा प्रभाव वाढविला आहे. गती आली आहे. होनाजींची अशीच एक तरुणीच्या सौंदर्याचे वर्णन करणारी लावणी प्रसिद्ध आहे.[४३]

३७. १. लटपट लटपट तुझे चालणे मोठे नखऱ्याचे ।
२. बोलणे मंजुळ मैनेचे ।। ध्रु. ।।
३. वय वरुषे पंधराची - दिसे चंद्राची प्रभा ढवळी ।
आकृति लहान दिसे कवळी ।
दिसे नार सकुमार, मुदराखडी वेणीत आवळी ।
४. नरम गोजिरे गाल । होट पवळी ।
रूप स्वरूपाचा झोक दिव्य नारी लोट चवळी ।
जशी चमके नागीन गौवळी ।
५. तारुणपण आंगांत अंगात नोक मदनाचे जोराचे ।

हे शरीराचे सौंदर्य झाले. आता चालणे, बोलणे हालचाली पहा. त्यात प्रभा ढवळी, चवळी कवळी, होट पवळी, नागिन गौवळी, लखलखाट, चकचकाट, जैसे दुकान बोहोऱ्याचे यासारखे पूर्णपणे मराठी प्रतिमा अलंकार वापरले आहेत.

६. डुलत डुलत चालणे, बोलणे बहु मंजुळवाणी ।
नाही दुसरी कोणी इजवाणी ।।
७. न पडे नख दृष्टीत कुठे सृष्टीत इच्यावाणी ।।
होनाजींची स्त्रीसौंदर्याचे सरस वर्णन करणारी लावणी[४४]

३८. तूं पाक सुरत कामिना । कीं दाही बोटीं मीना ।''
हातामध्ये वीणा । घेऊनी गाती ।
तुला गुणीजन अवघे चहाती ।
नारी तुझी गजाची चाल । भांगी गुलाल ।
मुलायम गाल । नवी नवती तूं सख्ये चंद्रकळा सवती ।
इंद्राघरिची पुतळी । आली ग भूतळी ।
चतुर मंडळी तुझ्या भोवती ।
गायनामध्ये गुणीजन स्तविती
ठेंगणी आकृती सुकुमार । काल जाणार
तीर नेत्रांचे नार ओवती । कितीक दर्शनेच नाणवती ।
कंबर बारिकशी बुंद । मनामधि कुंद । मिजाजित धुंद ।
रुंद छाती । तुला गुणीजन अवघे चहाती ।।
नाकी नयनी सर्जेदार । दिसे बेबहार ।
आंगावर जोहार फार खुलले ।
वनीं जणु पळस तरू फुलले ।
नाजुक कमळाचा देठ । करांगळ्या पेठ ।
दंत दाळिंब थेट उठले । गुणावर जन अवघे भुलले ।
गाण्यात कुशल सर्वदा । हसतमुख सदा ।
पाहुन तुझी आदा । भुलून झुकले ।
सुगर जन नाग होउन डुलले ।
म्हणे होनाजीबाळा गड्ये अहो फांकडे,
तुझी चहुंकडे । गुणाची ख्याती । तुला गुणीजन अवघे चहाती

३९. सखे गुलअनार गुलचमन[४५]
–होनाजी

या लावणीत स्त्रीचे रूपवर्णन विविध पद्धतींनी होनाजींनी केले आहे–
प्रारंभी तिचा चेहरा आणि मधुर बोलणे याचे सौंदर्य उल्लेखिले आहे–
''सखे गुलअनार गुलचमन निशीचा रमण
तसा गोजिरा तुझा मुखवटा ।
कंठामधिं कोयाळ मधुर बोलणे रंग गोरटा ।। ध्रु. ।।
(गुलअनार = डाळिंबीचे फूल. गुलचमन - फुल बाग. निशीचा रमण = चंद्र)

गुलअनार आणि गुलचमन तसेच रात्रीचा रमण या सुंदर गोष्टीसारखा, हे सखे तुझा मुखवटा (चेहरा) गोजिरा आहे. तुझा रंग गोरा आहे आणि कंठात कोकिळा

असावी असा गोड गळा - मधुर बोलणे आहे. बांधीव बुचड्याची लबक, पदर अति सुबक घेतला आहे. तिपेडी वेणी तू घातली आहेस, चंदनाच्या फांदीला जसा काळ्या नागिणीचा लपेटा (विळखा) असतो, तशी तिपदरी वेणी तू खोचली आहेस.

''मुलतानी भंवया कशा कमाणा
जशा बहार मधिं कुंकाचे टिकलिचा ।
नरम ओठ पोवळे तुझ्या नासाग्री झोक नथनिचा ।
कंबर बारिकसी बुंद छाति तुझी रुंद
सडक बांधा नाजुक देहिचा ।
लाजुन बसशिल दूर पदर शिरि सरसाउन युक्तिचा ।
नैनाचा कहरी झोंक जराशी नोक कळे न कळे फिरविसी पटा
कंठामधि कोयाळ मधुर बोलणे रंग गोरटा ।। १ ।।

धनुष्यासारख्या बाकदार कमानी भुवया ।

भुवयांची मुलतानी कमान, दोन भुवयांमध्ये कपाळावर कुंकवाच्या टिकलीची बहार आहे. तुझे नरम ओठ जणू लाल पोवळेच. (लाल रंगाचे रत्न) तुझ्या नाकाच्या अग्रावर नथनीचा-नथीचा झोक आहे. कंबर बारिकशी बुंद आणि छाती तुझी रुंद. देहाचा बांधा अगदी सरळ सडक.

''लाजुन बसशिल दूर । पदर शिरिं सरसाउन युक्तिचा'

तू लाजून दूर बसशिल. डोक्यावर युक्तीने पदर घेतलेला – तो सरसाऊन तू येतेस. डोळ्यांचा झोक पराकाष्ठेचा कहरी, झोंक जराशी नोक... कळेल न कळेल असा वस्त्रावरून हळूच हात फिरवितेस.

'फिरविसी पटा' 'कंठामधि कोयाळ मधुर बोलणे' ।। १ ।।

''कानात काप साखळ्या दंडि दंडुळ्या शिरि शोभे केकत राखडी
चोळि अंगामधि तंग बहुत नारंग । दिसती फाकडी ।
हिरकण्या दंतपंगती अधरसंगती त्यात सखु तुझी रंगती विडी ।
कंठामधि पिक दिसे अशि गं तू रूपसुंदर फुलछडी ।
तुझि - आमची मोहबत पाक झालो मुश्ताक तुजवर आम्ही इष्की गडी ।
चैन पडेना कुठे याद सखु होति तुझी घडि घडी ।
वाटे दर्दाचे भये भरंवसा नये तुम्हि नारि केवळ चंचल नटा ।
कंठामधि कोयाळ मधुर बोलणे रंग गोर ।। २ ।।

या कडव्यात शरीरावरील अवयवांवर कोणकोणते दागिने घातले आहेत, पोषाख कोणता केला आहे आणि या सर्वांचा आपल्या मनावर कोणता परिणाम झाला आहे ते सर्व हिंदी-उर्दू शब्दांचा वापर करीत सांगितले आहे. ते म्हणतात, कानात

काप, साखळ्या, दंडात दंडुळ्या, शिरावर केकत राखडी शोभत आहे. अंगात नारंग रंगाची बहुत तंग चोळी घातली आहे. ती फार चांगली दिसते आहे. दंतपंगतीत हिरकण्या चमकत आहेत. अधराच्या रंगाला त्या शोभून दिसतात. त्यात सखू, तुझ्या तोंडात विडा रंगला आहे. तू इतकी सुंदर दिसत आहेस (आणि तुझे शरीर इतके मृदु मुलायम आहे की) खाल्लेल्या विड्याची पिंक गळ्यातून खाली उतरताना दिसते आहे.

"अशि ग तू रूपसुंदर फुलछडी ।
तुझि आमची मोहबत पाक झाली मुश्ताक तुजवर आम्ही इष्की गडी ॥ २ ॥

'शरीरावर घातलेले दागिने, अंगात घातलेला नारंगी तंग चोळी, दंतपंगतीत हिरकण्या, तोंडात विडा रंगलेला, त्याची पिंक तुझ्या गळ्यातून खाली उतरताना दिसते आहे, अशी तू सुंदर दिसतेस. त्यामुळे आमची तुझ्यावर मोहोब्बत आहे. आम्ही पाक झालो. आम्ही प्रेम करणारे इष्की गडी तुझ्यावर खुश आहोत.' असे तिच्या सौंदर्याचे आणि मनावर झालेल्या पवित्र संस्काराचे वर्णन नायकाने केले आहे.

पुढे तिच्या सौंदर्याचे, दागिन्यांचे तपशील देऊन आपला तिच्यावर कसा जीव जडला आहे, ते नायक सांगतो–

"उंबर सोळा सत्रात शरम नेत्रात दशा तारुण्य लहान आकृती
रूप, रंग आणि सुवास निर्मळ जसि पत्रें केंकती ।
या तीन गुणांची निधी गजाचे पदी गमन तुझे मधिं मर्यादा किती
या चिन्हे मंडित पाहुन खुष तुजवर चित्तवृत्ती ।
चातुर्यपणे मन धरून आर्जवावरून सखे तू मोहिलेस मजप्रती ।
रसिक भाषणामधी उभयतां नित घडती जागृती ।
गोड गोड ऐकुन शब्द होतसों लुब्ध अशी सहजात उडविती घटा ।
कंठामधि कोयाळ मधुर बोलणे रंग गोरटा ? ॥ ३ ॥"

हे सखे, तुझे वय अजून सोळा सत्रा असेल. तुझी तारुण्यदशा असून तुझ्या नेत्रात सलज्जता (शरम) आहे. तुझी आकृती लहानखोरी, ठेंगणी ठुसकी आहे. केकती दागिन्याचे पत्रे पातळ तसे डोक्यावरील दागिन्याचे रूप आणि निर्मळ सुवास केकती पत्रासारखा. असा तुझा आकर्षक रंग आणि तुझे देखणे रूप या तीन गुणांचा एकत्रित निधी तुझ्या ठिकाणी आहे. तुझी चाल गजगती आणि वागण्यात किती मर्यादा आहे.

"या चिन्हेमंडित पाहुन खुष तुजवर चित्तवृत्ती." या सर्व शुभ सुंदर चिन्हांनी युक्त अशा तुला पाहून माझ्या चित्तवृत्ती संतुष्ट, खुश झाल्या आहेत. तू चतुरपणे बोलून व तुझ्यातील आर्जवामुळे तू मला मोहिनी घातली आहेस. तुझे गोड गोड शब्द ऐकून मी सहजच लुब्ध होऊन जातो. गोड गोड शब्दांत बोलून सहजपणे तू डोक्यावरील घटा उडवितेस. तुझ्या कंठात किती गोड कोकिळेसारखे मधुर बोलणे

आणि तुझा रंग गोरटा – मी तुझ्यावर लुब्ध झालो आहे. ३. सखे, तुझ्या गळ्याची आण घेऊन सांगतो की हे सुंदरी आम्हांला तुझे ध्यान लागले आहे. तू दृष्टीस पडली नाहीस तर–

'सखे तुझ्या गळ्याची आण अम्हांला ध्यान
लागले फार तुझें सुंदरी ।
जिवा वाटे हुरहूर गडे तूं दृष्टिस न पडती जरी ।'' असे तो सांगतो.
''पंगतीत बसुनि भोजनि आठव
साजणि होति घडोघडी हृदय अंतरी ।
पाणि हातावर पडतां धावत येतो सखे तुजघरीं ।
मुख पाहतो तुझे गडे जेव्हा मनामधे तेव्हा
हर्ष आमचा न मावे अंबरी ।
पाक स्नेहामधि कल्प कदा काळी न पडे ते करी ।
जेथ अशा स्नेहाचि जात तेथ उभयतांत
नसावा द्वैतभाव ओखटा ।
होनाजिबाळा म्हणे सखे ने पाक प्रीति शेवटा ।। ४ ।।

असे हे एक सुंदर प्रेमगीत आहे. जेवायला पंगतीत बसलो तर भोजन करताना हृदयांतरी तुझा आठव होतो. भोजनानंतर हातावर पाणी पडताच, सखे, आम्ही तुझ्या घराकडे धाव घेतो. तुझे दर्शन होताच आमचा हर्ष आकाशात मावेनासा होतो. असा आपला पवित्र स्नेह. यात कधी काळी विकल्प होणार नाही असे काही कर. जिथे अशा स्नेहाची जात असते तिथे आपणां उभयतात ओखटा - नीच प्रतीचा, द्वैतभाव नसावा. होनाजीबाळा सांगतात, ''ने पाक प्रीति शेवटा.''

''तू पाक सुरत कामिना'' या लावणीतील काही कठीण (अपरिचित) शब्दांचे अर्थ येथे दिले आहेत.

शब्दार्थ :

१) गुलअनार गुलचमन निशीचा रमण तसा गोजिरा तुझा मुखवटा = हे सखी, तुझा चेहरा डाळिंबीच्या फुलासारखा गुलाबी तांबूस आणि देखणा, गुलचमन फुलांच्या ताटव्यासारखा प्रफुल्लित व रात्रीच्या चंद्रासारखा सतेज टवटवीत आहे. २) मुलतानी = एक प्रकारचे धनुष्य (मुलतानी भंवया कशाकमाणा-मुलतानी धनुष्यासारख्या भुवईच्या कमानी.) ३) बुंद = सुंदर, गोंडस ४) नैनाचा कहरी कहरी = घायाळ करणारे (कहरी) सुंदर डोळे. ५) केकत = डोक्यातील एक दागिना (शिरावर केकत राखडी) ६) नादर = दुर्मिळ, मौलवान, उत्कृष्ट, आश्चर्यकारक ७) पाक = शुद्ध, ८) मुश्ताक = फिदा,

आषक, अनुरक्त (तुझी आमची मोहोब्बत पाक झालो मुश्ताक तुजवर = तुझे व आमचे प्रेम जमले; आम्ही शुद्ध झालो, तुझ्यावर आम्ही अनुरक्त (फिदा) झालो, ने पाक प्रीती शेवटा = आपले शुद्ध (पवित्र) प्रेम शेवटास ने) ९) ओखटा भाव = तिरस्करणीय अथवा गलिच्छ भाव. १०) विडी = विडा, ११) दर्द = दु:ख अथवा प्रेमाची विव्हळ अवस्था १२) कंठामधि कोयाळ = कंठात कोकिळेसारखा मधुर शब्द (बोलणे)

---

४०. घनश्याम सुंदरा श्रीधरा अरुणोदय झाला.

होनाजी बाळा यांच्या उत्तम काव्यलेखनाचा नमुना ही भूपाळी येथे पहावयाची आहे. होनाजी म्हणतात,४६

घनश्यामा, सुंदरा श्रीधरा, अरे अरुणोदय झाला आहे. वनमाळी, उठि लवकर. उदयाचळी सूर्य (मित्र) आला आहे. आता होनाजी प्रात:काळच्या निसर्गाचे आणि गावात सुरू झालेल्या दिनक्रमाचे, व्यवहारातील हालचालींचे सुंदर, हुबेहूब, साक्षात, जिवंत वर्णन करतात.

१. सायंकाळी एकेमेळी द्विजगण अवघे वृक्षी ।
अरुणोदय होताच उडाले चरावया पक्षी ॥

२. अघमर्षणादि करुनि तापसी तपाचरण दक्षी ।
प्रभातकाळी उठुनि कावडी तीर्थपथ लक्षी ।

३. करुनि सडासंमार्जन गोपी कुंभ घेऊन कुक्षी ।
यमुनाजळासि जाती - मुकुंदा तूं दध्योदन भक्षी.

आता अन्य वर्णन असे - कमळिणींपासून भ्रमराची मुक्तता होऊ पहात आहे. तिमिराचा नाश होऊ लागलेला आहे. पूर्वदिशेने मुख धुतले आहे. उठि लवकरी गोविंदा, सावळ्या नंदकुमारा ॥

मुख प्रक्षाळण करी । अंगिकारि भाकरकाला ॥ उदयाचळी.

४. गोकुळातील प्रसन्न पवित्र वातावरणाचे दर्शन होनाजी असे घडवितात—

घरोघरी दीप अखंड (जळत असतात.) त्याच्या वाती सरसाऊन सप्रेमे गोपी गीत गाती, सदना येती जाती. गृहकर्मी प्रवर्तून रंगावळि घालु पाहती । आनंदकंदा, प्रभात झाली, उठी, सरली राती. धेनू हंबरती. ऊठ, क्षीरपात्र हाती घेऊनि काढि धार दारि उभे गोपाळ, हाक मारुनि तुजला बाहती ॥ (बोलावतात)

५. आता श्रीकृष्णाच्या पोषाखाचे, अलंकाराचे वर्णन -

हे मुक्तहार कंठी, घाली या रत्नमाळा ।
हाती वेत्रयष्टि बरवी, कांबळा घेई काळा ।
ममात्मजा, मधुसुदना, हृषिकेशी, जगत्पाळा—

उठि लवकर वनमाळी. वासुरे धेनुस्तनपानाला लक्षितात. उठि लवकर.

६. गोपिका प्रात:स्नाने करून अलंकारे नटती ।
कुंकमादिं चर्चुनी मंथनालागि आरंभीती ।
प्रेमभरित अंतरात वदनीं नामावळी गाती ।
अर्घ्यदान देऊनिया द्विजगण देवार्चन करिती ।
नेमनिष्ठ वैष्णव ते विष्णुपूजा समर्पिती । स्मार्त शिवार्चनसक्त
शक्तीते शाक्तहि आराधिती ।।

याप्रमाणे तत्कालीन वेगवेगळ्या भक्तिपंथांचे भक्त आपापली दैवते पुजू लागले आहेत, असे होनाजी सांगतात. ऋषीगण आश्रमवासी - जे निरंजनी धाले - अरुणोदयि आपुलाले ध्यानी निमग्न झाले. पंचपंच उष:काली रविचक्र निघो आले।

हे श्रीकृष्णा, तू एवढा वेळ झोपलास म्हणून नंदराजाला समजले तर? उठि लवकर वनमाळी. --

७. होनाजींनी या एकाच लावणीत - म्हणजे पहाटे गोड गळ्यावर गावयाच्या भूपाळीत किती विविध प्रकारचे रम्य, पवित्र वातावरण, ग्रामीण जीवन वर्णिले आहे.

८. अरुणोदय झाला. विद्यार्थी विद्याभ्यासास्तव गुरुपायी सादर झाले आहेत. शिष्य उदयाचलीच्या अध्ययनाला उद्युक्त झाले आहेत. गुरूही अध्यापन करू लागले आहेत.

याज्ञिक जन कुंडामधि आहुति टाकतात. पाही.
रविप्रभा पडुनिया उजळल्या शुद्ध दिशा दाही.

आता वासल्ययुक्त शब्दांत होनाजी स्तवन करीतात–

१. हे माझे पाडसे सांवळे उठ कृष्णाबाई ।।
सिद्ध सवे बळिराम घेऊनि गोधने वना जाई ।।

मागील लावणीत क्र . ९ मध्ये जसे अत्यंत भक्तिपूर्वक श्रीकृष्णाचे स्तवन केले आहे तसे 'घनश्याम सुंदरा' : मध्येही करून–

२. मुनिजन मानसहंसा, श्री मन:कमलशृंगा ।
मुरहर पंकजपाणी, पद्मनाभ श्रीरंगा ।
शकटांतक सर्वेशा, हे हरि प्रतापतुंगा ।।

३. कोटिरवीहुनी तेज आगळे तुझिया वदनाला
होनाजीबाळ नित्य ध्यातसे, हृदयीं नाममाळा ।
उठि लवकर वनमाळी उदयाचळी मित्र आळा ।
घनश्याम सुंदरा श्रीधरा अरुणोदय झाला ।

हे श्रीकृष्णा, तुझ्या वदनाला कोटरवीहून आगळे तेज आले आहे. तुझी

नाममाला होनाजी आपल्या ह्रदयात नित्य ध्यान करतो. हे वनमाळी, उठ लवकर. उदयाचळी सूर्य आला आहे. अरुणोदय झाला आहे.

उत्तम वातावरणनिर्मिती, योग्य अशी संस्कृतयुक्त शब्दयोजना, श्रीकृष्णाचे भक्तिरसपूर्ण भजन, चिंतन या सर्वांमुळे ही भूपाळी जगात सर्वत्र पसरलेल्या मराठी माणसांच्या मनात मानाचे घर करून राहिली आहे.

**

तळटीपा :

या प्रकरणातील लावण्या (१) होनाजी बाळाकृत लावण्या - संपादक शं. तु. शाळिग्राम (संक्षेप - हो.ला. शाळि. ला. क्र.)

(२) मऱ्हाटी लावणी - म. वा. धोंड (संक्षेप मऱ्हाटी लावणी-धोंड पृष्ठ)

(३) अंधारातील लावण्या -य. न. केळकर या लावणीसंग्रहातून घेतल्या आहेत.

१. हो. ला. शाळि. ला. क्र. २३

२. हो. ला. शाळि. ला. क्र. २२

३. हो. ला. शाळि. ला. क्र. ८

४. हो. ला. शाळि. ला. क्र. १२

५. हो. ला. शाळि. ला. क्र. ९.

६. हो. ला. शाळि ला. क्र. १९

७. हो. ला. शाळि. ला क्र. १०५.

८. हो. ला. शाळि. ला. क्र. ७९

९. हो. ला. शाळि क्र. १०४

१०. हो. ला. शाळि. ला. क्र. ९७ ('सर्वगुणसंपन्न सखे राजेंद्र') हो. ला. शाळि. ला. क्र. ७६ ('सुरतपाक देखणा पुरुष')

११. मऱ्हाटी लावणी - म. वा. धोंड पृष्ठे ८७-८८

१२. अंधारातील लावण्या - य. न. केळकर ला. क्र. १४, पृष्ठे, २१ ते २४

१३. हो. ला. शाळि. ला. क्र. ८९

१४. मऱ्हाटी लावणी म. वा. धोंड पृष्ठे १७४-१७५

१५. अंधारातील लावण्या - य. न. केळकर ला. क्र. १

१६. मराठी लावणी वाङ्मय - गंगाधर मोरजे पृ. १२९.

१७. अंधारातील लावण्या - य. न. केळकर ला. क्र. २

१८. कित्ता ला. क्र. ३

१९. कित्ता ला. क्र. ४
२०. होना. ला. शाळि. ला. क्र. ६१
२१. कित्ता ला. क्र. ६२
२२. कित्ता ला. क्र. ४९
२३. कित्ता ला. क्र. ८१
२४. कित्ता ला. क्र. ९४.
२५. कित्ता ला. क्र. ४६.
२६. कित्ता ला. क्र. ४८.
२७. कित्ता ला. क्र. ९६
२८. कित्ता ला. क्र. १०५
२९. कित्ता ला. क्र. ९४
३०. कित्ता ला. क्र. ९५
३१. कित्ता ला. क्र. ९४.
३२. कित्ता ला. क्र. ९५
३३. कित्ता ला. क्र. ६९
३४. कित्ता ला. क्र. ६८
३५. कित्ता, ला. क्र. ८६
३६. कित्ता ला. क्र. ५८
३७. अंधारातील लावण्या - य. न. केळकर, लावणी क्र. ५९
३८. अंधारातील लावण्या - य. न. केळकर, टीप - पृ. १०४
३९. हो. ला. शाळि. ला. क्र. ४४
४०. कित्ता ला. क्र. ४५
४१. कित्ता ला. क्र. ६३
४२. कित्ता ला. क्र. ८०
४३. कित्ता ला. क्र. १३९
४४. कित्ता ला. क्र. ८८
४५. मऱ्हाटी लावणी - म. वा. धोंड पृ. १४२-१४३
४६. हो. ला. ला. क्र. ११

***

प्रकरण ५ वे
अनंत फंदी यांच्या लावण्यांतील शृंगार

विभाग अ
शृंगार

१. अगं अलबेले ! रूप तुझे किती वानू?

या लावणीत विषयलोलुप नायकाने नायिकेचे रूपवर्णन करताना तिच्या अंगावरील अलंकारांचाही उल्लेख केला आहे. नायक प्रारंभी म्हणतो

''अगं अलबेले? तुझे रूप किती वानू?'

''हे सुंदर स्त्रिये, तुझ्या रूपाचे किती वर्णन करू? तुला किती वानू? तुझा सुंदर चेहरा जणू काही उगवता सूर्यच होय.' वास्तविक सुंदर स्त्रीच्या मुखाला चेहऱ्याला चंद्राची उपमा देण्याचा काव्यसंकेत आहेत. कारण चंद्र हा देखणा आणि सौम्य तेजस्वी आहे. मुखचंद्रमा हा शब्द श्रीकृष्णाच्या चेहऱ्यासाठी वापरण्यात आला आहे. दावी मुखचंद्रमा सकळिकासी' असे श्रीकृष्णाच्या भूपाळीत म्हटलेच आहे. सूर्याचे तेज व कांती लक्षात घेऊन व 'वानू' शब्दाला यमक जुळविण्यासाठी या सुंदर स्त्रीच्या चेहऱ्याला 'उगवला जसा भानू' असे अनंत फंदीनी म्हटले असावे. अनंत फंदीना काव्यरचनेत अनुप्रास व यमके करण्याची हौस होती. त्यांना स्त्रियांच्या अलंकारांचेही योग्य ज्ञान होते, असे दिसते.

अनंत फंदी लिहितात–

''हातांत सोनीयाचे छिल्ले ।

मुखड्यावर हळदीचे डिल्ले ।

खाउन माजूमीचे झिल्ले ।

दोन्ही जोबन बनले किल्ले ।''

स्तन कसे थोर होते ते सांगतात–

"किल्ल्यावर कधि होतील हल्ले ।
उभेच नीट निबर, जरा नाहिं ढिल्ले ।
पाह्याला बिसनीचे महले ।
कोट्यावधि पतींचे भल्ले भल्ले ।
अघाव ज्याणे रुपये दिल्हे ।
इतुक्यालाही इल्ले बिल्ले ।
खाउनिया शिर कल्ले खुल्ले
तपस्वियाणे तप मोकल्ले ।
साधूचे साधूपण गेले ।"
"अतिरथी हे कुल नागवले
न (अ) स्त्रिच्या पाईं हजारों मेले
साखर वाटिति पल्ले पल्ले ॥१॥"

अशीच अतिशयोक्ती 'ड' चा अनुप्रास साधून पुढील कडव्यात अनंत फंदींनी केली आहे.

"नारि नैनांची भुरोड ।[१]
अलम उभी रस्ता करोड ।
गुल बशहरामध्ये येकचि अरोड ।[२]
त्याहून मला लागली भिरोड ।"

या लावणीचा नायक विषयाचा दरोडेखोर असल्याचे व तो नायिकेला आपले विषयदारिद्र्य दूर करण्यासाठी विनवितो–

मी विषयाचा पक्का दरोड (दरोडेखोर)
म्हातारपणी ज्वानीची परोड ।
आता प्रीतीची घाली फरोड ।
मग विषयाची नरडी मुरोड ॥ २ ॥"

पुढे तो सांगतो- तुझी मुद्रा गोरीगोमटी आहे. तोंडावर तू हळद लावली आहेस. नाकात नथ घातली आहेस. पुढे मुद्रा, हरिद्रा, छिद्रा असा अनुप्रास (यमक) साधल्यावर अनंत फंदी म्हणतात –

"गोरिगोमटी मुखावर मुद्रा ।
लाउनिया हरिद्रा ।
नथ शोभे नाकिच्या छिद्रा ।
दूर करी अमुच्या विषयदरिद्रा ।
हतभर जर साडीच्या पद्रा ।

वारा न लागे जिचिया पद्रा ।
अवंतराच्या दैवी भद्रा ।
फंदी अनंताचे कवितेला जन हे भुकेले ॥ ३ ॥

अनुप्रासासाठी अशा ओळी येतात.

या लावणीतील नायक विषयाचा दरोडेखोर आहे, म्हणजे विषयी अथवा लंपट आहे. तो नायिकेला आपले विषय दारिद्र्य दूर करण्याची विनवणी करतो आहे ही या लावणीतील शृंगारिकता आहे. अनुप्रासांमुळे आणि यमकांमुळे लावणीला गेयता आली आहे. या अनुप्रासयुक्त भाषेला तत्कालीन रसिकांनी 'प्रासादिक व जोमदार' अशी विशेषणे दिली आहेत. होनाजी बाळासारख्या समकाजलीन शाहिरांचे त्यांच्या काव्याविषयी चांगले मत होते अशी माहिती विश्वचरित्रकोशात (खंड १ पृ. २८वर) नोंदली आहे. या लावणीतील काही शब्दांचे अर्थ दिले आहेत,[३] त्यामुळे रसग्रहणाला मदत होते.

शब्दार्थ :

१) भुरोड = कटाक्षांची फैर २) अरोड = ओरड ३) अलबेली = सुंदरी, ४) छील = सोने, चांदी इत्यादी धातूच्या सुताची गोल कडी. छल्ला असा शब्द रूढ आहे. हाताच्या बोटात घालावयाची अष्टपैलू सोन्याची अंगठी ५) डिल्ले = छाप ६) बिसनी = बाजारबसवी किंवा व्यभिचारिणी ७) महले = मोहल्ले ८) आघाव = आगाऊ ९) इल्लेबिल्ले देणे = फसविणे वाटाण्याच्या अक्षता लावणे १०) शिर कल्ले खुल्ले = मस्तक (शिर) केले खुले ११) अलम = जनता, १२) शहरामधे = सर्व शहरभर, १३) आरोड = ओरडा आवाई वार्ता, १४) मुरोड = मुरड, चेप, १५) दैवी भद्रा येणे = लाभ येण्याचा योग येऊन लाभ न होणे. १६) परोड = परवड १७) जोबन = स्तन १८) अस्त्री = स्त्री, ललना १९) गुल बशहर = सुंदर शहर २०) पद्रा - पदराला, २१) अवंतर = इतर २२) दरोड = दरोडेखोर

---

२. धन्य तुझे लावण्य[४] -

"धन्य तुझे लावण्य प्रीतीचे बाण[४] जैसे सणाणी ।
खरे सांगशील कधी तृप्त होईल गे आमचे मनानी ॥ध्रु.॥

हे लावण्यवती स्त्रिये, तुझे लावण्य धन्य होय. तुझे हे सौंदर्य म्हणजे प्रीतीचे बाणच सणाणत येत आहेत. आता खरे सांग, आमचे मन तू कधी तृप्त करणार बरे?

तिच्या सौंदर्याचे आणि उंची पोषाखाचे वर्णन केले आहे.

"दो मजला पैठणचे पातळ

लफ्फा घे टाचेची खबर ।

आधीच निबर जोबन त्यावर

पितांबराची चोळी जबर ।

लाल शालू जशी मशाल घरची

खुशाल दो पैशाने गबर ।।"

पोषाखाचे वर्णन असे केले आहे. नऊवारी साडीपेक्षाही जास्त लांबीची साडी (पैठणी) तू नेसली आहेस. पातळाच्या लफ्फ्याने टाचेची खबर घेतली आहे. तुझे वक्षस्थळ (स्तन) आधीच निबर आहेत. त्यांत त्यांच्यावर पिवळ्या रंगाची जबर (चांगली) चोळी घातली आहे. लाल शालू 'जशी मशाल घरची खुशाल' नेसली आहे. हा पोषाख उंची म्हणजे श्रीमंती थाटाचा आहे.

"लाल शालू जशी मशाल घरची खुशाल दो पैशाने गबर ।।'

असे या संदर्भात शाहिरांनी म्हटले आहे. आता तिचे शरीरसौंदर्य वर्णन पहा.

"नाही कोणाची प्रभा उत्तमा तेव्हा तर्फडी मात जबर ।

मांड्या गुडघ्या सरळ पोटऱ्या पायीं जोडवी खणाणी ।

जसे घोड्याचे नाल वाजती आवाज कानी दणाणी ।

धन्य तुझे लावण्य ।।१।।

तुझ्या इतके सौंदर्य दुसऱ्या कोणाजवळ नाही. नाही कोणाची प्रभा उत्तमा" असे शाहीर म्हणतात. 'मांड्या गुडघ्या सरळ पोटऱ्या' असे सांगतात. पायात जोडवी अशी वाजतात (खणाणी) की जसे काही घोड्याचे नालच वाजत आहेत. त्याचा आवाज कानी दणाणतो आहे.

तू फार सुंदर आहेस हे जर कर्णोपकर्णी कोणाला समजले तर तुला भलताच कोणीतरी पळवून नेईल. पानाला चुनासुद्धा लागणार नाही.

शाहीर म्हणतात—

"फार चांगली तू जर माहित कळलीस कानो कानाला ।

तर तुला भलताच उडविल चुना न लागेल पानाला ।"

पुढे ते सांगतात—

"कैक विलासी अहोरात्री टपले देही दानाला ।

टवकारुन तुजकडेच पाहती कळा लागतील मानाला ।"

एवढेच सांगून शाहीर थांबत नाहीत. ते तुझ्या स्तनाला कधी हात लावतील म्हणून आमची विनंती मान्य कर—

अनंत फंदी यांच्या लावण्यांतील शृंगार ▲ ११९

"तू थोराची लेक तुला आम्ही काय देयाचे दिनानी ॥२॥"

तू थोरामोठ्यांची लेक आहेस, आम्ही गरीब माणसे तुला काय देणार?

"वडिलान् वडली जी काय दौलत लाखों ज्यांनी कमावली ।
तितके तुज अर्पिले परंतु काहीच नाही जमावली ।
असे चांगुलपणा तुझे धन्य मातेच्या उदरी समावली ।"

ही नायिका थोरामोठ्याच्या घरात जन्मलेली देखणी तरुणी आहे. श्रीमंत आणि सुखवस्तू आहे. तिच्यावर बरेच जण जीव ओवाळून टाकायला तयार आहेत. नायक तिला ऐश्वर्यात आणि सुखात ठेवण्याचे आश्वासन देत आहे.

"अटोकाट शहाणी युक्ती युक्तीने पाहुण जमावली
अतीरती कुल खप्पी झाले हिंडू लागले वनानी ।
नयन तुझे पाहता मृगानीच तोंड खुपसले तनानी ।
धन्य तुझे लावण्य ॥ ३ ॥

तुला मी कोट्यवधी रूपये देईन. तू खा पी, तूप साखर खा.

"जशी चंद्राला दशी वाहावी घ्या आमची भाजी भाकर ।
दोनी हस्तक तिसरे मस्तक जसे तुझ्या घरचे चाकर ।
इतके मनामधी समजुन उमजून घाल आम्हावरती पाखर ।"

नायक तिच्यावरील प्रेमाने लीन झाला आहे. दोन्ही हात आणि मस्तक नमवून, तिच्या घरच्या नोकराप्रमाणे तो तिला वंदन करीत आहे. नायिकेसाठी तो सर्वस्व समर्पण करायला तयार आहे. शाहीर अनंत फंदी कथा वर्णन करण्याच्या शैलीने या लावणीत प्रेमाचे, शृंगाराचे चित्रण करतात.

"अनंत फंदीचे छंद जसे कटिबंध जडण नवी झनानी ।
लांगे लुंगे कवि ना ठरती जशा भोरड्या भनानी ॥ ४ ॥"

शब्दार्थ :

१) दो मजला पैंठणचे पातळ = नऊ वारीपेक्षाही जास्त लांबीची पैठणी
२) निबर जोबन = टंच उरोज
३) जबर चोळी = घट्ट व किमती चोळी
४) गबर = श्रीमंत
५) जमावणे = पटवणे

ह्या लावणीची भाषा वैशिष्ट्यपूर्ण आहे. 'प्रीतीचे बाण सणाणी', 'मनानी', 'खणाणी', 'दणाणी', 'वनानी', 'झनानी','भनानी' असे अनुप्रासयुक्त शब्द मूळ

शब्दांपासून वेगळे तयार केले आहेत. ते जनसामान्यांना शाहिरांच्या तोंडून गाताना ऐकून खूप बरे वाटले असेल. कथानिवेदनाची शैली अनंत फंदीनी अनुसरलेली आढळते. 'लाखों ज्यांनी कमावली', 'काहीच नाही जमावली', 'मातेच्या उदरी समावली' येथेही यमके जुळविण्यासाठी शब्दांत फेरफार करून गंमत आणली आहे. श्रीमंत घराण्यातील सुंदर स्त्रीवर नायकाचे मन जडणे आणि त्याने तिच्या सौंदर्याचे वर्णन करून तिच्यासाठी सर्वस्वसमर्पणाची तयारी असल्याचे सांगणे, हा या लावणीतील शृंगारिक वर्णनाचा महत्त्वाचा मुद्दा आहे. नायिकेच्या बांधेसूद शरीराचे, तिच्या रेखीव अवयवांचे, तिच्या वेशकेशभूषेचे वर्णन अभिरुचिसंपन्न आहे.

३. बोल गड्या मशी नरम[६] -

या लावणीत[६] नायकाने नायिकेला यौवनाचे महत्त्व सांगितले आहे. संपादक म. का. मोंढे यांनी या लावणीला 'हे इष्काचे गीत आहे' असे म्हटले आहे. (पृ. १३८) परंतु ही उत्तान शृंगारिक लावणीच असल्याचे जाणवते. पहा–

"इष्कामधी चूर चालला पूर नदीला भरून ।

नायक म्हणतो–

"बोल गड्या मशी नरम नको होऊ गरम
पोकळ भरम कशाला । ज्वानी जाईल सरून ।
भर गेल्यावर पोर होईल मग रंग येईना असा फिरून ।। ध्रु. ।।

बोल गड्या माझ्याशी नरम. अरे, अशी गरम होऊ नकोस. पोकळ भ्रमात राहू नकोस. तारुण्य सरून जाईल.

आता तारुण्याचा बहर आहे. पोर झाल्यावर 'असा रंग फिरून' येणार नाही. नायकाने तिच्या सुस्वरूपाचे व गोड गळ्याचे वर्णन केले आहे–

"तुझ्या स्वरूपाची तारीफ काय ।
मारशील दो नयनांचे घाय ।
जखम आरपार जिव्हारी जाय ।
तुफानी जशि बनलीस वरमाय ।"

तुझ्या स्वरूपाचे किती वर्णन करू ? दोन नयनांनी असा बाण मारतेस की जखम पार आरपार होते. नायक तिला सांगतो–

"नदीचे काठी हिरवी नाय ।
तसा हा असार देह पहाय ।
घराकडे येऊन तिनदा जाय ।
शत्रूच्या छातीवरता पाय ।

बोलशील लौकिक एवढाच राय ।
दिवस पळ जाता भरवसा काय ।
नको दाखवू पाय । लागला नाट ।
बिसनी थाट । दूर रस्ता धरून ।
बोल गड्या मशी नरम ।।१।।

तिच्या कपाळी 'हिंगोळी कोर' टिळा लावला होता. माथ्यावर 'शिसफूल बिंदी मोर' होता. मुद राखडी चंद्राची कोर ल्याली होती. हे अलंकार घातलेली नायिका दिसायला सुंदर होती. तिचा आवाज कोकिळेप्रमाणे गोड होता. शामल वर्णाची,

थोराड बांध्याची ती पोर. तिचे केश काळेभार चपचपीत होते. अशी ही सुंदर स्त्री पाहून वाटेच्या चोराने तिला पळवून नेले असते आणि हाती अंगठी मोहोर दिली असती. हे सर्व वर्णन लावणीत सुंदर लयबद्ध शब्दांत असे केले आहे.

कपाळी टिळा हिंगोळी कोर । माथां शिसफुल बिंदी मोर
मुद राखडी चंद्राची कोर । जशी कोयाळ करती शोर ।
शाम थोर दिसती पोर । आंगामधि भर नवतीचा जोर
केश चपचपीत काळेभोर ।
तुला नेईल वाटेचा चोर । पाहुन देईल अंगठी मोहोर,
परंतु तुजसारखी चकोर । चालु देनित्य भेटीचा टकोर[११]

अशा या सुंदर स्त्रीचे यौवन ओसरल्यावर काय होईल, याचा विचार कर. असे तो नायिकेला सांगतो.

"उमज मनीं कर धडा वृद्धपणी ज्योबन जातील जिरून ।
पंचविशीकडे झुकली म्हणजे बैस माळ हाती धरून ।
बोल गड्या मशीं नरम ।। २ ।।"

नायक त्या सुंदर स्त्रीला सांगतो आहे, "यावरून काही धडा घे. देह असार, नाशवंत क्षणभंगुर, तसेच यौवनही क्षणभंगुर असते. पंचविशीनंतर ज्वानीचा रंग लुटणे शक्य नसते. मुलं झाल्यानंतर स्तनही ताठ रहात नाहीत. यौवनाचा जोर कमी होतो. यावरून काही धडा घे आणि आपल्या योवनाचे चीज कर. हे ऐकून नायिकेने त्याला महालात नेले. शाहीर सांगतात,

"नेले बिसनीला माहालात । श्रीवर्धनी सुपारी कात ।
नागवेलिचे पिकले पात ।
करी सुंदरी साहित्य तबकात ।
विडे दे करून बिसनी खात ।[११]

महालात नेऊन तिने त्याला विडे करून दिले. तो तिच्याजवळ गेला. त्याचा हात

तिच्या कंचुकीत गेला.

"जेव्हा कंचुकीस लागे हात ।
तेव्हा पलंगाचे तडतडी गात ।"

त्यांनी शरीरभोग घेण्यास प्रारंभ केला हे या प्रतिमेने सूचित केले आहे.

आपल्या लावणीला अनंत फंदी यांनी 'आंबेमोहोराचा भात' असे म्हटले असून इतर कवी शाहिरांपुढे हात जोडतात असे नमूद केले आहे.

"इष्कामधी चूर चालला पूर नदीला भरून ।
लंगे लुंगे इष्के लुच्चे यांचे छातीवरून ॥ अशी आपली भलावण केली आहे.

शब्दार्थ :

१) गरम होणे = रागावणे
२) घाव = वरमाय = वरमाई
३) असार = साररहित
४) कोकिळा शोर = आवाज

५) शाम थोर = कृष्णवर्णीय व थोराड बांध्याची ६) टकोर = ठेका ७) कंचुकी = चोळी ८) गर्मी होणे = तलखी होणे ९) घोटा = नशा आणणारा एक पदार्थ १०) जोते = घरापुढील ओटा ११) उभीयान = उभ्याने १२) देह वाहणे =मृत्यूस कवटाळणे १३) हरगिज = कधीही १४) सुमरण = चांगले मरण

---

४. हार तुरे तुला धीरा मी गुंफिते

पेशवाईत फाल्गुन महिन्यात शिमग्याच्या सणाला आणि रंगपंचमीला रंग खेळण्याचा उत्सव साजरा केला जात असे. त्यावेळी शाहीर मंडळी रंगोत्सवाच्या लावण्या रचत. त्या लावण्या तमाशाच्या फडात गायल्या जात. "हार तुरे मी गुंफिते" ही लावणी[७] अनंत फंदी यांनी रंगोत्सवासाठी लिहिली आहे.

"हार तुरे तुला धीरा मी गुंफिते
नको रे होऊ घाबरा तू दिलभरा
धिरा धिरा तुझ्यावरी आधी रंग शिंपिते ॥ ध्रु. ॥
अशी या लावणीची सुरूवात आहे.
"मी अपुल्या स्वहस्ते का निमस्तकी ।
गुलाल फेकिन दयानिधी ।
रंग खेळणे होऊ द्या आधी ।"

यानंतर प्रत्येक कडव्यात उत्तान शृंगारिक भाषा नायिकेच्या तोंडी वापरली आहे. रंग खेळून झाल्यावर मग सारी रात्र मला तुम्ही रंगमहलामध्ये घेऊन बसा. मी आज आपला देह तुम्हांला अर्पण करते. तुम्ही खूप दिवसांनी घरी आला आहात. मला वस्त्र तरी नेसू द्या. तुमच्यावर रंग टाकीन. तेल लावून तुमचे अंग मर्दन करीन.

"गोकुळी जसा श्रीकृष्ण फाग खेळतो तसे तुम्हां मी लेखीन" तो हरी जसा त्या गोपींना प्रिय होता तसे तुम्ही मला प्रिय आहात.

या लावणीतील नायक शरीरभोगासाठी अधीर झालेला दिसतो. तो एरवी कधी होळीच्या सणाला घरी नसावा. नायिका विचारते- 'होळीला तुम्ही घरी असता कधी? आज रंगपंचमीला तुम्ही घरी आला आहात तर

'गुलाल फेकिन दयानिधी
रंग खेळणे होऊ द्या आधी."

रंग खेळून झाल्यावर मी- 'शरीर हे आज तुला वोपिते । 'माझा देह अर्पण करते' असे सांगते. यावरून अधीर झालेल्या पुरुषाची अवेळी शरीरमीलनाची आतुरता व रंगोत्सव साजरा करून त्यातला आनंद लुटून मग शरीरमीलनाला पत्नीने सिद्ध होणे हा या शृंगारिक लावणीचा विषय आहे. म्हणून अनंत फंदीनी तिचे वर्णन -

"बनून फाकडी राहिली उभी ।
रंग राग फाग खेळूनि ।
तुफंग मार करितसे खुबी
खुप देखणी लहानशी छबी ।
चोळी तंग घे पचंग ।
आंग संग करी निसंग ।
मग कोणा न भी ।"

असे केले आहे ही नायिका एकनिष्ठ भारतीय पत्नीचे प्रतिनिधित्व करते. तिच्या तोंडी, "तुज मी आपल्या हृदयी स्थापिते" हे शब्द घातले आहेत. रंगोत्सवास साजेशी शृंगारिकता या लावणीत अनुभवास येते.

५. गेले टाकुनिया सुंदरी आकांत करी

ह्या लावणीतील नायक लष्करात गेला आहे. त्याची प्रेयसी त्याच्या भेटीसाठी आकांत करते आहे.

"गेले टाकुनिया, सुंदरी आकांत करी ।
जिवाला श्रम होतो भारी ।।ध्रु.।

असा या लावणीचा प्रारंभ आहे.

ती सांगते, मी नुकतीच तारुण्यात प्रवेश करते आहे. भर ज्वानीत आहे. म्हैसा (रेडा) धडक मारतो आहे अशा शब्दात तिने आपल्या तारुण्याचे वर्णन केले आहे-

''नूतन वय माझे, भरजानीचा भडका ।
जसा म्हैसा मारि धडका ।'

नायकाने लष्कराची नोकरी पत्करली आहे. नायिकेला त्याच्यापासून होणारा विरह सहन होत नाही. तो घरचा धनाढ्य आहे. त्याला उद्देशून ती म्हणते,

''तुला चाकरीची इतुकी तरी आवड का? ।
घरी माहामुर पैसाअडका ।
कशाला लस्कर ? त्यावरी पडो द्या तस्कर ।
थोडकीच दौलत खुसकर ।
पत्र धाडिते नारी ।। १ ।।

अरे सख्या, तुला चाकरीची गरज काय पडली आहे? घरी गडगंज संपत्ती आहे. (माहामूर पैसा अडका ।) त्यातून लष्कराची नोकरी कशाला हवी? त्यावर तस्करी पडो । (दरोडा पडो.) म्हणजे मरो ती लष्करीची नोकरी असे ती उद्‌गारते. अशा अर्थाचे तिने पत्र पाठविले आहे. तुला किती पत्रे पाठवू ?

''तू नाहीस मंदिरात, मंदिरात मंदमती ।
तुझी मज वाटतसे ख्याती ।''
''कठिण मन केले मजविषयी प्राणपती ।''

थोडीशीच दौलत असणे सुखाचे असते. (खुसकर) तू माझ्यासमवेत मंदिरात नसलास की मला खिन्न (मंदमती) वाटते. तू धैर्यसमुद्रा नसलास की मला निद्रा कुठून लागणार?

''त्यामुळे कपाळी भद्रा । रुद्रा, तू पाव तरी ।।२।।

निद्रा, भद्रा, रुद्रा असा अनुप्रास साधला आहे. रुद्राला जशी साद घातली आहे तशी श्रीकृष्णाला पण घातली आहे. ''ऐक सखे बाई, कोपला गे कंसारी।'' नवसारि भज्याला कसली चव राहिली नाही. अबलख घोडा उडवून काय उपयोग! तिची निराशा झाली. ती सुंदरी बावरली. मोठ्या क्रोधाने सावरली आणि पंढरीला गेली. देवाभोवती तिने प्रदक्षिणा घातली. विठोबावर रागावली. रागाने लालभडक झाली. (तंबर)

छोट्या छोट्या वाक्यांच्या आधारे कथानक, सांगण्याची अनंत फंदी यांची पद्धती दिसते. कीर्तनात ते असाच रंग भरत असावेत. पहा-

''निराशा जाहली, मग सुंदरी बावरली ।

महा सक्रोधे सावरिली ।
गेली पंढरीला, देवाभोवती फिरली ।
विठोबावर रागे भरली ।
की जाहाली तंबर । (म्हणजे रागाने लालभडक झाली.)
पावले स्वामी चीतांबर ।
ब्राह्मणाशी वाटी पीतांबर ।
शत गोदाने करी ।
छंदी फंदी अनंत ललकारी ॥ ४ ॥

पंढरपूरला जाऊन विठोबाला प्रदक्षिणा घालण्यामुळे स्वामी घरी परत आलेआणि पीतांबर वाटून आणि शत गोदाने करून तिने आनंद व्यक्त केला.

लष्कराच्या नोकरीच्या निमित्ताने परमुलखात गेलेल्या पतीचा विरह सहन न होणारी नायिका या लावणीत रेखाटली आहे.

शब्दार्थ :

१) माहामूर = मुबलक २) खुसकर = सुखदायी ३) मंदमती = खिन्न ४) कंसारी = कंसाचा वध करणारा श्रीकृष्ण ५) तंबर = रागाने लाल भडक होणे. ६) शत गोदाने करी = शंभर गाई दान दिल्या. ७) पडो द्या तस्कर = आग लागो त्या लष्कराला किंवा लष्कर लुटले जाऊ दे. ८) जिवाला भारीश्रम होणे = अतिदुःख होणे ९) थोडकीच दौलत खुसकर = थोडी दौलत असली तरच ती सुखकर हो. १०)ख्याती = बहादुरी, शहामत, शहाणपण, काय तुझे शहाणपण सांगावे? ११) कपाळी भद्रा येणे = लाभ होण्याची वेळ असता लाभ न होणे. (त्यावरून भद्रया कपाळाचा किंवा दळभद्रया) १२) नवसारि भज्या कैची बा चव सारी ? = नवसारीकडचा भज्याचा प्रकार तिखट किंवा मीठ नसलेल्या गुजराती भज्याचा प्रकार. तिखट किंवा मीठ नसलेल्या गुजराती भज्याला काय चव येणार? पतीशिवाय हा संसार बेचव झाला आहे हा भावार्थ १३) तबलख = कागदपत्रांच्या पुडक्यास त्यातील कागद विस्कळित होऊ नयेत म्हणून बांधलेली फीत किंवा दोरी / चामड्याचे कव्हर १४) दप्तर = ज्यात कागदपत्र ठेवतात तो रुमाल १५) महा सक्रोधे सावरली = तिने शोक टाकून दिला. १६) क्रोध धारण केला = तप करण्याचा निश्चय केला त्यामुळे ती सावरला. १७) शुद्धीवर आली तंबर झाली = रागाने लालबुंद झाली. (सर्व ठिकाणचे शब्दार्थ संदर्भ अंधारातील लावण्या - य. न. केळकर)

---

६. तुज नाही रे माझी काळजी

या लावणीतील नायिकेला नायक सोडून गेला आहे. तिला वैताग आला आहे. तो पुढील शब्दांत तिने व्यक्त केला आहे.

''तुज नाही रे माझी काळजी ।।ध्रु.।।
आपण तरि जीव द्यावा ।
नाही तरी शुद्ध हातामधिं घ्यावा ।
विणा टाळ जी । तुज नाही रे माझी काळजी ।। १ ।।

हे सख्या, तुला माझी काळजी नाही. तू मला सोडून गेलास. असा वैताग आला आहे की, वाटते - आपण तरी जीव द्यावा.

नाहीतर हातामध्ये शुद्ध वीणा - टाळ
घेऊन (भजने म्हणत हिंडत रहावे.)

''कोण मिळाली ठकणी ।
माझा रावा उडविला गगनी ।
केली राळ जी । झाली राळ जी ।। २ ।।

कुणा ठकणीने तुला ठकविले? माझ्या राव्याला (पोपटाला) आकाशात उडवून नेले. माझी दुर्दशा केली रे तिने, माझी दुर्दशा (राळ) केली.

''कोण मिळाली विवशी ।
कोणीकडे नेला राजबनशी ।
पिटी भाळ जी । आपटी भाळ जी । तुज नाही रे ।।३।।

कोण विविशी (रांड) तुला भेटली बरे. कोणी
माझ्या राजबनशीला पळवून नेले? असे म्हणून ती कपाळ फोडून घेऊ लागली. कपाळ आपटू लागली.

नंतर ''घरास आले फंदी ।
तेव्हा सुंदर चरणा वंदी ।
घाली माळ जी । सख्याला माळ जी । तुज नाही रे ।। ४ ।।

मग घरी फंदी आले. तिने त्यांचे चरण वंदिले.

ती शोकग्रस्त होती. स्वामी घरी आल्यावर ती त्यांचे स्वागत करते. त्यांना माळ घालते. असे हे विरह मीलन वर्णन आहे.

शब्दार्थ :

१) ठकणी = ठकविणारी स्त्री २) राळ करणे = दुर्दशा ३) विविशी = स्त्री वाचक शिवा

"अल्पाक्षरी लावणी. संगीत बारीची बैठकीची लावणी. शाहीर होनाजी बाळाने लावणी बैठकीत नेली असे म्हटले जाते. ही एक विरहिणी आहे. नायिकेला वैराग्य उत्पन्न झाले आहे. नायक तिला सोडून गेल्यामुळे कोण्या स्त्रीने त्याला ठकविले व (तिच्या) संसाराची राळ केली अशा स्त्रीस्वभावसुलभ शंकेने तिला ग्रासले आहे. लावणीचे नायक फंदी आहेत." असे काव्यरसास्वादात डॉ. मोंढे यांनी म्हटले आहे.

७. पतीविणे जीव व्याकूळ मोठा[१०]

या लावणीतील[१०] नायिकेचा पती परदेशच्या प्रवासाला गेला आहे. त्याच्या विना नायिकेचा जीव व्याकुळ झाला आहे.

"पतीविणे जीव व्याकूळ मोठा ।
माझी मान कापुनिया बारवेत लोटा ।। ध्रु. ।।

असा लावणीचा प्रारंभ आहे. पती घरात नाही; त्याच्याविना तिचा जीव व्याकुळ झाला आहे. माझी मान कापून ती विहिरीत टाका, असे ती दुःखातिरेकाने म्हणते. 'आबाजी माझा जीव व्याकुळ झाला आहे. सासू सासऱ्यांना काळजीने गांजले आहे. मला आता राहवत नाही, मी मरायला राजी आहे,' असे ती सांगते आहे.

'बोलावुनि आणा, पत्र त्याशी धाडा जी
जाळुनि करा चुना, रंगमहाल पाडा जी ।
लक्षुमी करा फन्ना, पाठीलागी वाडा जी ।
का हो गेलं प्रवासामधी? घरी काय तोटा? ।। १ ।।

पती घरी नाही हे दिसल्यावर तिला रंगमहालात, धनसंपत्तीत कशातही रस उरला नाही. जाळुनी करा चुना, वाडा पाडुन टाका, संपत्तीचा नाश करा असा ती त्रागा करते आहे. घरी काय कमी होते, कशाचा तोटा होता म्हणून ते प्रवासाला गेले? असे ती विचारते आहे. तत्कालीन परिस्थितीवर थोडा प्रकाश पडतो. ज्यांच्या घरी सर्व सुखसोयी आहेत; धनदौलत आहे, असे कर्ते पुरुष आपल्याच गावात पिढ्यान् पिढ्या रहात. त्यांना कोणत्याही कारणाने 'परदेशात', अगदी आपल्या देशातल्या परगावीसुद्धा जाण्याची गरज नव्हती आणि ते जात नसत. गेल्यास त्यांच्या घरची मंडळी काळजी करीत. एवढेच नव्हे तर प्रिय पत्नीला त्यांच्या चारित्र्याबद्दल संशय येत असे. ही नायिका पुढे म्हणते-

"कोणे सवती तुला बीरमौली ।
पोटजाळी ईशी पायांत कशी रे भवली ।

इतकी तरी काय नीसवली ।
कशी काय तुला गत जाली ।
बदलली नवली ।''

त्या दुसऱ्या स्त्रीबद्दल तिने अपशब्द वापरले आहेत. पुढे ती म्हणते-

''कसा कोपला राजेन्द्र बा गे ।
जीव हा धोपला, राजेन्द्र नाही गे ।
कशीशी हो पळा, भोगेन्द्र बा बाई गे
मजलागी गर्मी जाहाली ।
पाजा घोटा ।। २ ।।

दुसऱ्या स्त्रीच्या नादी पती लागला या शंकेने तिने त्या स्त्रीला दूषणे दिली. इतक्यात तिथे जासूद आले-

इतक्यामधी जासुद आले ।
सांगती, पति लष्करात गारद जाले ।
पोशाख वळखिले शेले ।
उभीयान आंग टाकीले जोतीया खाले ।
करी शोक, हाय हाय, आता काय राहु गे ।
रडे नार धाय, आता काय पाहु गे ।''

जासूद आले आणि त्यांनी तिचा पती युद्धात कामास आला ही बातमी सांगितली. त्याचा पोषाख आणि शेला ओळखला गेला आणि तिचा पतीच युद्धात मरण पावल्याचे निश्चितपणे समजले. तिने दुःखावेगाने जोत्याखाली अंग टाकले. शोक करू लागली. 'हाय हाय? आता मी काय राहु? आता मी काय पाहू? चंद्रभागे माय, तुला देह वाहु गे।' असे म्हणून तिने सती जायची तयारी केली.

''आता मी सती जातसे
यात नाही तोटा ।। ३ ।।
हरगीस नाही राहायाचे ।
साहित्य करा मामाजी सती जायाचे ।
बोलिले मी कायावाचे ।
तरी सती सगळ्यात समाधान जीवाचे ।
आणूनी लाकडे रचिली सरणा जी ।
घालुनी साकडे पावे सुमरणा जी
लाउनी काकडे जोडू हात चरणा जी ।
फंदी अनंताचा कोरडा ।

सवाई सोटा ॥ ४ ॥

ही वेगळ्या धर्तीची लावणी आहे. यात शृंगाररसाऐवजी करुण रसच अधिक आहे. यावरून या लावणीत तत्कालीन सामाजिक रीतीचे दर्शन घडते व शृंगाराऐवजी करुण रसाचा परिपोष होतो. पतीविणे जीव व्याकुळ झाला याचे लावणीत चित्रण असल्यामुळे हा चिरविरह शृंगार आहे असेही म्हणता येईल.

शब्दार्थ :

१) बारव = विहीर २) जाळून चुना करणे = नाश करणे ३) फन्ना करणे = संपविणे ४) वाडा पाठीस लागणे = वाडा खायला उठणे ४) नीसवली = नागवी झाली, लज्जा सोडली.

---

८. सांब कधी कृपा करील?[११]

या लावणीतील[११] स्त्रीचा पती लढाईवर गेला आहे. त्यामुळे ती विरह व्याकूळ झाली आहे. सांब कधी कृपा करील? तो येईल गृही ग स्नेही ।।ध्रु.।। असे ध्रुवपद आहे. ती म्हणते-

"रणधरा, उलटोनी जावे माघारा ।
जलदी कुचाची करा त्वरा ।
ममता मजवर असो द्या जरा । मनोहरा ॥
जाल मास बारा । रामा ।
कुठवर दम धरील दारा ।
ही तनु चंग, रंग ढंग संग करील नीसंग
रंग भरण्या न ये मग ॥ १ ॥

बारा महिने झाले. रणधर शूर वीर लढाईवर गेले आहेत. आता परत येण्याची त्वरा करा. नायिका सांगते, तुमची दारा कुठवर दम धरील? मजवर ममता असो द्यावी. माझे शरीर तारुण्याने मुसमुसलेले - चंग, रंग, ढंग, संग करील नीसंग' हे जगदीशा, माधवा, मी तुला विनविते. तुला करुणा येऊ दे. 'या जीवा बहु क्लेश जाले केशवा.'

मी मनात झुरते । रामा ।
पक्ष्यापरि वनात फिरत्ये ।
की हनु कटियार कार गार,
वार करू आरपार ।
फार नार घार जाहाली ॥ २ ॥"

मी विरहव्याकूळ झाले आहे. आर्त धावा करते आहे. सांगते की मी कामपीडित व विरहव्याकूळ आहे. मी मनात झुरते आहे. पक्ष्यापरी वनात फिरत्ये आहे. प्रेमापायी मी घार बनले आहे. जसे परके लोक, तसे माझे पती मला परके झाले आहेत-

"पारीखा जाहालासी लोकांसारिखा ।
कधी येशी घरा संसारिका
विषयाची ढाल उभारिनास का? येकदम ।
गृहकुटुंब पाहाया । रामा ।
अहो दिनरात्र हाची ठाया ।
श्रीहरि धाव पाव, दाव माव, करुनी उपाव ।
लाव डाव घाव, धाव तू ।। २ ।।

सांब सदाशिवाने तिच्यावर कृपा केली. तिचा पती लढाईवरून घरी परत आला-

"श्रीहरि स्मरताचि स्वामी आले घरीं ।
नाना विलास करी सुंदरी ।
घेऊन गेली निजमंदिरी ।। सखयाला ।।
रंगमहाली नेले । न्हाउनिया उदले तेले ।
की फंद अनंत, बुंद छंद पद, करी कटिबंद,
तुंद धुंद फुंद यातची ।। असा त्यांनी शृंगार केला.

९. आजि का गे रुसलीस? सांग सुंदरी[१२]

ह्या लावणीतील[१२] नायिकेवर नायक विवाहबाह्य संबंध ठेवू पाहतो. त्याला तिच्याकडे येण्यास उशीर झाला आहे, म्हणून ती रुसली आहे. तिचा रुसवा दूर करून तिच्याशी शृंगारक्रीडा करण्याची विनंती तो करतो आहे. तो म्हणतो-

"आजि कां गे रुसलीस? सांग सुंदरी ।
बाले हसुन, चाले थटून राजमंदिरी ।। ध्रु. ।।

बाले, तू माझ्यावर का गे रुसली आहेस? हे सुंदरी, हसून पहा. नटून थटून राजमंदिरात चल. माझी तुला शपथ आहे. तू माझ्याकडे (प्रेमाने) पहा. मला तुझ्या सौंदर्याचे वेड लागले आहे.

"कुरळ केश विस्कळीत जाहाले कां गडे?
माझी आण तुला सखे, तू पाहे मजकडे ।
सुरत तुझी पाहुनि मला लागले वेडे ।
नित्य येता हसुनि मशी बोलसी बरी ।। १ ।।

तुझ्या प्रीतीची मला फार आवड निर्माण झाली आहे. तुझ्या सारखी मी दुसरी स्त्री (नार) पाहिली नाही. तू वय वर्षे पंधराची नवतरुणी (सुकुमार) आहेस. तो म्हणतो-

"तुझे प्रीतीची मला आवड फार गे ।
तुझे सारिखी दुजी नाही नार गे ।
वय वरुषे पंधरात सकुमार गे ।
रसति गेंद भरून आले ते उरावरी ॥ २ ॥

आज आपल्याला यायला का उशीर झाला ते नायक नायिकेला सांगतो आहे.

आज काय चुक जाहाली? सांग साजणी ।
रात्री मधी येणे जाहाले, रुसशी म्हणउनी ।"
आज रात्री तुझ्याकडे येण्याला उशीर का बरे झाला?
ऋतुस्नात होति माझी घरि कामिनी ।
अंतर हे पडले सखे तु क्षमा करी ॥ ३ ॥

माझी पत्नी घरी आज ऋतुस्नात झाली आहे. (तिची मासिक पाळी सुरू झाली आहे.) म्हणून मला यायला थोडा उशीर झाला. म्हणून हा दुरावा निर्माण झाला आहे. मला क्षमा कर. तिला आपल्या प्रियकराचे हे सांगणे पटले असावे.

"नेसुनि शेलारी लाल कंचुकी ।
रत्नखचित नग प्रकार परोपरिचे की ।
नेला सखा मंदिरात, बसला मंचकी ।
गातो फंदी छंद कटिबंद हे करी ॥ ४ ॥"

शब्दार्थ :

१) आण = शपथ २) सुरत = स्वरुप ३) दुजी = दुसरी ४) रसाली गेंद = रसरशीत स्तन ५) कामिनी = प्रिय स्त्री ६) ऋतुस्नात = मासिक पाळी ७) नग = विविध प्रकारचे दागिने ८) अंतर = दुरावा

या लावणीतील शृंगारिक भाग म्हणजे ज्या पुरुषाची पत्नी ऋतुस्नात आहे असा पुरुष कामपूर्तीसाठी आपल्या (विवाहबाह्य) प्रेयसीकडे जातो. ती प्रारंभी त्याच्यावर रुसते. पण तो खरे कारण सांगून तिचा रुसवा दूर करतो. तिच्या यौवनाची तो स्तुती करतो. तिच्या उरावर 'रसति गेंद' (रसरशीत स्तन) असल्याचे सांगतो. कुरळ केश विस्कळीत का झाले, ते विचारतो. त्याची पत्नी मासिक पाळीत असल्यामुळे त्याला येण्याला उशीर झाल्याचे ऐकून तिची समजूत पटते व ती साजशृंगार करून त्याला शयनमंदिरात घेऊन जाऊन मंचकी बसविते. शृंगारिक

लावण्या ऐकण्यासाठी जमलेल्या श्रोत्यांसाठी हे सर्व उत्तान शृंगारिक व विवाहबाह्य प्रेमाचे चित्रण शाहिरांनी केले आहे आणि तत्कालीन श्रोत्यांनी ते चवीने ऐकून घेतले आहे. संस्कृत भाषेत शब्दांच्या अर्थछटा बदलल्या की शब्द बदलतो. स्त्री कामिनी, ललना, वनिता दायिता असे विविध अर्थ छटांचे स्त्रीसाठी शब्द आहेत. कामिनीचा अर्थ आवडती स्त्री म्हणजे पत्नी. या लावणीत विवाहबाह्य प्रेयसीजवळ आपल्या पत्नीचा उल्लेख त्याने 'कामिनी' (प्रिय स्त्री) असा करावा हे चमत्कारिक वाटते.

∗ ∗ ∗

विभाग (ब)
पौराणिक कथा व विनोदी चमत्कार कथा

१०. चंद्रावळ

चंद्रावळ[१३] हे आख्यान काव्य आहे. चंद्रावळ ही राहीची धाकटी बहीण. विवाहित, नेमनिष्ठ पतिव्रता. त्याच गावातील छिनाल श्रीकृष्णाने राहीचं रूप घेऊन चंद्रावळीचा उपभोग घेतला व तिच्या पातिव्रत्याचा भंग केला असे, हे कथानक अनंत फंदी यांनी रसाळपणे वर्णिले आहे.

नट धीट अचाट राही नटला सारंगपाणी ।
पतिव्रता चंद्रावळ भोगिली त्या भगवंतानी ।। ध्रु. ।।

असा या आख्यान काव्याचा प्रारंभ आहे. शारंगपाणी श्रीकृष्ण हा धीट अचाट नट होता. तो लहानपणी जशा खोड्या करीत असे तसाच तो तरुणपणी वेष बदलून दुर्वर्तन करीत असे अशी या आख्यान काव्यात अनंत फंदी यांनी कल्पना केली आहे.

या धीट अचाट नट शारंगपाणीने पतिव्रता स्त्रीचा कसा उपभोग घेतला ते यापुढील कथेत वर्णिले आहे. त्या अप्रतिम चंद्रावळीला पाहून वनमाळी भुलले. चंद्रावळी ही पतिव्रता होती.

"तिचा नेम असा की सूर्य टळेल एकवेळी ।
परि ती सत्कर्माशी न टळे कुकर्मा वेगळी ।"

अशी ती राहीची धाकटी बहीण चंद्रावळी व्रतस्थ होती. तिच्या सौंदर्याचे वर्णन शाहिरांनी पुढीलप्रमाणे केले आहे.

"फुल सव्वाशेर भार वजन चंद्रावळ ।
मृगनयना एक एक डोळा. दिसे चंचळ ।
कुच उरी हालती दोन्ही मुक्ताफळ ।
अंगी वीर्य जसे कुपीतील जल निर्मळ ।

हृदयावर जोबन दोन्ही हालती कमळ ।
वेणीत केवडा सुगंध परिमळ ।
गोरी भुरकी गालावरती हिरवा तीळ
मंजूळ शब्द जसि टाहो करिती कोयाळ ।
कंठातुन पिक दिसे अशी वेल्हाळ ।
नार कळसून दिसे बाहुली ।
नाशीक चोच राव्याची देह कोमळ ।
भर सव्वाशेर वजन चंद्रावळ ।
नार फारच हलकी जसे तुंबिनी फळ ।
हा तिचा नेम की राहावे निर्मळ ।
काय सूर्य टळेल नेमाशी एक वेळ ।
परि ती न टळे ऐशी चंद्रावळ ।

याप्रमाणे अनंत फंदीनी तिच्या सौंदर्याचे आणि तिच्या नेमनिष्ठ आचरणाचे वर्णन केले आहे. त्याच चंद्रावळीचा असा नियम असला तरी त्या नगरात स्वता 'हरी शिन्नळ' (छिनाल पुरुष) होता. चंद्रावळ पाहून त्याच्या मनात कळ आली. हा पुरुष म्हणजे प्रत्यक्ष अवतारी श्रीकृष्ण होता. फंदी सांगतात,

"तेव्हा भगवंतांनी तिथे मांडिला खेळ ।
राहीचे रूप नटले तमाळनीळ ।" (कृष्णनीळ श्रीकृष्ण)

श्रीकृष्णानी चंद्रावळीची बहिण राही हिचे रूप घेतले. भगवंतांनी अंगावर अलंकार घालून राहीचे रूप घेतले.

"तेव्हा राहीचे रूप नटले हृषिकेशी ।
अलंकार अंगावर घालुनि तेव्हा त्या समयाशी ।
जडिताचा शृंगार कोंदणे हिरे जिनसा जिन ।।
राही काय त्यापुढे कि नटला श्रीरंगा ऐशी ।।"

यानंतर दुसऱ्या कडव्यात अलंकारांची नावे[१४] आहेत. तिसऱ्या कडव्यात भोजनातील पदार्थांची नावे आहेत. अनंत फंदी कीर्तनातसुद्धा हे चंद्रावळी आख्यान लावत असावेत. कटाव पद्धतीने द्रुतगतीने, धावत्या चालीवर ह्या नानाविध अलंकारांची नावे व भोजनातील पदार्थांची नावे म्हणताना आख्यानाला रंगत येत असावी. लावणीतील बत्तीस बाळ्यांचे वर्णन लक्षणीय[१५] आहे. ३२ बाळ्यांसह इतर अलंकारांची व भोजनातील पदार्थांचीही यादी आहे.

"चंद्रावळी घरी गेले श्रीहरी राही रूप धरून ।
परिचारिका सांगती आली बाई तुमची बहीण ।

दिला बसाया पाट ऐका त्या चंद्रावळिनं ।
चंद्रावळ म्हणे बाई आज तुझे कोणीकडे येणे ।।"
राही म्हणाली,
"आज ग बाई उदासले मन ।
म्यां म्हटले आज यावे बहिणीला भेटून ।"
तेव्हा चंद्रावळीने तिच्याकडे जरा न्याहाळून पाहिले.
तिला जरा वेगळे काही जाणवले -
"बाई तुझ्या उरावर का गे दिसेना स्तन ।
तुझी पुरुषाची आकृति दिसती जाण ।
तेव्हा उराकडे पाहे अवचित नारायण ।"
भगवंताच्या लक्षात आले. 'तेवढीच कळा' आपण विसरून गेलो. मनाशी म्हणाले,
'आता हे सोंग संपादून न्यावे.'
"पुसू नको ग सखये माझे दु:ख मी जाणे ।
भाल्याची जखम काय होते तुला सांगून ।"
भगवंतांनी काय सांगितले, पहा. ते म्हणाले,
"एके दिवशी सत्यभामा मनमोहन ।
दोघे निजले ग मजला खोलीमध्ये कोंडुन ।
त्या काळजीने हा जीव गेला कर्पुन ।
पुसू नको ग गवळ्या घरि कष्टाची धन ।"
अनंत फंदी यांनी या जागी कसे नाट्य रंगविले आहे पहा. राधा म्हणजे राही. ती श्रीकृष्णाची प्रेयसी कल्पिली आहे. सत्यभामा ही श्रीकृष्णाची द्वितीय धर्मपत्नी. राहीला सत्यभामेचा मत्सर वाटल्याचे अनंत फंदी यांनी येथे सांगितले आहे. शृंगाराच्या क्षेत्रात एका स्त्रीला दुसऱ्या स्त्रीचा मत्सर वाटणे हे साहजिक आहे. पण येथे प्रेयसीला धर्मपत्नीचा मत्सर वाटत असल्याचे फंदी यांनी दाखविले आहे. त्यात पुन्हा राहीच्या रूपातले स्वत: श्रीकृष्णच स्त्रीच्या मत्सरी स्वभावाचे दर्शन घडवित आहेत. हे या प्रसंगातील नाट्य वाचकांना आणि श्रोत्यांना जाणवते. हे सर्व अनंत फंदी यांनी कल्पिले आहे. हा ललित साहित्याचा विशेष आहे. अनंत फंदी श्रोत्यांच्या मनोरंजनासाठी यात आणखी बहार आणतात. ती म्हणजे चंद्रावळ प्रथम राहीला न्हाऊ घालू इच्छिते, ह्या प्रसंगात
"चंद्रावळ म्हणे बाई आता तुला न्हाणीन ।"
राही उत्तर देते.
"मी न्हाईना बाई खुण केली वेणिला त्यानं ।

श्रीकृष्णाची कदर फार दारुण ।''

आणि हे वाक्य राहीच्या रूपातील श्रीकृष्णच बोलत आहेत, हे नाट्य येथे जाणवते. राहीच्या रूपातील श्रीकृष्ण पुढे सांगतात,

''आता तुलाच न्हाणीन मग मग मी घरा जाईन ।
आता भ्रतार येईल तुझा बाहेरून ।
तो थट्टा करील माझी मेव्हणीच्या नात्यानं ।''

तुझा भ्रतार तो माझा मेहुणा मला तू न्हाऊ घालताना जर तो आला तर मी त्याची मेहुणी, म्हणून मेहुणीच्या नात्यानं तो माझा चेष्टा करील. तेव्हा चंद्रावळीलाच, न्हाऊ घालणे राहीला (राही रूपी श्रीकृष्णाला) सोयीचे वाटले. तेव्हा-

''ठेवी चुलीवर गुंड पाण्याचा राही तत्क्षणी ।
असे हरीचे खेळ देव मग चंद्रावळ न्हाणी ॥''

चंद्रावळीला मग राहीरूपी श्रीकृष्ण न्हाऊ घालतात, हा प्रसंग शृंगाररसदृष्ट्या वैशिष्ट्यपूर्ण आहे.

''राही म्हणे चंद्रावळी उठ बाई मग करी स्नान ।
पितांबर परिधान चंद्रावळ ठेवी फेडून।
चौरंगावर उभी ठाकली चंद्रावळ नग्न ।
राही गंगालयात पाणी घाली तया हंड्यांतून ।
राही घाली ऊन पाणी चंद्रावळीवर दाटून ।
चंद्रावळ म्हणे बाई पाणी फारच ऊन
ऊन पाणी बरे त्याने जाइल तुझा शीण ।''

याप्रमाणे राहीरूपी श्रीकृष्णाने नग्न झालेल्या चंद्रावळीला ऊन ऊन पाण्याने न्हाऊ घातले. असा हा शृंगारिक प्रसंग! चंद्रावळीचा पती बाहेरून आला. त्याने राही आलेली पाहिली आणि हसून त्याने विचारले, आज मेहुणीबाईंनी इकडे कुठे येणे केले? तेव्हा राहीरूपी श्रीकृष्ण म्हणाले, 'उगीच आले इला भेटाया कारण ।'

मग चंद्रावळीने स्वयंपाक केला. अनंत फंदींनी जेवणातल्या पदार्थांची यादी दिली आहे. आणि भोजनानंतर पुन्हा लावणीतला सर्वात महत्त्वाचा शृंगारिक प्रसंग वर्णन केला आहे. चंद्रावळीचा पती म्हणाला,

''तुम्ही दोघी बहिणी निजा महाली जाऊन ।
आज आम्ही एकटे निजू बाहेर जाऊन ।''

मग चंद्रावळीने पतीला दाराच्या बाहेर तोषक (झोऱ्या) अंथरून दिला. राही आणि चंद्रावळी दोघी गेल्या निजभुवनी. चंद्रावळीने बंगल्यात आरास केली.

''अबिर बुक्का सुवास आणिला राहीकारण ।

पलंग तिवाशा लोड जंबुखा टाकून
बहुता दिवशी राही बहिण आली म्हणुन ।
चौफुला ठेवुन मधी पानपुडा आणविला ।
चहूभोती समया मधि कंदिल लाविला ।
राही म्हणे दिव्याने झोप येईना मला ।
त्या चंद्रावळीने दिप विझवुन अंधार केला ।''

अनंत फंदी यांनी या लावणीत श्रोत्यांच्या मनोरंजनासाठी किती वेगवेगळ्या पद्धतीने शृंगारिक प्रसंग उपस्थित केले आहेत, हे या प्रसंगावरून दिसून येते.

रात्रीच्या अंधारात चंद्रावळीच्या अंगाशी अंग लागल्यावर देवाचे मन चंचल झाले. पहा-

''अंगाशी अंग लागता देव चंचल झाला
धरि हळू स्तनाला मुखचुंबन रगडिला ।
जागी झाली चंद्रावळ हरि ऐसा भासला ।''

श्रोत्यांनी हा प्रसंग मोठ्या चवीने ऐकला असणार.

चंद्रावळीने हा पुरुष आहे हे ओळखले आणि अतिक्रोधाने पुढीलप्रमाणे त्याची निर्भत्सना केली -

''अरे पाप्या दुष्टा भंग तपाचा केला ।
एकवेळ मी हासत होते चंद्राला ।
मी पतिव्रता त्वां कसा डाग लाविला ।''

पुढे ती सांगते जर ही गोष्ट मी माझ्या भ्रताराला (पतीला) सांगेन तर तो म्हणेल की स्त्रीचा पुरुष कसा झाला? मला इकडे आड तिकडे विहीर अशी अवस्था झाली आहे. (दोहिंकडून आड ना विहीर झाली मला) तेव्हा हरी (देव) म्हणाले,

हिच्या डोळ्यांना आता काय नवल दाखवावे बरं? त्यांनी चंद्रावळीच्या भुवनी अकस्मात दिवे लावले.

''नट धीट अचाट राही नटला'' ॥ ५ ॥

मग विष्णुदूताला भगवंतांनी आज्ञा केली व तत्क्षणी स्वर्गाहून विमान आणविले.

''देवाने चंद्रावळ विमानात बसवून ।
एकवीस स्वर्गे चंद्रावळिला दाखविली जाण ।
श्रीहरीने चंद्रावळ नेली मोक्षपदाशी ।
सृष्टीची घडामोड यमपुरी दाखवी तिशी ।
सदाशिव दाखविला कैलासासी ।

खाली उतरूनिया आणिली समुद्रापाशी ।
खांबाची द्वारका दाखवी चंद्रावळिशी ।।"

याप्रमाणे स्वर्गाच्या विमानातून प्रवास घडवून आणल्यावर चंद्रावळीला कळले की हा सर्वशक्तिमान परमेश्वर आहे. तेव्हा-

"देव ठसला त्या चंद्रावळिशी ।
घाली लोटांगण तेव्हा हरिचरणाशी ।"

अशा सर्वशक्तिमान परमेश्वराशी शरीरमीलन व्हावे या हेतूने त्यांना ती म्हणाली,

"नाहि झाला भोग तुम्ही फेडुन घ्या असोशी ।"

आपण परमेश्वराला शरीरभोग दिला नाही, याचे तिला वाईट वाटले. परमेश्वराने,

"आड धरिले सुदर्शनासी ।
केलि सहा महिन्यांची रात्र त्या समयासी ।
प्रीतिने भोगिले दिले अलिंगन तिशी ।"

अशा रीतीने पातिव्रत्य पाळणाऱ्या चंद्रावळीने स्वर्गाचा फेरफटका विमानातून करवून आणणाऱ्या देवाला प्रीतीने आपले शरीर भोगू दिले. चंद्रावळ भक्तिभावाने म्हणाली,

"देवा, नको अंतर देऊ मशी"

देव म्हणाले, "जेव्हा स्मरशिल तेव्हा आहे तुजपाशी ।"

असा हा शाहिरांच्या लावण्यांतील भक्तीचा नमुना आहे. श्रोत्यांच्या मनोरंजनासाठी कीर्तनात आख्यान म्हणून आणि फडात लावणी म्हणून अनंत फंदी यांनी ही शृंगारिक कथा सादर केली आहे. लावणीच्या अखेरीस लिहिलेल्या कडव्यावरुन (कडवे क्र.५) अशी माहिती मिळते की ही लावणी मलिक फंदी यांनी गायिलेली आहे. हा मलिक फंदी पोखरी या गावचा रहिवासी होता आणि अनंत फंदी यांचा गुरु होता. 'एका राजाला कन्या झाली' अथवा 'तिथानीची कथा' हे आख्यान लिहून अनंत फंदींनी आपले गुरु मलिक फंदी यांना मुजरा केला असावा असे म्हटले जाते.[१६]

एका राजाला कन्या झाली[१६] अर्थात तिथानीची कथा

ही कथा विनोदी चमत्कार आहे. तमाशाला येणाऱ्या सर्वसामान्य अभिरुचीच्या श्रोत्यांचे मनोरंजन करण्यासाठी अनंत फंदींनी ही कथा कवनाच्या माध्यमातून सादर केली आहे.

एका राजाला कन्या झाली. तिच्या उरावर तीन स्तन होते. तिचे आंधळ्याबरोबर लग्न झाले. मग कुबड्यानं तिथे लाग लाविला. तिथानीशी कुणी लग्न करायला तयार

होईना म्हणून आंधळ्याशी तिचे लग्न लावून राजाने तिला आपल्याच गावी ठेवले. तिला एका कुबड्यानं फितवलं. ती रोज कुबड्याला घरामध्ये घेऊन येई. घराचं कवाड वाजले की आंधळा म्हणे कोण आले? आंधळ्याची कटकट बंद करण्यासाठी कुबड्यानं घाईघाईने एक सर्प मारून बाहेरून आणला, तो तिथानीच्या हवाली केला. म्हणाला,

"घाल याला रांधून शेन दे आंधळ्याला खाया, म्हणजे याचं मरण जवळ येईल." 'हा सर्प कापून, रांधून याला खायला घाल म्हणजे हा लवकर मरेल.' तिने त्याप्रमाणे केले.

"आंधळ्याला शिजवाया बसविले
कुबडा होई तिजवर स्वार ।
गतका आला तवलीला तेव्हा
तो पाहे काठाचा सुमार ।"

म्हणजे असे झाले की तिथानीने आंधळ्याला सर्प शिजवायला चुलीजवळ बसविले. तो तिथानीजवळ बसला. आंधळा चुलीजवळ सर्प शिजवत बसवलेला असताना उष्णतेने मातीच्या भांड्यातील पाण्याला कढ आला. त्या भांड्यातील जहराचा कडका आंधळ्याच्या डोळ्यांवर बसून त्या जहराच्या कडक्याने आंधळ्याच्या डोळ्याच्या टिकाच उडून गेल्या. फंदी सांगतात,

"पहा उलट्याचं सुलटे झाले त्याला रक्षिता भगवान ।"

आंधळ्यानं टिका उडून गेल्यावर डोळे उघडून पाहिले तर त्याला कुबडा आणि तीथानी एकत्र दिसले. रागाने जळते लाकूड हातात घेऊन तो कुबड्याला मारायला धावला.

"जळतं लाकूड उचलून झणी
आंधळा उठला तत्क्षणी
कुबड्याला माराया चालला आंधळा
आहे त्याचे लाली ।
जळतं लाकूड उचलून झणी
त्यानं घातलं कुडवण ।
कुबड्याचे नीट कुबड झाले
तीन थानीचे दोन थान ।।
कुबड्याच्या छातीचा दणका
तिथानीच्या उरावर ।
बसलं मधलं थान कौतुक करणार

पाहा तो हरिहर ।
विपरीत सुपरीत जरी हो झाले
त्याला रक्षिता उमावर ।
आंधळा कुबडा तिथानीचा
तिघांचा तुटला घोर ॥''

अशी ही विनोदी कथा अनंत फंदीने कवनात गुंफली आणि मलिक फंदीने ही कथा गाइली. विपरीत सुपरीत कसेही झाले तरी त्याला सांभाळणारा, रक्षणकर्ता तो उमावर (शंकर) आहे, असे अनंत फंदिंनी या विनोदी कथापर लावणीत सांगितले आहे. निवेदनासाठी तत्कालीन बोलीभाषा वापरली आहे. आंधळ्याला दृष्टी आली. कुबड्याचे कुबड बसले. तीनथानीचा तिसरा स्तन नष्ट झाला. अशा प्रकारे विपरीताचे सुपरीत कसे झाले, ते या कथेत प्रभावीपणे अनंत फंदिंनी सांगितले आहे. कुबड असणारा पुरुष, तीन स्तन असणारी स्त्री आणि दृष्टिहीन पुरुष अशी व्यंगे असणाऱ्या स्त्रीपुरुषांची कथा आधुनिक सुशिक्षित अभिरुचिसंपन्न श्रोत्यांना कितपत रुचेल याबद्दल शंका वाटते. उत्तान शृंगाराच्या जोडीला हा विनोद, बीभत्स रस यांचा नमुना सादर केला आहे.

१२. अनंत फंदी यांच्या शृंगारिक लावण्या कवी म्हणून योग्यता - समारोप

चंद्रावळ ह्या लोकप्रिय लावणीचा येथपर्यंत तपशीलवार परिचय करून घेतला. चंद्रावळ ही आख्यान लावणी आहे. कीर्तनासाठी रचलेली असल्याने तिची भाषा अभिजात व श्लिष्ट असून शब्दरचना सोज्ज्वळ आहे.' नव्या जमान्यात माणसांची अभिरुचीही बदलते तशी विसाव्या शतकाच्या अखेरच्या काही वर्षांपासून साहित्यातील अश्लील-असभ्य चित्रणाकडे बघण्याचा दृष्टिकोणही बदलला आहे, असे वाटू लागले आहे. भगवान श्रीकृष्णांनी सोळा हजार स्त्रियांशी विवाह केला ही गोष्ट आदर्श आहे. युद्धात हजारो तरुण पुरुष धारातीर्थी पडले. त्यांच्या तरुण बायकांच्या डोक्यावरील छत्र उडून गेले. संसार उद्ध्वस्त झाले. त्यांना श्रीकृष्णाने आधार दिला. त्यांच्या मस्तकावर सुरक्षिततेचे, क्षेमाचे छत्र धरले. असा या प्रतीकरूप विवाहांचा अर्थ आहे. कीर्तनात भक्तिभाव जागा करायचा असल्याने अनंत फंदीनी-

"तेव्हा देव ठसला त्या चंद्रावळीसी ।
घाली लोटांगण तेव्हा हरिचरणासी ।''

असे सांगितले आहे. परमेश्वरच तो. देवाने सूर्याच्या आड सुदर्शनचक्र धरले. रात्र सहा महिन्यांची केली.

"प्रितीने भोगिले दिले अलिंगन तिशी ।"

अशा रीतीने कसोशीने श्रद्धेने ज्या चंद्रावळीने पतिव्रता व्रत आचरिले होते ती देवाच्या या रूपाशी एकरूप झाली आणि देवाला तिने विनविले की देवा मला अंतर देऊ नको. देवानेही जेव्हा मला स्मरशील तेव्हा तुजपाशी असेन' असे आश्वासन दिले. असा भक्तिभाव वर्णिला आहे. पतिव्रतेचे व्रत मोडायला लावणारा श्रीकृष्ण या लावणीत अनंत फंदी यांनी चित्रित केला आहे. अनंत फंदी हे ब्राह्मणकुळात जन्मलेले. त्यामुळे त्यांच्यावर जे काही धार्मिक संस्कार झाले होते ते त्यांच्या फटक्यात व कटावात पहावयास मिळतात.

अनंत फंदी यांनी 'अक्रूराची लावणी' या शीर्षकाची लावणी रचली आहे.[१६अ] या लावणीत श्रीकृष्णाचा गोपींना झालेला विरह वर्णिला आहे. गोपी अक्रूराला म्हणतात,-

"अक्रूरा, गोपी आक्रंदती हरीप्रति ठेवा ।
मथुरेशी नका नेऊ पहा रे मथुरेशी नका नेऊं आमचा प्राणविसावा ।।"

या लावणीत गोपींचे विरहदुःख वर्णिले असून श्रीकृष्णाच्या सर्वव्यापकत्वाबद्दलही वर्णन केले आहे.

पुण्यात अनंत फंदी [१७] यांना कीर्तनकार या नात्याने अमाप लोकप्रियता मिळाली होती. समाजावर त्यांची विलक्षण छाप होती. कीर्तनकार म्हणून त्यांचा बोलबाला होता. शृंगारिक लावण्या व विनोदी चमत्कारिक कथा सांगणारी तिथानीची लावणी या व्यतिरिक्त अनंत फंदी यांनी लिहिलेल्या सामाजिक आशय असणाऱ्या लावण्या, वैराग्यपर उपदेश असणाऱ्या लावण्या, समाजाला मार्गदर्शन करणारे फटके यासारखे काव्य भरपूर प्रमाणात लिहिले आहे. त्यावरून त्यांची 'शाहीर' म्हणून व 'कीर्तनकार' म्हणून योग्यता कळून येते. श्रीमंत सवाई माधवराव पेशवे यांचे दुःखद अपघाती निधन झाले. पुण्याच्या कारभारी मंडळींनी बाजीराव रघुनाथ यांच्या हस्ते झालेल्या हकिगतीचे पत्र देवविले. त्या पत्राच्या आधारे अनंत फंदी यांनी श्रीमाधव ग्रंथ ही टीका लिहिली. सवाई माधवराव पेशवे यांच्या निधनाने ओढवलेल्या शोकाकुल वातावरणाचे, त्यांच्या अंगच्या थोर गुणांचे, त्यांच्या कारकीर्दीचे अनंत फंदिंनी केलेले वर्णन म्हणजे हरदासी पद्धतीने लावलेल्या आख्यानाचा उत्तम नमुना आहे. आख्यानशैलीचे सर्व विशेष त्यात आढळतात. अनंत फंदी यांची ही मौलिक व असाधारण निर्मिती आहे. पहिल्या पाच अध्यायांची भाषा शिष्ट व सोज्ज्वळ आहे. सहाव्या अध्यायाची भाषा ही बोलीभाषा आहे. याच ग्रंथांचा अनंत फंदींनी कीर्तनासाठी छंदोबद्ध, श्रीमाधव ग्रंथ सिद्ध केला. तो चार अध्यायाचा संक्षिप्त व विविध वृत्तात्मक आहे. बाजीरावाच्या कारकीर्दीतील बंड, दुष्काळ, सर्वत्र

माजलेली अंदाधुंदी, पठाण, गारदी, पेंढारी यांनी केलेली पुंडाई, प्रजेवरील अन्यायाचे, अत्याचाराचे विदारक व भीषण चित्रण यात आहे. भाषा, बोलीभाषा असून त्या भाषेत अश्लीलता आहे.

अनंत फंदी हे मराठी वाङ्मयाच्या इतिहासात 'फटका' हा काव्यप्रकार लिहिणारे कवी म्हणून प्रसिद्ध आहेत.

''लंडे गुंडे हिरसे तट्टू ह्यांची संगत धरू नको।'

नरदेहासी येऊन प्राण्या दुष्ट वासना धरू नको ।

ह्या एकाच फटक्याने त्यांची 'फटका' कार शाहीर अनंत फंदी अशी ख्याती झाली.

''बिकट वाट वहिवाट नसावी धोपट मार्गा सोडू नको ।

संसारामधि ऐस आपला उगाच भटकत फिरू नको ।

ह्या ओळी मराठी माणसांच्या मुखात सर्वत्र वापरलेल्या आढळतात. प्रा. म. ना. अदवंत यांनी म्हटले आहे की ह्या एका फटक्याद्वारा अनंत फंदींनी सामान्यजनांना घालून दिलेला वर्तनक्रम आहे. या फटक्याद्वारा सामान्य माणसाला सावधानतेचा, दक्षतेचा, स्वसंरक्षणाचा, स्वहिताचा, सुरक्षित संपन्न जीवनाचा मार्ग दाखविला आहे. ह्या फटक्यातील प्रत्येक चरणाला सुभाषिताचे मूल्य प्राप्त झाले आहे.

सत्कर्माचा तोटा (क्र. २०) येऊ दे वाचे नाम देवाचे (क्र. २५) दे सोडुनि तरी फंद वाउगे - विषयाची तर काय मजा । हरिनामाची लाव ध्वजा ।'' (क्र. २३) नर देहामधि येऊन नर (क्र. २४) शोध करी रे मना (क्र. २६)

ह्या सर्व फटक्यांतून फंदींनी मराठी माणसांना, सर्वच सामान्य स्त्री-पुरुषांना आध्यात्मिक उपदेश, लौकिक जीवनातील सदाचारासाठी उपदेश केला आहे. जे फटके भक्तिपर आहेत, त्यात संसाराचे असारत्व, आत्मोद्धारासाठी परमार्थसाधना व नाम माहात्म्य प्रतिपादिले आहे. या फटक्यांमध्ये संसारनिवृत्तीचा उपदेश असला तरी तो उपदेश वरवरचा व तात्कालिक स्वरूपाचा आहे, असे म्हणावयास हरकत नाही. हे फटके बहुधा कीर्तनासाठी लिहिले असावेत. कीर्तनात ते गाइले जात असावेत. कीर्तने, पुराणे ऐकणाऱ्या जनांचा वेगळा समूह असतो. रात्री तमाशांत उपस्थित राहून अश्लील, बीभत्स लावण्यांचा रंगेलपणे आस्वाद घेणारा जनसमूह वेगळा असतो. या दोहोंच्या मनोरंजनाचे व वृत्तींच्या समाराधनेचे कार्य अनंत फंदी यांनी भरपूर केले आहे.

**

तळटीपा -

या प्रकरणातील लावण्या अनंत फंदी यांच्या कविता व लावण्या - संपादक डॉ. मधुकर काशिनाथ मोंढे या ग्रंथातून घेतल्या आहेत. (संक्षेप अ. फं. क. व ला. मोंढे ला. क्र. ४)

२) अंधारातील लावण्या - य. न. केळकर

१. अ. फं. क. व. ला. -मोंढे ला. क्र. ४

२. कित्ता - काव्यारसास्वाद - मोंढे पृ. १२५

३. अंधारातील लावण्या - य. न. केळकर ला. क्र. ११९

४. अ. फं. ला. व पो-मोंढे ला. क्र. ८ १२६, १३७

५. कित्ता - काव्यारसास्वाद -संदर्भ मोंढे पृ. १२६ व १३७

६. अ. फं. क. व ला. लावणी क्र. १०

७. अ. फं. क. व ला मोंढे ला. क्र. १२

८. अ फं. क. व ला. मोंढे ला. क्र.

९. अ. फं. क. व ला. मोंढे ला. क्र. ७ व काव्यरसास्वाद संदर्भ कित्ता पृ. १३७

१०. अ. फं. क. व ला. मोंढे. ला. क्र. ९

११. अ. फं. क व ला. मुंढे लावणी क्र. ११ व काव्यरसास्वाद संदर्भ कित्ता पृ. १२७

१२. अ फं. यांच्या क. व ला. मोंढे ला. क्र. ५ व काव्यरसास्वाद संदर्भ कित्ता पृ. १३६-१३७

१३. अ. फ. क. व. ला. मोंढे ला. क्र. १६.

१४. अ. फ. क. व. ला. काव्यरसास्वाद संदर्भ पृ. १२४-१२५

१५. अ. फ. क. व ला. मोंढे - टीपा व स्पष्टीकरण पृ. १३६

१६. अ. फं. क. व ला. मोंढे ला. क्र. १६ व काव्यरसास्वाद संदर्भ कित्तापृ.१२८ व टीपा पृ. १४०

१६अ. अ. फ. क. व ला. - भाग १ ला. ला. क्र. १६ संपादक - शं. न. जोशी.

१७. अ. फ. क. व ला.- मोंढे. संदर्भ - उपसंहार पृष्ठे १५३-१५४

***

प्रकरण ६ वे
प्रभाकरांच्या लावण्यांतील शृंगार

प्रभाकरांच्या लावण्यांतील स्त्रिया संभोगसुखासाठी आसुसलेल्या असतात. पतीचा विरह त्यांना सहन होत नाही. 'धीर न धरवे त्वरित आता' या लावणीची नायिका सांगते.

(१) ''धीर न धरवे त्वरित आता प्राणसख्या भेटवा''

रसरंगात लालजर्द नारिंग जसे भाराळते, तसे गाल आणि शरीर दिवसेंदिवस गरारते.

'स्मरण पतीचे होतां काळिज माझे थरारते

उर आले चढून रसाळ लिंबापरी

तटतटित चोळी जाइ फाटून धुरळापरी

कर्मेना मला मि छेलछबेली परी

त्वरित सख्यांनो तुम्ही तरी गे लिहून पत्र पाठवा

धीर न धरवे त्वरित आता प्राणसखा भेटवा'' असेही नायिका सांगते.

आपल्या पतीच्या एकनिष्ठेबद्दल नायिकेच्या मनात शंका आहे. नव्हे, त्याच्या बदफैलीपणाबद्दल तिची खात्रीच आहे असे दिसते -

''आपल्यावाणी नव्या तरण्या मिळवून रात्रि एकिकडे

ख्यालिखुषालित काळ सदा

करमित असतील ते तिकडे''

असे ती बोलून दाखविते. ''मी इकडे रडत बसले आहे. मी आता कुठवर दम धरू? तुम्ही माझ्या मायबहिणी आहात. आपले कर्तव्य (धरम) म्हणून, शेजारपणाची काही शरम म्हणून मला मदत करा. 'प्रसन्न मर्जी पाहून माझा सखा निवळपणी गाठवा.' असेही ती सख्यांना सांगते. 'काय

करू अतां रंगमहालि बिछोना नरम' असल्याचे ती सांगते. तिला विरह कसा जाणवतो आहे, या विरहकाळात तिच्या मनात काय येते आहे, ते पुढील ओळीत पहा

"येतांजातां कोण अतां कवटाळून घेइल मुका
गुणमंदिर लावण्यदिवा गे पवित्र परिमळ बुका
मनापासुन भोगिता तया विसरून जाते तहानभुका"

असा आपला लैंगिकसुखाचा अनुभव नायिका सांगते. आपल्या पतीने आपल्याला कसे शरीरसुख दिले, ते ती पुढील शब्दांत सांगते आहे.

"हवे तसे एकान्ति मजपासून करविले
घेऊन मांडीवर नित्य मला भरविले
ते रत्न कसे म्या पापिणिने हरविले"

एकान्तात पुरुष आपल्या पत्नीशी कसे शृंगारचाळे करतात ते प्रभाकरांनी या ओळीत नायिकेच्या तोंडून सांगितले आहे. नायिका आपल्या पतीचा रत्न म्हणून उल्लेख करते आणि त्याने जर निद्रा केली असेल तर त्याला —

"गळ घालून ग उठवा ।
धीर न धरवे त्वरित आता प्राणसखा भेटवा ॥ ३ ॥

असे सांगते. स्त्रियांना अलंकाराची आवड असते. तिच्याकडे —

"हिरे पाच मोत्यांचे सखे सर्वांगावर डुब गहिने
त्यात बहार बिलोरि झाडे सांगिन चौगर्दा अयने"

असा सर्व थाट होता. पण प्रिय प्राणसखा जवळ नसेल तर त्याचा काय उपयोग?

"एक सख्याविण सारे सुने परदेशि नि बारा महिने" असे तिला वाटते. गंगु हैबती, महादेव कवी यांनी प्रभाकराचे हे कवन सादर केले. त्यात शृंगारिकता भरपूर आहे. विरहाचे दुःख, पतीची ओढ, त्याच्यावरील निष्ठा उत्तमरीत्या व्यक्त झाली आहे.

म्हणे गंगू हैबती
स्वस्थपणे सुंदरी
हरिकृपा करिल जा सौख्य
भोग मंदिरी
महादेव कवीचे छंद राजअंबिरी
प्रभाकराचे कवन हो मनी
सुखशयनी आठवा
धीर न धरवे त्वरित आता

प्राणसखा भेटवा ॥ ४ ॥
असा लावणीचा शेवट केला आहे.

२.'शुकस्वामीसारिखे जितेंद्रिय[२]

या लावणीमध्ये प्रभाकरांनी उत्तान शृंगारिक शरीरभोगवर्णन केले आहे. या लावणीतील स्त्रीचा पती लैंगिक भोगापासून अलिप्त राहतो आहे. त्याची पत्नी नायिका त्याला स्पष्ट शब्दांत सांगते —

"शुकस्वामिसारिखे जितेंद्रिय पूर्णपणे भासतां
असे हो का हृदयांतरि त्रासतां? ॥ ध्रु. ॥

एखाद्या स्त्रीचा पती जर याप्रमाणे संभोगक्रियेपासून अलिप्त राहिला तर त्या स्त्रीची अवस्था किती कठीण होत असेल? ती आपल्या पतीला शृंगारक्रीडेसाठी उद्युक्त करण्यासाठी काय काय करते ते तिच्याच शब्दांत पाहण्यासारखे आहे.

"क्रीडा करूनी हास्यविनोदे पलंगावर लोळते
विषयकहालीने अति पोळते
जेव्हा लहर मनि येते तेव्हा करि कुच अपुले चोळते
अधिरपणे गवाक्ष मग हेळते"

नायिका आपल्या पतीला शृंगारक्रीडेसाठी उद्युक्त करायला वरीलप्रमाणे क्रीडा करते. पण तो मनाने खंबीरच राहतो. तिला या गोष्टीचे खूप दुःख होते. तीच त्याला उलट घोळते आणि म्हणते

"संसाराचे सौख्यसार जें तेंच बळे नासता
असे हो का हृदयांतरि त्रासतां?"

एक प्रकारे कामशास्त्राचे धडेच ती गिरवते आहे

"बळजोरीने धरून खवाटे बळकट कवटाळिते
परोपरी मर्जि मि सांभाळिते
कमर सैल सोडून प्रीतिने करि मुख कुरवाळिते
तिडिक सोसून हुकूम पाळिते
चाहिल तो नित पदार्थ पुरवुन
तुंसाठी जीव जाळिते
सजलें रूप निजून न्याहाळिते"

एवढे सर्व तिने करूनही पती संभोगक्रियेला उत्सुक नसतो. कदाचित तो नपुंसक असावा. कारण तिच्या तोंडी पुढील वाक्ये घातलेली आढळतात —

"क्षेत्र हाताळुन ऐन रसाचे समयि

स्वस्थ बैसतां

असे हो का हृदयांतरि त्रासतां?

खरे म्हणजे वंशवृद्धीसाठी संतती व्हावी अशी प्रत्येक विवाहित स्त्री-पुरुषाची इच्छा असते. या लावणीतील पती मात्र अनुत्सुक आहे. नुसता वर वर शृंगार करू पाहतो. पत्नीच्या तोंडी स्त्रीत्वाला, लज्जायुक्त स्त्रीत्वाला, कमीपणा आणणारे शब्द प्रभाकरांनी योजिले आहेत.

"मनापासून खुब कसून लावा बळाने तर कशी
नका करू बिगार अशी वरकशी"

आपल्या रूपासंबंधी नायिका सांगते —

"पातळ नीतळ शरीर केवळ सुवर्ण बावनकशी
बरी आज लाविलीत बरकशी
रसिक रसील्या योग्य रूपाने घरि पद्मिण आसतां
असे हो कां हृदयांतरि त्रासता?

आपले शरीर नितळ गोरे पातळ, कातडीचे बावनकशी सुवर्णासारखे सुंदर आहे. आपण पद्मिनी नायिका आहोत. असे असून आपण माझ्या सहवासात असे का त्रासता आहात. असे त्या नायिकेचे म्हणणे याजागी स्वीकारणीय वाटते. आपल्या तारूण्याचे वर्णन तिने पुढील शब्दांत केले आहे.

"मदनपुराने उरी कंचुकी धुरकापुरि दाटली
पहा हो दंडावर फाटली
बहु आवरिता कुच नावरती गांठ निसुर सूटली
अजुन नाहि भ्रांत कशी फीटली

नायिका सांगते 'मी तारुण्याने मुसमुसली आहे. उरावर धुरकापुरी कंचुकी दाटली आहे. शरीराच्या मापाप्रमाणे शिवली असली तरी आता वयात आल्यामुळे चोळी दंडावर फाटण्याइतकी मी सशक्त झाले आहे. किती जरी आवरले तरी स्तन चोळीच्या बाहेर पडतात आणि 'गाठ निसुर सूटली.'

'समाधान मन करून उठा ही गोड घडी पावली
काय सुख सांगु अगन पेटली
महादु प्रभाकर म्हणे उभयतां चतुर सुगर दीसता
असे हो कां हृदयांतरि त्रासतां?'

या स्त्रिया खरोखरच इतक्या कामवासनेने वखवखलेल्या होत्या का?

अशा स्त्रियांच्या बाबतीत दुसराही एक विचार स्पष्ट होतो की त्या बाजारू स्त्रिया असाव्या. पण या लावणीतील स्त्री ही बाजारू स्त्री नाही. पतीच्या शृंगारक्रीडेच्या

अनुत्सुकतेमुळे तिला नाइलाजाने अशी भाषा वापरावी लागलेली दिसते.

(३) अहो प्राणप्रिया पातळ केलित माया[३]

या लावणीची नायिका नायकाला आपल्याशी शरीरभोग करण्याविषयी विनंती करते आहे.

अहो प्राणप्रिया. पातळ केलीत माया
अशी काय कधि मी सेवेस चुकले सखया ॥ ध्रु. ॥

असा लावणीचा प्रारंभ आहे. आपण सुंदर आहोत असे सांगताना तिने काही संबोधने वापरून त्याची स्तुती केली आहे —

या प्रियपात्रा; सुचिन्ह कोमलगात्रा
अजि कुणीकडे तरि दिवस उगवला चित्रा
अहो जगमित्रा, सभाग्य पुण्यपवित्रा
त्यागिले मला का हिंदुपदाच्या चित्रा
मी मृगनेत्रा सदैव हास्यवक्त्रा
उभि करून पुढे पाहा अवयव शुद्ध विचित्रा
काहि कराया, पलंगीं चला गुणिराया
मारून मिठी कळवळून मागत्यें पाया ॥ १ ॥

आपल्याला ज्या पुरुषाबरोबर शय्यासोबत करावीशी वाटते अशा पुरुषासाठी तिने त्याच्या स्तुतीपर किती संबोधने वापरली आहेत आणि त्यात पात्रा, गात्रा,मित्रा,चित्रा, पवित्रा असे अनुप्रास साधले आहेत, हे लावणीतील वैशिष्ट्य जाणवते. तसेच स्वत:ला मृगनेत्रा (हरिणाक्षी, सुंदर डोळ्यांची स्त्री) व हास्यवक्त्रा (हसतमुखी सुंदर स्त्री) असे म्हणवून घेऊन अनुप्रास साधले आहेत. आपण सुंदर आहोत हे त्याने समोर उभे करून घेऊन आपले सुंदर अवयव पहावेत असेही सांगितले आहे. ती कळवळून बोलते, त्याच्या पाया पडते आणि 'काही करा या गुणिराया,' असे म्हणून शय्येवर येण्यासाठी विनविते. (१)

पुढील कडव्यातही त्याला शरीरभोगासाठी उद्युक्त करायला वातावरणाचे वर्णन करते. शरीरभोगासाठी आपण अधीर झालो आहोत. 'आपण पदरचि दासी आहोत; तुम्हांस ही काया विकली आहे,' असेही सांगते.

"ही रात्र अशी चटकचांदणी खाशी
घ्या बहार उठा किति घालू हात हनुवटिशी
आलि वेळ कशी; काय करू शरीराशी
झाले अधीर तशी"

हे सांगताना प्रतिमा वापरली आहे माशीची
“होत्ये लुब्ध जशी त्या मधास लंपट माशी”

मधाला लंपट माशी जशी चिकटते तशी मी शरीराला आलिंगायला अधीर झाले आहे असे सांगते. पुन्हा पुन्हा विनंती करते -

“स्वस्थ निजा मजपाशी । म्हणवितेच मी पदरचि दासी ।
जी केलि क्रिया कशि ती जाइल वाया
बेफिकिर असा ही तुम्हांस विकली काया”

गायकवाड यांनी ‘ती बाजारू स्त्री असावी”असे जे म्हटले आहे, ते खरे वाटते. कारण ती पुढील कडव्यात म्हणते आहे.

“मज हातीं धरा, दिनास अंगीकारा
या पदांबुजी महाराज निरंतर थारा
प्रतिपाळ करा, राजहंस सुकुमारा
चालवा स्नेह शेवटवर परम उदारा
हा समय बरा विलास उरकुन सारा
मग जवळ बसुन घालीन सुगंधिक वारा
मुळीं करून हिया निबीड पाहून छाया
मन सुखावले ते झाले अजुन अठवाया (३)

प्रेमकवितेत ज्याप्रकारे प्रेयसी आपले प्रेम प्रियकराला कळविते तसे या लावणीत नायिका आपले प्रेम त्याला

“हे शरीर घरीं, लक्ष तुम्हांकडे भारी
कधी सहजगती झरोक्यातून पाहता स्वारी
खुण वरून करी, हळूच गजरा मारी
दाखवी किती थरकाउन गेंद खुमारी
जिव खंत करी, साक्ष देईल कंसारी”

असं बोलून व्यवत करिते. शाहीर गायक महादेव आणि कवी प्रभाकर सांगतात की -

खुष करा तया, आज रहाया ठाया
जा उठून उद्या” येथे नेहमीप्रमाणे लावणीचा शेवट होतो.

(४) चांदणे काय सुंदर पडले

या लावणीतील ⁴स्त्रीचा पती नित्य बाहेर जाणारा आहे. ती ‘घरच्या दुहिला’ कंटाळली आहे. त्यामुळे अचानक भेटलेल्या परपुरुषाला ती आपली मन:स्थिती

कशी झाली आहे ते सांगते आणि मोकळेपणाने त्याच्याजवळ शरीरसुख मागते.

"चांदणे काय सुंदर पडले ।
त्यात तुम्हांसारिखे पाखरू अवचित सापडले ।। धृ. ।।

असा लावणीचा प्रारंभ आहे.

शाहिरांच्या लावण्यांतील काही स्त्रिया पुरुषाला विनवणी करताना आढळतात. अगदी दीनवाणेपणाने त्यांना शरण जातात. तसे ही नायिका या 'अवचित सापडलेल्या पाखराला' आपली कशी अवस्था झाली आहे ती सांगते.

"लवुन (मी) किती पाया पडते
काही करुणा येऊ द्या माशापरि तडफडत्यें
एकांति दिसास चाल पडत्ये
तरि का बोलत नाहि अशि कुठे तुम्हांस आवडत्ये
म्हणुन मी दैवाला रडत्ये
चैन पडेना जिवास चिंता नदीत नित बुडत्ये
पसरून पदर विषयाचे सौख्य मागत्ये
कुणि गाठ घालिना पलंगि उघड सांगत्ये
चौघांचि खुशामत करून व्यर्थ भागत्ये
सहजगति आज दर्शन घडलें
समाधान पावलें चित्त फारच स्वरूपी जडलें ।। १ ।।

अशी ही नायिका आपली व्यथा सांगते. "मी अनेकांना विनंती केली. पलंगावर पडून उघडपणे विषयाचे सौख्य मागितले. चारचौघांची खुशामत करून बघितली. पण कुणाला माझी दया आली नाही. मी माशाप्रमाणे तडफडत्ये आहे. तुम्ही मला सहजपणे दिसलात. तुमचे दर्शन घडल्यावर मला समाधान झाले. तुमच्या रूपावर माझे चित्त जडले आहे.मी तुम्हांला आवडले आहे,असे तुम्ही मला का सांगत नाही? मी तुमच्या पाया पडते. तुम्हाला माझी करूणा येऊ द्या. 'पसरून पदर विषयाचे सौख्य मागते.' ।। १ ।।

आज ती सहजपणे भेटलेल्या या पुरुषाची स्तुती करते आहे.

'कीर्त ऐकून खावंदांची
आरंभिलि मग आशा स्वामिच्या पदारविंदांची
घडि आली बनुन आनंदाची
मुहूर्त साधा उठा नाहि अडचण प्रतिबंधाची"

ती त्यांना खावंद म्हणते. त्यांच्या पदारविंदांची आशा तिने मनात धरली आहे. आज आनंदाचा क्षण आला आहे. आता तुम्हांला कोणी प्रतिबंध करणार

नाही. मुहूर्त साधा. उठा-

पुष्टता जशि गुलकंदाची
तशि काया समधात सुगंधिक अमोल फुंदाची ।
सोडिते गाठ कुच कंदुक सुंदर बघा
वर्तुळाकार अति कठिण अहो जिवलगा
घ्या मुके गोड कवटाळून गळिंच्या नगा
कुणाचे कार्य कुठे अडले
सिद्धीस न्यावे थोर जनांनी अनाथ अवघडले ॥ २ ॥

या कडव्यात आणि चौथ्या कडव्यात उत्तान शृंगारिक भाषा वापरून नायकाला शरीरभोग घेण्यासाठी नायिका उत्तेजित करीत आहे, ''माझे वक्षस्थल अति कठीण वर्तुळाकार आहेत. कंचुकीची गाठ सोडून मी कुंचकंदुक तुमच्यासाठी उघडे करते आहे. माझी काया गुलकंदासारखी सुगंधित आणि पुष्ट आहे. माझे मुके घ्या आणि 'गळिंच्या नगा' कवटाळून घ्या. कुणाचे काय जर कुठे अडले असेल तर थोरजनांनी ते सिद्धीस न्यावे. (२) माझा जीव घरच्या दुहीला त्रासला आहे. त्यात माझे पती नित्य कुठेतरी निघून जातात.

''आपण तरि भर भोगा पहिला
नाही मागत धनद्रव्य टांक नको लावाला वहिला
द्यावे सुख ऋतुवंत्या महिला''

याप्रमाणे तिसऱ्या कडव्यातही ती नायिका नायकाला संभोगासाठी उद्युक्त करते आहे. 'मी ऋतुमती आहे, मी तुमच्याकडे धनद्रव्य मागत नाही.'

''आपण तरि भर भोगा पहिला''

माझा भरज्वानीचा पहिला भोग आपण घ्या. ऋतुमती स्त्रीला सुख द्यावे असे पद्मपुराणात व्यासांनी लिहून ठेवले आहे.

''असो पापपुण्य सर्वहि माझे मजकडे
तुम्ही अंगसंग देउन व्हावे पलिकडे
पुढं घडल तसं घडो या लौकर अलिकडे
कठिण मन केले कुणिकडले
मघाच झाली तोफ सख्या वर आकाश गडगडले ॥ ३ ॥

एवढ्यावर ती थांबत नाही. हा पुरुष (नायक) आपल्याला आवडला असे ती कोणत्या भाषेत सांगते पहा —

''स्वरूप लावण्य हृदयि ठसले
पदकमळापासून मुखापर्यंत जिविं बसले

मुलायम चित्र कुठे असलें
लिंबापरि तारुण्य विसाबाविसांत मुसमुसलें
बहुत गोजिरवाणे दिसलें.''

पदकमळापासून मुखापर्यंत त्याचे सौंदर्य तिच्या मनात ठसले होते. वय वर्षे वीस बावीसमध्ये त्याचे तारुण्य लिंबाप्रमाणे मुसमुसले, ते गोजिरवाणे दिसल्याचे ती सांगते. अशा देखण्या पुरुषाने आपले शरीर भोगावे अशी तिची इच्छा आहे. या सुंदर पुरुषाला 'झडी पडून भोगावे वाटते शरीर कसकसले.' ती विचारते, माझा त्याला कळवळा का येत नाही?

''आले नटुन थटुन पोषाग करून पीवळा ।
आलि दया आलिंगन देइ प्रियकर सावळा ।''
गंगु हैबतीस आवडले
महादेव गुणी प्रभाकर प्रारब्ध उघडले''

(५) कारण ज्यासी तेच तुम्हाला

या लावणीत[५] प्रभाकरांनी कोणताही आडपडदा न ठेवता शरीरसंभोगाचे नायिकेच्या मुखातून संपूर्ण वर्णन घडविले आहे —

''कारण ज्यासी तेच तुम्हाला समग्र सापडले
स्वस्थपणे संग करा काय कांसोट्याबिगर अडले ।। धृ. ।।

असा या लावणीचा प्रारंभ आहे. नायिका म्हणते,

''साडीच्या निऱ्या न ढळता विषयसुख स्वस्थपणे घ्या. सुखाची रात्र वृथा चुरमुरता निघून जाते. मी तुमच्याखाली झोपले आहे. तुमच्यासारखा सुंदर पुरुष माझ्या देहावर असा चिरकार राहो. पण तुम्ही कुठे घडीभर ठरता? सैल हाताने करतो म्हणता, परंतु कासोटा सोडू नका हो-

''सोडू नका कासोटा हो म्हणता सैल हाते करता ।
आरंभिले जे कार्य ठेवुन ते भलतेच आचरता।
मौन धरून मुख माझे कितितरि निट न्याहाळुन पाहता ।
क्षणक्षणा काय चरण बळाने स्कंधावर वाहता ।
करू नये ते श्रम करून ऐन अवसानि उगे राहता।
घर्म दाटला खालि मला वर तुम्हांस सुख घडले ।
स्वस्थपणे संग करा काय कासोट्याबिगर अडले ।।१।।

नायक तिच्या शरीरावर झोपला आहे. तो कासोटा सोडण्याचा प्रयत्न करतो. जे करायला पाहिजे ते न करता भलतेच काही करतो. मौन पाळतो आणि नायिकेचा

चेहराच न्याहाळत बसतो. आपल्या स्कंधावर पुन्हा पुन्हा तिचे चरण धरून ठेवतो. हे नको ते श्रम केल्यावर 'अवसानी स्वस्थ बसतो? तिचे शरीर मात्र घर्मबिंदूंनी भिजून जाते. तिला तो नग्न करू पाहतो.

"जपत होते कांसोट्यास तिथे गत भलतिच घडली।
उर उघडा दिसतो तरी ही कंचुकि तडतडली ।
नखे रुतति कळ करी निजुन कमरेस कमर भिडली।
अशि नव्हती कधि एकांति पाहिली नीट न्याहाळुन पुढली ।
आज न घडाचि गोष्ट परंतु भिड तुमची पडली ।
सावरिता चिर वृथा दुजेपण मनि अपुल्या आणता ।
हात काढून कि हो निराळे जाउन निजू म्हणता।
मनि धरून आड कासोट्याचि कसे शब्दबाण हाणता ।
सुटेन कवेतुन कशी कठिण हे मुख्य मला पडले ।
स्वस्थपणे संग करा काय कासोट्याबिगर अडले ॥ २ ॥

संभोगाच्या वेळच्या विविध क्रियांचे उल्लेख प्रभाकरांनी तिच्या तोंडी घातले आहेत. 'मी कांसोट्याला जपत होते, तर ऊर उघडा पडला. कंचुकी तडतडली. तुमची नखे लागून कळा आल्या. कमरेला कमर भिडली. माझे वस्त्र मी सावरले तर तुमच्या मनात दुजेपण आले. हात काढून घेऊन वेगळे (दूर) निजायला जायला निघालात. कासोटा आड येतो म्हणून शब्दांचे बाण मारून मला चिडविता. मला तुमच्या कवेतून कधी निसटून जाते असे झाले आणि तुम्ही हे काय करता? "स्वस्थपणे संग करा काय कासोट्याबिगर अडले?"

तिसऱ्या आणि चौथ्या कडव्यात देहाचे सौंदर्य वर्णिले आहे.

"कुसुमाहुन सुकुमार शरिर वर रत्नखचित गहिना ।
उजेड पडे मंचकी रूपाचा देह संगिन ऐना ।
आधीच मंदिर सर्व सुशोभित मधि माशुक मैना ॥" (३)
कुरळ केश मधि भांग सरळ निट मोत्यांनी भरला ।
अलंकार वर जडुन सारखा करून विंचरला ।
सैल झालि बुचड्यात मूद जिव खराच घाबरला ।
नाहि सख्या मिस करीत खोपा हा सगळा विखुरला ।"

याप्रमाणे आपले शरीरसौंदर्य सांगून आणि आपल्या अंगावरील दागिन्यांचा उल्लेख करून नायिका दोन्ही कडव्यांत शरीरभोगाचे, संभोगक्रियेचे वर्णन करते.

"अति सुखकर प्रिय विषय त्यात भर मार्गेश्वर महिना ।
उगिच निजा पोटासि धरून मज कशि करुणा येइना ।

जड झाले शृंगार सर्व सर्वांगी कळा करती ।
कुठवर सोसूं उठुन बसूं द्या मज पलंगावरती ।
कशा घरोघर स्त्रिया अशा तरि पुरुषापुढे ठरती।
सरति रात्र जाहलि अजून काहि लक्ष ठिवा पुढले।
स्वस्थपणे संग करा काय कासोट्याबिगर अडले ।।३।।
''नाहि सख्या मिस करीत खोपा हा सगळा विखुरला ।
दुःख देऊन दुसऱ्यास मनोरथ तरि तुमचा पुरला ।
रसकस भोगुन कळेल तसा मग खालि उतरला ।''
असे हे भडक शरीरभोगाचे वर्णन करून झाल्यावर
''गंगु हैबती सुगर सकल शहरात धन्य भासती ।
विषय विनोदी शब्द अमोलिक रत्नापरि दीसती।
महादेव गुणिराज चतुर चतुरात सदा बैसती ।
प्रभाकराच्या कसे कवनावर सदैव मन जडले ।।''

असा कवी प्रभाकराचा, गायक गंगू हैबती आणि गुणिराज महादेव यांचा गौरवपर उल्लेख केला आहे.

(६) अडकाठि तुला जिवलगा र केली कोणी

या लावणीतील[६] नायिका ही एक प्रेमिका आहे. आपल्या प्रियकराला ती राजरोस दिवसा 'नवऱ्यावाणी' घरी येण्याचे आवाहन करीत आहे.

'अडकाठि तुला जिवलगा र केली कोणी
ये दिवसा नवऱ्यावाणी ।। धृ. ।।

असा या लावणीचा प्रारंभ आहे. नायिका बिनधास्तपणे सांगते

''या शहर पुण्यामधि वाजुन चुकला डंका
नाहि मुळीच धरली शंका
फिर तुरा लावून दाव दिमाख सगळ्या लोकां
लुटविन तुझ्या हाते लंका
अहो रात्रंदिस पदरावर झेलुन थुंका
स्नेहसुखांत शेवट जिंका ।''

याप्रमाणे आवाहन केल्यावर ती आपले प्रेम कसे बसले ते स्पष्ट करते. ती म्हणते, ''मी लहान होते त्या दिवसात मला शहाणपण (न्हाण) आले नव्हते. अंथरुणात विषय कसा करायचा असतो, याचे मला ज्ञान नव्हते. आणि एके दिवशी घडू नये ती गोष्ट घडली. तुमची मला कशी काय भुरळ पडली कोण जाणे? हे जीवघेणं प्रेम

कसं काय, कुठून जमले, ते मला कळलच नाही.'' लावणीतील प्रेम' हे नेहमी 'वैषयिक प्रेम' म्हणजे कामवासनाच असते. असं हे जीवघेणं प्रेम कसं काय जमले, हे सांगताना नायिकेच्या तोंडी ही अशी भाषा वापरली आहे.

''घडू नये ती गोष्ट ती सहज एकांति घडली
कशि काय तेव्हा रं तुझि मज मुरवत पडली
जिवघेणि कठिण ही ममता कुणिकुन नडली ।। १ ।।

त्याचेही तिच्यावर प्रेम आहे. त्याला तिच्यावरील प्रीतीचे वेड लागले आहे. तो वेड्यासारखा तिच्या दारी येऊन तोंडावर हात ठेवून, चेहरा झाकून उभा असतो. ती त्याला बिनधास्तपणे सांगते आहे,

''आलि रात केवळ अंधारी
घरि येउन मला निज घेऊन नित शेजारी
काय करतिल दुसरी सारी
का उदास केले चित्त सांग बस खाली
नको रडू उगा डोळ्यांवर चढली लाली
पहा पदर पुढे पसरून गळि हात घाली
तुझ्यासाठि प्राण खरचीन सोडिले पाणी
या करिन देहाचि हानी ।। २ ।।

प्रेमासाठी नायिकेने हा कृतनिश्चय केला आहे.त्याच्या माघारी ती सती जायला तयार आहे. वैराग्य आले आणि त्यामुळे जरी तो अन्य जागी कोठे गेला तरी ती त्याला शोधत त्याच्या मागे जाईल. आपल्या मनाने तो जेथे जेथे जाईल तेथे तेथे त्याच्यामागे हिंडत ती भिक्षा मागत फिरेल. झोळी पसरील. लाजणार नाही असा तिचा निर्धार ती बोलून दाखविते.

''हातावर घेऊन शिर निसंग (मी) जाहले
सोडून जनाची लाज तुटुन घरि राहले
मन निर्मळ गंगाजळ तुझं पूर्वीच पाहले
लागले तेव्हापुन ध्यान फार निरवाणी
पहा दिसते केविलवाणी ।। ३ ।।

आपल्या प्रियकराला ती धीर देते, धाडस करायला सांगते. 'मला चारचौघादेखत गाठून भरल्या बाजारी उभी करून तू माझ्यावरील प्रेम जाहीर कर,' असे ती त्याला पढविते.

'हाति धरून मला उभि करून भरल्या हाटी द्या चौघांदेखत गांठी
नाहिं जबरदस्ति कोणाची इष्कासाठी

मन मानेल घालिन पाटी
जेऊ बसून उन्हून दूधभात एक्या ताटीं
मारू मिठी उभयता कंठी'' ॥ ४ ॥

असे हे बिनधास्त प्रेमगीत गंगु हैबती, गुणिराज गुणी महादेव आणि प्रभाकर यांनी सादर केले आहे —

''म्हणे गंगु हैबती धन्य स्त्रियांची करणीं
कर उजागरीने जाउन अतां ऋतुभरणी
महादेव गुणी गुणिराज गोड गाइ धरणी
पहा प्रभाकराचे छंद चुनंदावाणी
रस भरून अक्षर छाणी ॥ ४ ॥

एक्याताटी दूधभात खाणारी, चारचौघात बाजारहाटी आपले प्रेम घोषित कर असे सांगणारी आणि भर दिवसा नवऱ्यावाणी घरी येऊन आपली शय्यासोबत कर असे सांगणारी नायिका या लावणीत बिनदिक्कत रंगविली आहे.

(७) एक वेळ भोगुनी फिरुनि

या लावणीत[७] संभोगक्रियेचे उत्तान शृंगारिक वर्णन केले आहे.

''एक वेळ भोगुनी फिरुनि काय मजा ति संगाची ।
पदर तरी घेऊ द्या नका करु घडि सर्वांगाची ॥ धृ. ॥

असा या लावणीचा प्रारंभ आहे. आपण नाजुक नवनवती आहोत. अशा सुंदर रूपाच्या स्त्रीला शरीरभोगासाठी तुम्ही किती त्रास देताहात, असे नायिका आपल्या प्रियकराला म्हणते आहे,

''मज षोडश वर्षे मुळी वयाला भरुन
षण्मास लोटले नसतिल ऐका स्थिरुन
एव्हढ्यात उरासि निजता बळकट धरुन''

तिच्या वयाला सोळा वर्षे पूर्ण होऊन वर सहा महिनेही लोटले नसतील तेवढ्यात नायक तिला उराशी बळकट धरून निजतो. त्याला वाटते, पुन्हा अशी रंगाची रात्र फिरून कदापि येणार नाही.

''जसा फुलांचा गेंद तशी भरज्वानी लवथवती
दूर असा राजसा नव्हे मी गल्लीतील गवती
न्हाण आल्यापुन म्या र अवज्ञा कधि केली नव्हती
जिवट पाहुन आसने स्त्रियेला भ्रतार दाखविती
मार्ग जया पाहिला आधिच कंबर बारिक लवती

संग करून एकदा फिरतसा नित भंवति भंवती

तुम्हांस भासे फिरुन रात्र न ये कदापि रंगाची
पदर तरी घेउ द्या नका करु घडि सर्वांगाची ॥ १ ॥

इतर पुरुष आपल्या पत्नीला संभोगासने शिकवितात. मी लहानखोर नवतरुणी, जिची कंबर बारीक लवती आहे. तिच्याशी एकदा संग करून तिच्या भोवतीभोवती फिरता. मी जसा फुलांचा गेंद, तसे माझे तारुण्य लवथवते असे आहे. मी काही 'गल्लीतील गवती' नव्हे. न्हाण आल्यापासून मी कधी तुमची अवज्ञा केली नव्हती. पण आज तुम्हाला वाटते आहे की अशी रंगबहार रात्र पुन्हा कधी येणार नाही. मला पदर तरी घेऊ द्या. अशी माझ्या सर्वांगाची घडी करू नका. (१)

दुसऱ्या कडव्यातही ती अशीच उत्तान शृंगारिक भाषा वापरते आहे. ''माझा रंग असा घवघवीत गोरा भुरका आहे. मला कुणाची तरी दृष्ट लागेल अशी मी सुंदर तरुणी आहे. मला आता न्हाण आलं आहे. तेव्हा हा छोट्या मुलीचा (लेकुरका) बांधा मला शोभत नाही. जरा माझ्या जिवाकडे पहा.

''सैल सोडिते देह पलंगी नाहि मारित मुरका ।
जिवाकडे पहा जरा विनंती हीच माझी तरका
एक वेळ तेच दहा वेळ नित शंभरदा उरका
सांड जहाली जर्जरा जेव्हा हवा तेव्हा मारा झरका''

मी मघापासून कुणाला तरी विनविते आहे. घरामध्ये दिव्याची गरमी दाटली आहे.

''उठून बसवा करीं पहा झालि झोळि पलंगाची
पदर तरी घेउं द्या नका करुं घडि सर्वांगाची ॥'' ॥ २ ॥

अलंकारांचा उल्लेख करून आणि आपल्याबद्दल सहानुभूती निर्माण करून ती आपली सुटका करून घेऊ पाहते.

''जीव इथुन तिथून सारखा समजा अंत:करणी
गेंद फुले साखळ्या तोरड्या जड झाल्या चरणी
त्यजुन बिछोना तळी निजावे थंड पाहुन धरणी
कुडुक कुठे हरवले राहिले खुंट अडकुन करणी
काय परीक्षा बघु ही असली ज्वानी नवि तरणी
इथे प्राण धाइना हवी मग महिन्याची वरणी
मज बाजुबंद काढु द्या दंड दूखती
हे ओठ चुंबिता अति नाजुक सूखती
दुजी राख ठिवा द्या आज लिहुन फारकती

अचुक लागले हाति चिरावलि चोळि पतंगाची
पदर तरी घेउं द्या नका करुं घडि सर्वांगाची ॥ ३ ॥

तुम्ही मनात समजून रहा की जीव इथून तिथून सर्वांचा सारखाच असतो. माझ्या अंगावरील दागिन्यांचा मला संग करतेवेळी त्रास होतो. माझ्या ओठांचे चुंबन घेता, त्यावेळी ओठ सुकून जातात. तुम्हाला जर असा त्रासच द्यायचा असेल तर तुम्ही आपले मला फारकतीचे घटस्फोटाचे पत्र लिहून द्या आणि दुसरी राख ठेवा. कमालखानी हारतुरे तसेच राहिले. बाहेरून घरी येताक्षणी तुम्ही मला असे कवळिले की जीव व्याकुळ झाला.

"नवल नव्हे वावगे रंगाचे श्रम सारे साहिले
उदंडदिशि जिवलगा मुक्याने आज ठरतां पाहिले
घर्म दाटला मला तुम्हाला स्तन दोन्ही वाहिले
हेत धरुनियां बरे दाविले अंगि कंबर राहले
हा वंशवेल जाहला प्रियकरा पुरे
मी शरण आले किं जिथून तिथे कांहीं नुरे
नित अशा विलासे चित्त स्त्रियांचे मुरे"

वंशवेल पुरी केल्यावर शृंगाराचे उद्दिष्ट पूर्ण होते.

"झुरेबावरे तुम्ही बरि नव्हे चाल कुसंगाची
महादु प्रभाकर म्हणे जाइना खोड निसंगाची ॥"

असा लावणीचा शेवट शाहिरांनी केला आहे.

(८) स्वरूपवान मजपरिस देखणा

आपल्यासारख्याच स्वरूपवान तरुणावर आपले प्रेम बसले आणि त्याच्याशी आपल्याला शृंगार करावा अशी इच्छा झाली आहे, असे सांगणाऱ्या तरुणीची ही लावणी आहे.[८]

"स्वरूपवान मजपरिस देखणा उजेड रुपाचा पडे।
नित्य उठून वाटते अशेला मित्र करावा गडे ।"

अशी या लावणीची सुरुवात आहे.

ह्या लावणीतील नायिका आपल्यासारख्या सुंदर पुरुषावर प्रेम करू इच्छिते.

"रूपसुंदर सुकुमार बत्तीसलक्षणी मदनपूतळा।
विलोकिता नवि नित्य पालटे रंगरुपाची कळा।
फारच बाई मर्यादशिल सात्त्विक सुशिल आगळा
सवड पाहून घालित्ये गाठ कधी हाति चढंल सांवळा।"

अशा स्वरूपवान तरुणाशी आपले प्रेम जमावे म्हणून ती नित्य देवळामध्ये जाऊन देवाला नवस लावते. अजून माझे पुण्य का फळाला येत नाही असे तिच्या मनात येते. त्याच्यासाठी ती कशी झुरते ते तिच्या शब्दांत पहा —

"संगतिचे लागले पिसें
लाधेल रत्न हें कसें
नित चिंतातुर मी बसे
दृष्टीपुढे रूप दिसे भेटीस्तव स्तन गे उजवा उडे
गांठ सुटे पहा माझि सख्यांनो इतर मला नावडे ॥ १ ॥

त्याच्याशी सहवास व्हावा, याचे मला वेडच लागल्यासारखे झाले आहे. मला हे पुरुषरत्न कसे प्राप्त होईल याची मला नित्य चिंता लागून राहते. नेहमी दृष्टीपुढे ते सुंदर रूपच उभे राहते. त्याच्याशी भेट व्हावी यासाठी माझा उजवा स्तन उडतो आहे. डोळा लवणे हा शुभशकुन. प्रियकराच्या भेटीसाठी उजवा स्तन उडतो हे सांगणे शृंगारिकतेला अनुकूल आहे.

"गती कोणती करु माझें संसारिं लागेना मन
छपरपलंगी झोप येइना झुरतां जातो दिन
घट लावून मोजिती ग बाई भांडारिं भरले धन
संग कसे होतात कशा गोष्टी घडतात मोहुन
भिडस्त माझा स्वभाव ठाऊक पाप नाहीं आजुन
पाउल पडतां नहुन अमार्गी त्रिविध पाहतां जन"

झुरणीला लागल्यामुळे नायिकेची अशी अवस्था झाली होती. माझा स्वभाव भिडस्त असल्यामुळे माझ्या मनात अजूनपर्यंत तरी पाप आलेले नाही, असे ती सांगते. "मी नागिण तो केवडा" अशी प्रतिमा वापरली आहे. या प्रतिमेतून केवड्याच्या सुवासाकडे नागीण झेपावते हे नायिकेने सुचविले आहे. तसेच

"नका करूं अनमान जसा मिन जिवनाविण तरफडे
तारुण्य जातें व्यर्थ एकांति प्राणसख्याविण कुढे ॥ २ ॥

अशीही प्रतिमा उपयोजिली आहे. मी मीन आहे, जीवनाशिवाय-तुमच्या प्रेमाशिवाय मी तरफडते, असे ती सांगते.

तारुण्य जसे प्राप्त झाले तसे तिला शरीर-शृंगार, 'विषय' कळू लागला. पण पती आळशी होता.

'कशी गत तरी करू सुंदरी
पती आळशी उगीच बाई निजतो पलंगावरी'
तरुणपण दोन दिवसांचे असते

ज्वानी जवानी लवकर उतरते.

"सडपातळ आधिं अंग तशामधिं गोरा रंग ह्यापरी ॥
तसाच राहिल हेत कोण मग भोगिल मेल्यावरी ।
कळवंतिणीचा जन्म त्रास होइल पुढे जन्मांतरी ।"

तरुणपणी शरीरभोग घेतल्याशिवाय मरण आले तर पुढील जन्म कलावंतिणीचा येतो व खूप त्रास सोसावा लागतो, अशी तिची श्रद्धा आहे.

"म्हणऊन तुम्हां सांगत्यें
पसरून पदर मागत्यें
फार भिऊन जगी वागत्यें
चरणि उठुन लागत्यें नेउन द्या तयास कुलपी विडे
आरास करित्ये आज आणा कुणि घरी प्रियकर फांकडे ॥ ३ ॥"

याप्रमाणे प्रियकराला भेटण्याचा ध्यास तिने घेतला आहे. ती सांगते की "सर्वांचे दुःख कर्म सारखेच असते. माझ्यापाशी काय कमी आहे आणि दुसरीजवळ काय अधिक आहे, असे माझ्या मनात येते.

कधी हस्त लागतील सख्याचे ह्या उरास कवळे कुच
हाय हाय दैवा ईश्वरा कपाळासी हे पद निच"

शुक्राचार्यांच्या लेकीने- देवयानीने, विषयाच्या इच्छेने मेलेल्या कचाला जिवंत केले, हा महाभारतातील दृष्टान्त देऊन, "पायात पाय गोउन निजेन मी करून बिछोना उंच" अशी इच्छा व्यक्त करते.

शाहीर शेवट गोड करतात.

"सखयांनि आणिला सखा
देति ते सुखाचा मुका
नाहीं पार तयाच्या सुखा"

तिच्या सख्यांनी प्रियकराची व तिची भेट घडविली व तिला विषयसुख प्राप्त झाले —

"महादेव गुणिराज म्हणे असि प्रीत चालवा पुढे
प्रभाकराचे छंद दिसंदिस कवना गोडी चढे ॥ ४ ॥

असा लावणीचा शेवट केला आहे.

(९) मोहिनी जसी सुरसभेमधी

या लावणीत[१] स्त्रीरूपवर्णन केले आहे

"मोहिनी जसी सुरसभेमधीं अमृत वाढी करी

तशि नार पंक्तित आग्रह करी ॥ धृ. ॥

असा लावणीचा प्रारंभ आहे.

देवांच्या सभेत मोहिनी ज्याप्रमाणे आपल्या हातांनी अमृताचे वाढप करिते तशी ही सुंदरी या जगात पंक्तीत स्वहस्ते वाढप करून लोकांना भोजनाचा आग्रह करते आहे. कलियुगात जणू काही ही दुसरी राधाच अवतरली आहे.

''सगुण संपन्न कळाकूसरी
सुखसोहोळे दोहिकडे होति अति माहेरसासरी
हुकुम झेलति किति एक पासरी
मर्यादेने राहती उभे घडोघडिच्या अवसरी
मिठाइनं आणि मुंग्या मिसरी
चौफेर मांडुन पंगती
वाढि तजुन सख्यासंगती
पाहून प्राणि गुंगती
पदार्थ जे जे मागती मुखे पुरवित्यांस लौकरी
तशि नार पंक्तित आग्रह करी ॥ १ ॥

ती गर्भश्रीमंत स्त्री आहे. नोकर तिच्या आज्ञा तत्परतेने झेलत आहेत. प्रत्येक क्षणाला ते मर्यादेने हुकूम झेलायला उभे आहेत. चौफेर पंगती मांडल्या आहेत. सख्यासह ती सजूनधजून पंगतीत वाढप करते आहे. जे जे पदार्थ ते तोंडाने मागतात ते ते पदार्थ ती सुंदरी तत्परतेने आग्रहाने वाढते आहे.

''गर्भश्रीमंतीण सहज जिचा (त्या) सर्वांवर वारसा
हालवी रुपसुंदर आरसा,
चतुर स्त्रियांची धनीन जैसी ऐन आलि भर रसा
कुणासवे शब्द न करि फारसा
डौलामध्ये लाजवी सदा आणुन हरि सारसा (सिंह)
बनलि जणु हळदीचा नारसा (झाडाचा गाभा)
दुधि कांचन झाऱ्या भरून
घ्या घ्या म्हणे आदरे करून
हावभाव दावि पदरावरून
धरून सितेचे स्वरूप वनि ती भुलवी राम शांकरी
तशि नार पंक्तित आग्रह करी ॥२॥

ती सुंदरी चतुर स्त्रियांची धनीण आहे. गर्भश्रीमंत आहे. कुणासवे शब्द न करी फारसा. चालण्याचा डौल असा की सिंहच ऐटीने चालता आहे. ''डौलामध्ये

लाजवी सदा आणून हरि सारसा'' हळदीच्या झाडाचा गाभा जसा पिवळाजर्द तशी ही देखणी स्त्री ''बनली जणु हळदीचा नारसा''

कांचनाच्या झाऱ्या दुधाने भरून ती आदराने 'घ्या' घ्या' म्हणून आग्रह करिते आहे.

ठाइ ठाइ ठेवि दागिने तळी लगबगीत नावरी ।
शरिर सुकुमार कि गुलदावरी । (एक फूल)
विशालनयना शुभाननी चाले ठुमकत बावरी ।
कुणातरि अमिराची नोवरी
पात्र पाहून उभि राहुन जरानजर करी ज्यावरी ।
उजेड पडे चपळेपरि त्यांवरी ।

लोकांची पाने पाहून तेथे ती जरा थांबते ज्यावर नुसती नजर टाकते त्या पदार्थावर विजेप्रमाणे (चपलेपरि) उजेड पडतो.

लोकांस चंद्रि लागली
नाहि शुद्ध (तया) मागली ।
असि फार सुगर चांगली ।
(जणुं) स्कच्छंदामधि घाली वनि गुंजारव मधुकरी ।
तशी नार पंक्तीत आग्रह करी ॥ ३ ॥
नभरंगाचे वसन कटीला निरि चोपिव ना फुटे ।

निळ्या रंगाचे वस्त्र ती नेसली असून कमरेवर चोपी व निरी बांधली आहे. ती निरी मुळीच विसकटत नाही. पदर पल्लेदार मागे सोडला आहे.

सतेज सरी शोभती वरी दाट जरीचे बुटे ।
चमक जणु नक्षत्रांची सुटे ।
धन्य धन्य निर्मिता विधी नाहि विसरला कुठे ।
केवळ धगधगीत तारा तुटे ।
गंगु हैबती कवि गावन ।
लाविती बिर्दे बावन ।
झाले महादेव गुणि पावन ।
प्रभाकराची कवनकडी गुणिजनास प्रिय ही करी
तशी नार पंक्तित आग्रह करी ।

साडीवर दाट जरीच्या बुट्या, पदर पल्लेदार मागे सोडलेला, 'सतेज सरी शोभती वरी दाट जरीचे बुटे' चमक जणू नक्षत्रांची सुटे. हिचे रूप घडविताना विधाता कुठेही विसरला अथवा चुकला नाही. सगळे अवयव जिथल्या तिथे. केवळ

धगधगीत तारा तुटे। असे हे गंगु हैबतीने कवन केले. महादेव गुणि पावन झाला. प्रभाकराच्या कवनाच्या वळणाप्रमाणे प्रभाकराच्या कवन चालीवर लिहिले आणि गाइले.

शब्दार्थ -

१) नार = झाडाचा गाभा २) गुलदावरी = एक ३) फुटणे = विसकटणे ४) विर्दे बावन = बावन्न बिरूदे ५) कडी = वळण, चाल

---

(१०) नाहि हेत पुरत मी गरत

"लावणीकारांनी जातिरचनेत विविध प्रयोग करून पुष्कळच नवीन वृत्ते निर्माण केली. ही वृत्ते स्वैर नाहीत. एवढेच नव्हे तर लावणीला अंगभूत असणारा खटका साधण्याकरिता ठराविक मात्रांवर प्रास व यमक जुळविणे आवश्यक झाल्यामुळे जास्त पक्की झालेली आहेत." - प्रा. म. वा. धोंड [१०अ]

'नाहि हेत पुरत मी गरत' ही गंगु हैबती -प्रभाकर यांची लावणी हे या विधानाचे उदाहरण आहे. अनुप्रास यमकांच्या खाली अधोरेखा केली आहे.

"नाहि हेत पुरत मी गरत तुझी तर सुरत मुरत मनि खुपली ।
परि घरी जाच धरि सिरि सासुचा वो परी रांड काय जपली॥
जा येव्हां उद्या या केव्हां सासु जेव्हां तेव्हां धराया जपते ।
कशि कशी दुधावर जशी माउ अवदशी तशी ती टपते ॥
करु काय हाय गाळात गाय चारि पाय ठेविता रुपते ।
उभि राहे पाहे कळसाहे वाहे जळ नेचिं अवघडून पुसत्ये।
चतुराइ सारि संसारि असुनिया भारि चोरिमधिं लपत्ये ।
पडे भ्रांत करीना शांत कांत ही कांत म्हणून कोळपत्ये ।
घरदुःख सांगु कोणाला- हे कोण करिल परिहार ।
नाहि अलंकार घालीत काय करु व्यर्थ भासतो हार ।
पति असुन नसुन काय छाति असुन कधिं पलंगिं बसुन चाचपली।
नाहि स्मरत पडे कुरबुरत झुरत चुरमुरत हौस हारपली ॥१॥

हे प्रियकरा, मी गरती स्त्री आहे. माझी कामवासना तृप्त होत नाही. "तुझी तर सुरत मुरत मनि खुपली" तुझी सुंदर मूर्ती माझ्या मनात भरली. पती आहे. पण तो असून नसून सारखाच. मी आपले वक्षस्थळ पलंगावर बसून चाचपते. कुरबूर करते. झुरते. (१)

तुम्ही घरंदाज आहात. सिरताज आहात. उद्या नको, या आज, महाराज, मी

काकुळती करत्ये.

"वर चला बसूं किती असूं पुसूं घरी नाहि सासु (बरि) आंधळी आहे चुलती"

त्यांचे मला काही भय नाही. उठा लवकर. माझे कुच गलबल करताहेत. मुहूर्त साधा. गरिबाला पदरात घ्या.

"रंगमहाल पाहुं एकत्र राहुं फुरफुरति बाहु किती आण वाहूं भलभलती ।
ह्या आल्या घडीला मान करत्ये सम्मान देत्ये
ईमान नव्हे बेमान पुढे पाहाल ती ।
साधावा मुहूर्त सुमुहूर्त (पहा तुम्हि) धूर्त अहा तूर्त नका देउं कलती।
गरिबास घ्यावं पदरांत - पुरवावि निरंतर आस।
प्रत्ययास येईल सर्व असावे व्हा सादर समयास ।
विश्रांत करा प्रियकरा धरा या करा जोड चाकरानं केली अपली ।
पाहून शिष्ट लोभिष्ट दृष्ट पापिष्ट होऊनिया दिपली ॥ २ ॥

रंगमहाल पाहू. त्यात दोघे एकत्र राहू. माझे बाहू आलिंगनासाठी फुरफुरताहेत. या घडीला मी तुमचा सन्मान करते. तुम्ही धूर्त आहात. आजची घडी- हा सुमुहूर्त साधा. गरिबाला पदरात घ्या. विश्रांती करा. प्रियकरा, माझ्या या कराला धरा.

"मी नार फार सुकुमार बार काय आला ।
सुटे मंद मंद मकरंद बुंद भंवताला ।
करा अंगसंग निसंग दंग जिव झाला ।
सळसळति रगा जिवलगा बगा या जुगा मिठी खुब घाला.
अवळून धरा कवळून मदन खवळून पुन्हा जाइ जळून
पिडा शरिराला। होईल कधी बीभरण आठविन चरण
जन्म तो स्मरण शरण आपल्याला ।
द्या भोगदान प्रियपात्रा विनवित्ये मि वारंवार ।
कळवळा येइना कसा राजसा उशीर जाला फार ।
मज ऐसी क्वचित पहा प्रचित सांगत्ये खचित नव्हे
पचपचित तनू रोगपली ।
होईल थंड जिव निजुन आल्ये काय सजुन उठा ना अजुन
संमत (हि) समजुन मजल आटपली ॥ ३ ॥

नायिका सांगते, 'मी सुकुमार नार आहे. भवताली मंद मंद मकरंद वारा सुटला आहे. माझ्याशी अंगसंग करा. मी तुम्हाला पुन्हा पुन्हा विनवित्ये. फार उशीर झाला. माझी तनू रोगपली. आपला जीव थंड होईल. मी सजून आले आहे. उठा

ना. माझी ही संमती समजून माझा भोग घ्या.' या कडव्यात शृंगाराचा भडक भाषेत उल्लेख आहे. तत्कालीन श्रोत्यांची श्रवणतृप्ती करणारे हे वर्णन आहे. (३)

नायिका पुढे सांगते.

"चुकि सर्व करुनिया माफ सांगत्ये साफ हाच
इनसाफ अहो मृगनाभ रंग या उडवा।
नाहि जाउ देत पुरवा हेत (करा) संकेत खरा हा बेत
अगोदर घडवा।
बेलाशक वरते नेउन बहार खुब घेउन उद्या घरि
येउन बक्षिस देऊन अपकरा गडवा ।
उलटेन मागं भेटेन कधी वाटेन पुन्हा निष्ठेनं तेव्हा
तुम्ही अडवा ।
असलाचि धरावी कांस तो पुरविल आस तीच
धनरास गोष्ट ही खास ऊर या भिडवा ।"

अशी त्या नायिकेला शरीरभोगाची तीव्र इच्छा झालेली, गंगू हैबतीने, प्रभाकराने वर्णिली आहे. अनुप्रास आणि यमके जुळविण्यासाठी कोठेही अर्थहानी झालेली नाही. शेवटच्या काही ओळींत गंगू हैबती आणि प्रभाकर यांचा गौरवपर उल्लेख आहे.

"नको नको मित्र हटवादि गांजेकस नादि जसा
मालजादिचा यखादा भडवा ।
कवि गंगु हैबती गाढे - शाहिरात लौकिकवान।
महादेव गुणीचे गाणे ऐकुनि स्वस्थ होति गुणवान ।
कुणि लावणि करावि असी नव्हे भलतिसी
गोडिला कशी पोटभर जशी खीर ओरपली
काय प्रभाकराची वाणि शुद्ध आधि वाणि अर्थ
खुब छाणि करा कुणि पाहाणि
सरळ कडि गुंफली ॥४॥

एखादा गांजेकस, हटवादी मित्र किंवा माळजादीचा भडवा मित्र असू नये. गंगु हैबती शाहिरात कवी म्हणून लौकिक मिळविलेले आहेत. गुणी महादेव गायक आणि शुद्ध वाणी असणारे शाहीर प्रभाकर यांची ही लावणी आहे.

* *

तळटीपा :

१. मऱ्हाटी लावणी - म. वा. धोंड पृ. १७६-१७७

२. मऱ्हाटी ला. धोंड. पृ. १८०-१८१

३. मऱ्हाटी लावणी धोंड, पृष्ठे १७८-१७९

४. मऱ्हाटी लावणी धोंड, पृष्ठ, १८६-१८७

५. मऱ्हाटी लावणी धोंड, पृष्ठे १९०-१९१

६. मऱ्हाटी लावणी धोंड, पृष्ठे १८४-१८५

७. मऱ्हाटी लावणी धोंड, पृष्ठे १८८-१८९

८. मऱ्हाटी लावणी धोंड, पृष्ठे १८२-१८३

९. मऱ्हाटी लावणी धोंड, पृष्ठे १४९

१०. मऱ्हाटी लावणी धोंड, पृष्ठे १९४-१९५

१०अ. मऱ्हाटी लावणी धोंड, पृष्ठे २५

✳ ✳ ✳

प्रकरण ७ वे
परशरामाच्या शृंगारिक लावण्या

विभाग अ
विरह आणि पतिनिष्ठा

(१) एका लावणीत[1] विरहार्त नायिका मुलुखगिरीवर जाणाऱ्या पतीला उद्देशून म्हणते -

(१) ''तुम्ही श्रीमंत माझे राजेसरी ।
असुनिया छत्र माझे शिरी ।।
मजला टाकून जाता घरी निरऊन कोणा ।
नका जाऊ धरते तुमच्या चरणां ।।''

पती गेल्यावर घरवाडा ''दीपकाविण मंदिर जैसे' तसा दिसेल. पतीला उद्देशून ती पुढे असेही म्हणते की 'घरी रत्नांची खाण असता तुम्ही परस्थानी (परदेशात) का जाता? हिंदुस्थानात म्हणजे बिकट देशात तुम्ही जाता. तुमची मला फार काळजी वाटते. तुम्ही मला सोडून दूर जाणार म्हणून मला दुःखही होते. तुम्ही मुलुखगिरीवर जाऊ नका. मी दासी होऊन तुमची सेवा करीन.' तिच्या या उद्‌गारात तिची पतीवरील निष्ठा व्यक्त झाली आहे.

दुसऱ्या एका लावणीतील[2] स्त्रीचा पती तिला सोडून दिल्लीला चाकरीसाठी जाऊन राहिला. त्याची पत्नी त्याला म्हणते,

(२) ''नेमधर्म, एकनिष्ठा स्तव चरणी ।
पतिव्रतेचा भाव पती स्मरणी कुठवर धरू धीर?
मी पडले झुरणी ।।

धन्य ईश्वरा तुझी अघटित करणी ।
सात संवत्सर भरले निर्वाणी ।
कशी एकली करमु वय तरणी ।

पतीशिवाय सात वर्षे एकटी राहून या नायिकेने आपल्या पतीवरील निष्ठा टिकविली आहे.

आणखी एका लावणीत परशरामांनी अशाच एका विरहार्त नायिकेची केविलवाणी अवस्था वर्णन केली आहे.

नायिका म्हणते,

"वाट किती पाहूं पाहतां मी शिणले पोटीं ।
बहु दिस झाले, तुम्ही प्रवास नाही गाठीं ।
देव किती नवसूं नवसिले सख्या तुजसाठी ।
आहे तसे रे यावे म्हणून चिंता करीत मोठी ।
नको धनद्रव्य द्रव्याची मजला कोटी।
अखंड भाग्य सौभाग्यवती ओटी ॥"

मराठी स्त्रिया पतीपासूनच्या विरहकाळात नवससायास करतात. परमेश्वराची पूजाअर्चा करतात. पती परदेशात गेले अथवा प्रवासात असले तरी त्यांचे पातिव्रत्य भंगत नाही.

(३) पतिव्रतेचे सांकडे

या लावणीत एक पतिव्रता स्त्रीची कथा आहे. तिच्या पातिव्रत्याची कसोटी तिच्या पतीने कशी घेतली हे या लावणीत परशरामांनी अद्भुताचा आश्रय करून सांगितले आहे,

"पतिव्रता खुण करुन पतीला गुंफुन दिधला तुरा
परपुरुषी जर रत मी होइन तरी सुकल चातुरा ॥ धृ. ॥

असा या लावणीचा प्रारंभ आहे. या लावणीची नायिका आपल्या पतीला असे आश्वासन देते की तुम्ही जरी परमुलुखात बारा वर्षे जाऊन राहिलात तरी मी परपुरुषाशी संबंध ठेवणार नाही. मी अशी पवित्र राहिले तर हा तुरा बारा वर्षे झाली तरी सुकणार नाही. हे ऐकून नायिकेचे पती खुष झाले आणि बिनधास्तपणे लष्कराच्या नोकरीसाठी रवाना झाले. जाताना त्यांनी चार कामे करावी याची जबाबदारी पत्नीवर सोपविली. त्या नारीचे पती तिला म्हणाले,

"चार कामे तुज सांगून जातो निक्षुन हृदयीं धरी ।
बिनपैशाविण महाल बांधुन बाग लाव रसभरी ।

पुरुषाविण स्त्री पर्णुन आण एक आम्हांस रूपगुणपरी ।
पुत्र पतीविण पैदा करून ठेव अपुले मंदिरी ।''

(१) पैसे खर्च न करता महाल बांधून घे. (२) त्या जागेत रसभरी झाडांची बाग तयार कर. (३) पुरूषाशिवाय स्त्रीचा विवाह करून तिला, रूपगुणपरीला, घरी घेऊन ये. आणि चौथे काम म्हणजे पती नसता एका पुत्राला जन्म देऊन आपल्या घरी ठेव.

असे सांकडे घालून गेला फंदि फाकडा झुरा
रात्रंदिस काळजी नारिला चैन पडेना जरा ॥ १ ॥

असे चार अवघड गोष्टींचे कोडे घालून लष्कराचा शिपाईगडी राजाकडे नोकरीसाठी रुजू झाला. पतिव्रतेला चैन पडेना. तिला काळजी वाटू लागली की या चार अवघड गोष्टी कशा करावयाच्या? इकडे राजाच्या नोकरीत रुजू झालेला शिपाईगडी कामात गुंतून पडला. त्याच्या मस्तकावरील तुऱ्यात फुलाला फूल चिकटलेले. तुरा ताजाच राहिला. राजाला या गोष्टीचे आश्चर्य वाटले —

''नवगेंदाचा तुरा मस्तकी फुलां शिफुल दाटले
हुजुर चाकरी राजापाशीं कांहीं दिस काटले''

राजाला वाटले की याच्याजवळ काही जादू असावी —

''ताहादार नितनवा सुकेना अग्निलोळ तूटले
कुठून लावितो न कळे शोधिता सहा महिने लोटले
काही किमया असेल पराक्रम आश्चर्यचि वाटले ॥''

मग राजाने त्याला एकांतात गाठून ''हा तुरा नित्यनवा ताजा कसा राहतो? याचे वर्म काय?'' असा प्रश्न विचारला. शिपाईगड्याने राजाला सांगितले,''आमची पत्नी सती पतिव्रता आहे. जणू मुशीत सोने आटवावे, अशी बावनकशी सोन्यासारखी पवित्र पत्नी आमच्या घरात आहे. तिचे हे ब्रीद आम्ही मस्तकावर लाविले आहे ते लावून आम्ही चार मुलुखात हिंडून येतो.''

''तो म्हणे अमुचि नार सती घरिं सुवर्ण मुशिं आटले ।
तिचे ब्रीद हे लावून आम्ही चार मुलुख खेटले।
ऐकून राजा चकीत झाला बाण जिव्हारी पुरा।
तुरा सुकल तरि नक्षा राहिल यावर अपुला कुरा'' ॥ २ ॥
पलंगाचि चाकरी शिपाई जवळ हुजुर ठेविला ।
पतिव्रतेचे व्रत भंगाया प्रधान पाठविला ।''

शिपाईगड्याने आपल्या मस्तकावरील तुरा नित्य ताजा कसा राहतो याचे कारण अथवा वर्म राजाला सांगितल्यावर राजा मनात चकित झाला. त्याच्या मनात

मत्सरही जागा झाला. बाण जिव्हारी लागला. या शिपाईगड्याच्या बायकोचे पातिव्रत्य भंग केल्याशिवाय या शिपायाचा नक्षा उतरणार नाही, हे लक्षात घेऊन त्याने त्या स्त्रीचे, नायिकेचे, पतिव्रताव्रत भंग करण्यासाठी प्रधानाला तिच्याकडे पाठविले. प्रधान त्या शहरी गेला. शहराबाहेर मुक्काम करून त्याने नायिकेला पत्र पाठविले. 'कागद भेटविला.' पत्र वाचून पाहताच नायिकेला आपल्या पतीची आज्ञा आठविली —

"बागमहल जर बांधून देशील तर जीव बाटविला ।
दासि हातिं संदेसा मनसुभा थोडक्यात पाठविला ।
बागमहल त्यानं सा महिन्यामधी तयार करून ठेविला ।
अपुल्यासारखि सजऊन दासी तिशीं रंग लुटविला ।"

पतीची आज्ञा आठवल्यावर त्या चतुर स्त्रीने आपली शक्कल लढविली. प्रधानाला कळविले की 'महाल बांधून दे. त्यात बाग तयार करून दे. मग मी माझे शरीर, माझा जीव बाटवीन.' सहा महिन्यात प्रधानाने महाल बांधून दिला. बाग तयार करून दिली. नायिका खूप चतुर होती. तिने

"अपुल्या सारखि सजऊन दासी तिशी रंग लुटविला।
पतिआज्ञेस्तव असत्य भाषण कधि बाधेना जरा ।
पतिव्रताव्रत राखून अपुले अभंग अक्षय हिरा" ॥ ३ ॥

त्या चतुर स्त्रीने अपुल्यासारखी एक दासी सजवून तिला प्रधानाकडे पाठविले. अशा रीतीने पतीचे आज्ञापालन करण्यासाठी जरी तिने असत्य भाषण (वर्तन) केले असले तरी तिला ते बाधणार नाही. कारण ती पातिव्रत्य पाळत होती. 'पतिव्रताव्रत राखून अपुले अभंग अक्षय हिरा' (३) पतिव्रताव्रत पाळून तिने आपले चारित्र्य अभंग अक्षय हिऱ्याप्रमाणे सांभाळले.

त्यानंतर प्रधानाने राजधानीकडे कूच केले. कोणाला नकळत नायिका चतुरपणाने गवळणीचे रूप घेऊन ती प्रधानाबरोबर निघाली. तिने आपल्या पतीचा शोध घेतला. त्याची भेट घेतली. व ऋतूचा चौथा दिवस पाहून पतीशी शरीरसंभोग केला. आपले प्रेम दाखवून मोह ममता दाखवून तिने त्याच्याकडून खूण म्हणून खंजीर मागून घेतला.

"पत लावुन तिनं पती भोगिला पाहून दिस चौथा ।
पोषाक खंजीर खुण मागितली लावून मोहेममता ।"

मग तिने पुरुषाचा वेष धारण केला. घरी आल्यावर खंजिराशी आपले लग्न लावले. अशा रीतीने 'पुरूषाविण स्त्री पर्णुन आणली.' ती स्वतः स्त्री होती. पुरुषरूपाने तिने खंजिराशी विवाह करून ही विवाहित स्त्री घरी आणली. 'पतीशी शरीरसंबंध करून

आल्यावर नऊ महिन्यांनी तिला पुत्ररत्न प्राप्त झाले. हे वर्तमान तिने पत्र लिहून पतीला कळविले.

''पत्र वाचिता हरुष झाला मग वाटी साकरा ।

आज्ञा मागे बहु युक्तीने जातों अपुल्या घरा ॥ ४ ॥

पत्नीला पुत्र झाल्याचे पत्र वाचून आमच्या शिपाईगड्याला आनंद झाला. त्याने सर्वांना साखर वाटली. आणि मोठ्या युक्तीने घरी जाण्यासाठी राजाची अनुज्ञा मिळविली.

राजाला कळले की प्रधानाने शिपाईगड्याच्या पत्नीशी संभोग न करता केवळ दासीचाच भोग घेतला. 'ती स्त्री खरोखरीच पतिव्रता आहे.' तिच्या पतीच्या मस्तकावरील तुरा मुळीच सुकला नाही. ताजा टवटवीत राहिला. मग त्याने शिपाईगड्याचा पगार चुकता केला.

''तलफ चुकवून पोषाक दिला खूप उमदा भरजरी ।

यशाचा शिरी तुरा लावुन जय घेऊन आला घरी''

राजाने तलफ चुकवून म्हणजे पगार देऊन खूप उमदा भरजरी पोषाख शिपाईगड्याला दिला. बरी अथवा वाईट कशीही असोत, चतुर नायिकेने ती पार पाडली होती. तिने खंजीराची खूण दाखवून आपल्या पातिव्रत्याबद्दल पतीची खात्री करून दिली.

''चार कामे ही करून ठेविली वाइट अथवा बरी ।

पोषाक खंजिर खुण दाखविली याला साक्षी हरी ।''

अशा रीतीने तिने पतीकडून खूण म्हणून आणलेला पोषाख व खंजीर पतीला दाखविला आणि आपण पातिव्रत्य पाळले, परपुरुषाशी संबंध केला नाही हे सिद्ध केले. मग तो बायको आणि पुत्र या दोघांना मांडीवर घेऊन बसला.

''लाखांमधि कुणि विरळा असली नाही घरोघरीं ।

नामी विठ्ठल परशराम गुण येसू गातो शिरा ।

रामकृष्ण रामाचे तोड हे ऐकुन नवशिक झुरा'' ॥ ५ ॥

परशरामाच्या या चारही लावण्या पतिव्रता स्त्रियांच्या आहेत. यावरून त्या काळात समाजात स्त्रिया पतिव्रता आणि पतिनिष्ठ असत, हे परशरामांनी दाखवून दिले आहे. पुरुषांचा मात्र आपल्या पत्नीवर विश्वास नसे. आणि मग ते अशा काही विचित्र व अद्भुत अटी घालून आपल्या पत्नीचे पातिव्रत्य तपासून घेत. काल्पनिक का होईना, परशुरामांनी ही कथा रचून रसिकांच्या शृंगारिक भावनांचे समाधान केले आहे. प्रधानाने दासी भोगली. शिपाईगड्याने गवळणीच्या रूपाने राजधानीत आलेल्या पुरुषरूपातील पत्नीला आपल्या महालात रात्री घेतले व स्त्री आहे हे ओळखून तिच्याशी शरीरसंबंध केला. त्यावेळी आपण आपल्या पत्नीला परपुरुषाशी रत न

होण्याची अट घातली आहे, हे त्याच्या लक्षात आले नाही. शाहिरांच्या लावण्यांची हीच तर विशेषता आहे. लावण्यातील पुरुष लंपट असतात. ते परस्त्रियांचा भोग घेतात. काही पुरुष पतिव्रता स्त्रियांच्या पातिव्रत्याचा भंग करण्याचा प्रयत्न करतात असे या लावणीतील राजाच्या आणि अनंत फंदींच्या 'चंद्रावळ' या लावणीतील श्रीकृष्णाच्या आचरणातून दिसून येते. अनंत फंदी आणि परशुराम यांनी या लावण्यांत पतिव्रता स्त्रियांवर आणि सदाचरणी पुरुषांवर अविनय लादला आहे, असे म्हणता येईल. परशुरामाच्या पतिव्रता स्त्रियांच्या या लावण्या पाहिल्यावर अन्यत्र अश्लीलतेच्या संदर्भात त्यांचा पुन्हा विचार करावयाचा आहे. परशराम आपल्या नावाच्या मागे नामी विठ्ठल हे नाव घालतात. 'पतिव्रतेचे साकडे' या लावणीतील काही शब्दांचा अर्थ पुढीलप्रमाणे.

शब्दार्थ :

१) सांकडे = कोडे, किंवा संकट २) खेटले = हिंडलो, फिरलो.(चारी मुलूख हिंडलो) ३) ताहादार = ताजा टवटवीत ४) तलफ = तलब, पगार, तनखा. ५) तोड = पद म्हणण्याची वेगळी धाटणी, सरस कल्पना, अपूर्व कल्पना. ६) तुरा = मस्तकावरील फुलांचा गुच्छ ७) कुरा = कुर्रा, तोरा, अभिमान ८)झुरा = झुरू लागला

✳ ✳ ✳

विभाग (ब)
आध्यात्मिक रूपकात्मक लावणी

परशराम हे शाहीर आध्यात्मिक विषयावरच्या रूपकात्मक लावण्या रचत. उदाहरणादाखल त्यांच्या 'दहा शिंदळक्या करीन' या लावणीतील[५] कडवी व त्यांचे शब्दार्थ पहावयाचे आहेत. (४) दहा शिंदळक्या करीन[५]

दहा शिंदळक्या करीन परंतु एक लग्नाचा नको नवरा
माहेरिं माझे चित्त मन रमलें सासरचा न लगे वारा ॥ धृ. ॥
आधिच मी चंचळ पहिल्यापुन मूळ माहेरीं फंद पडला
घर भावाचें बळे निघाले त्याचा माझा संग घडला ।
रस्तमकाठी अक्षइ दोन्ही सत्त्वावर डोळा जडला ।
त्रिकुट चोहोटा पाल मांडिले यथार्थ पाहुनिया पुढला ।
दहा दारी नित गरका घालुन प्राणसखा एक निवडला ।
गणगोताशीं निसंग होऊन नाहिं मानलें मी वडिलां।
सहाचवघांचे वचने रिझलें म्हणून जिव झाला सवरा ।
माहेरिं माझें चित्तमन रमलें सासरचा नलगे वारा ॥ १ ॥
भरज्वानीचा धुर डोळ्यांवर कळो लागली जिनबाजी ।
आधिच मन मोहिलें तुम्हांस्तव पत लावुन केली राजी ।
कामक्रोध हे सर्व छपावुन सोदे शिकंदर गडे पाजी ।
वैराग्यपलंगी शेज सवारुन नामावर पुष्पे ताजी ।
परपुरुषाची चटक लागली त्यावर मर्जी खुप माझी ।
दीरभावे जावानणंदा प्रपंचात पडले माजी।
सासु अविद्या प्रपंच सासरा ठिकाणी आपला डबरा ।
माहेरि माझे चित्तमन रमलें सासरचा नलगे वारा ॥ २ ॥
दहाजणी मी वसांत आणिल्या प्रेमाचे पाजुन पाणी ।

नवाजणींची संगत घडली सोग्याचें काजळ नयनीं ।
कुंटण जगाची जुनाट पक्की तिने धीर फुंकुन कानीं ।
तेच शब्द मी हृदयी धरले इतर पसारा धुळधाणी ।
चढून घाट अवघड वाट वर वाहे झुळझुळ पाणी ।
सत्राविपुढे दुसरी तिसरी एकिहून एक चढि शाहाणी ।
त्रैअवस्था त्रिवेणिसंगम घणघणाट घणकेभवरा ।
माहेरिं माझे चित्तमन रमलें सासरचा नलगे वारा ॥ ३ ॥
परेहून परता त्याहुन वरता परपुरुष पाहून बाई।
करून इतकें पतिव्रता मी मन याला माझे ग्वाही ।
आर्जवाचे बोलणे साहिले सासर ना माहेर कांहीं ।
फुटले जातें तुटले नातें अंतरखुण मनिं समजावी ।
पतिव्रतेला विचार ऐसा जा गे सख्यांनो लवलाही ।
विठ्ठलवरदी परशराम गुण येसू नामी छंद गाई ।
चंगावरदी निशाण कलगी बांधुन गातो ब्रिदचवरा।
माहेरिं माझें चित्तमन रमलें सासरचा नलगे वारा ॥ ४ ॥

संतकाळातील अशी रूपकात्मक आध्यात्मिक रचना तत्कालीन जनतेच्या परिचयाची होती.

यातील काही पारिभाषिक (आध्यात्मिक) संज्ञांचे अर्थ

शब्दार्थ :

१) दहा शिंदळक्या करीन = मी मुक्तीचे दहावीस (विविध) मार्ग अनुसरीन २)लग्नाचा नवरा = इहलोकातील हा संसार (पतिसंसार दुःख मज देतो सुख नाही पळघडी असे परशराम म्हणतात. ३) सासर = प्रपंच अथवा या जगातील व्यवहार ४) माहेर = परब्रह्म. घरभावाचे = भक्तीच्या घरी ५) दोन्ही सत्त्वे = शिव आणि शक्ती = ब्रह्म आणि माया ६) त्रिकुट = (१) योगशास्त्रात त्रिकूट, श्रीहट आणि औटपीठ. ही महाकारण स्थाने मानली आहेत. (२) व्यवहारात चोरी, चहाडी व शिंदळकी हे तीन अवगुण सांगितले आहेत.

७) जिनबाजी = कूच करण्याची तयारी ८) दीरभावे = काम, क्रोध व द्वेष ९)जावानणंदा = आशा, मनशा या जावा आणि कल्पना ही नणंद. १०) सोगा = सुरमा ११) चंग = कडे किंवा डफ १२) बीर = मंत्र १३) परा = परा, पश्यन्ती, मध्यमा या तीन वाणी १४) चार वाणी = तीन वाणी व वैखरी १५) सतरावी = सोळा मूलतत्त्वांना संजीवन देणारी ज्ञानकळा १६) त्रैअवस्था = जागृती, स्वप्न

सुषुप्ती १७) दहा दारे = दहा इंद्रिये सहाचवघे = षडदर्शने आणि चार वेद
१८) सवरा = स्वैर १९) डबप्या = ढेरपोट्या २०) कुंटण = सद्गुरूमाय
२१) बसात आणणे = ताब्यात आणणे.

✳ ✳

तळटीपा -

१. परशराम कवीच्या लावण्या ४ : ३
२. परशराम कवीच्या लावण्या ४ : ४
३. परशराम कवीच्या लावण्या ४ : ७
४. मऱ्हाटी लावणी, म. वा. धोंड - पृष्ठे ९७-९८
५. मऱ्हाटी लावणी - मधुकर वासुदेव धोंड - पृष्ठे ८५-८६

✳ ✳ ✳

प्रकरण ८ वे
सगनभाऊंच्या शृंगारिक लावण्या

विभाग अ- सगनभाऊ जातीने मुसलमान असले तरी त्यांना आपण मराठी आणि मराठमोळा गडी असल्याचा अभिमान होता. अनंत फंदींप्रमाणेच त्यांनी पौराणिक विषयांवर, देवतावर्णनपर, सामाजिक नीतीपर अशा काही अन्य विषयांवर लावण्या रचल्या आहेत. त्यांच्या शृंगारिक लावण्या खूप असून संभोग शृंगार, वियोगशृंगार हे दोन्ही रस भरपूर प्रमाणात आहेत. त्यांचा उघडावाघडा शृंगार काही लावण्यांच्या परिचयातून पहावयाचा आहे.

(१) अर्ज विनंती ऐका -

या लावणीचा[१] राग - लीलांबरी असा दिला असून होनाजींच्या 'सहज मनामधि आले साजणी कधि स्वामींचा एकान्त घडे।' या लावणीची चाल दिली आहे.

"अर्ज विनंती ऐका लोभ हा साळू सासऱ्याला जाते" अशी प्रारंभीची ओळ आहे. पुढे साळू सांगते —

"सख्या मला मूळ आले नाहि
तरी एकमास आणखी रहाते!"

यानंतर ती मुळारंभीची कथा सांगू लागते. "मी यात्रेला सहज गेले होते. तेथे लक्ष्मीकांताशी अवचित भेट घडली

"नेत्र भरून न्याहाळिले तुम्हांला आनंदले चंद्र पाहता ।
त्या संगे प्रीत घडो असा कधी पावशील पंढरीनाथा ।।
नाभीकमळापासुन इच्छिले जेव्हा तुम्ही मजकडे पाहता ।
खुशी झालो एकमेकावरती गाठी कशी पडेल एकान्ता ।"

ही नायिका धाडसी आहे. या प्रियकराला ती सरळ विचारते,

"मरयादा सोडून विचारिले नगरामध्ये तुमच्या राहते ।
प्रीतीची लक्षणे जाणता प्रीत करशी वाटते ॥ १ ॥

शाहिरांच्या काळात प्रीती ही एकनिष्ठा आणि शारीरिक संबंध या अर्थाची होती. तिला प्रियकराची आज्ञा झाल्यावर ती त्याच्याकडे अनवाणी चालत आली. तळपायाला फोड आले. दिपवेळी, दिपसमयी शहरामध्ये गुणग्राही उतरले. त्यांना वर्तमान कळविले तेव्हा —

"ऐकताच राजश्री उठले आनंद हृदयी न माई ।
दृष्टभेट होता आधीच फुरफुरली डावी बाही ।
पहिले दिवशी रात्रौ समयी एकान्त निर्भीड जेथे ।
प्रसन्नता मर्जि उभयता इष्की सागरा आले भरते ॥ २ ॥

इतके झाल्यावर पुढे काय घडले ते मला सांग, मी या शरीराशी वेधलेला राहिलो त्यामुळे मला काही सुचले नाही, समजले नाही. त्यावर नायिका म्हणाली,

"ऐकुन घ्यावे राजपुत्र मीच बोलते आपणांशी ।
वचन उगवले तुमचि कल्पना पुढे कशाची गुणराशी
हर प्रयत्ने पडले प्रियकरा रंग माहाली सुख सेजेशी ।
विडा कोणाचे हातचा घ्यावा दुर केले घरले स्त्रियेसी
तू लग्नाचा जोडा जैसा निर्मळ गंगाजळ वाहते ।
आम्हांसारख्या उदंड मिळतिल भवताले खाते गोते ॥ ३ ॥

लग्नाचा जोडा म्हणजे निर्मळ गंगाजळ. "आम्हांसारख्या उदंड मिळतील भवताले खाते गोते' यासारखे विचार या लावणीत शाहिरांनी व्यक्त केले आहेत. लावणीचा शेवटही याच पवित्र भावनेने व विचारांनी केला आहे.

"गौरविले स्वामीला घेतला निरोप विषय आवरेना ।
पाक स्नेहामध्ये अंतर नाही साक्ष पंढरीराणा ।
तुमचा शहरामध्ये नांदतो परदेसि नाही सजणा ।
जेव्हा जिवाला वाटेल तुमचा आता पाहिजे गुणगहिना ।
तेव्हा स्वार अश्वावर होऊन दरकुच गेले निजभुवना ।
बोलवित चालले राज बनखी च्यातुर मोती दाणा ।
ज्याच्या अंगी इष्क बिंबला तो समजेल वर्म पुर्ते ।
सगनभाऊ म्हणे इतर पुरुष रसभोगी सुज्ञ झाले ।"

सगनभाऊंच्या लावणीत शुद्ध मराठी बाणा कसा व्यक्त होतो, मराठी स्त्रीची वृत्ती कशी चित्रित होते हे यावरून समजून येते.

(२) आ गे सखे घडी वरुषाची

ही अगदी बाळबोध सोपीसाधी विरहाची लावणी आहे. प्रारंभी 'माझ' हा राग आणि 'स्नेहसंगत नदी उतरावी । दासीला दूर नव'' ही होनाजींच्या लावणीची चाल दिली आहे.

''आ गे सखे घडी वरुषाची ॥
भेट करवा प्राणपतीची ॥
नाही आस्ता धन द्रव्याची।
घालिते आण माझ्या रक्ताची ॥ धृ. ॥

असा प्रारंभ आहे.

''आ ग सखे गेंद गुलाला ।
कुठे धुंडू छेलछबेला।
मी रतले त्या स्वरूपाला ।
ममतेचा घालुन घाला ।
आपला पण सिद्धीस नेला ।
शोभते मी कांता वचनाची ॥ १ ॥

मध्यंतरी दोन कडव्यांत तत्कालीन अलंकारांचा उल्लेख केला आहे. मग ती सांगते -

''आ गे सखे लोभ करावा ।
दिलभर (?) पलंगी असावा ।
नखरा कोणास दावावा । गोविंद विडा हाती घ्यावा।
चेतली अग्न या विषयाची ॥ ३ ॥

असा शृंगारिक उल्लेख केला आहे. सखे, लोभ करावा म्हणजे प्रेम करावे. दिलभर म्हणजे प्रियकर, आपल्या सोबत पलंगावर असावा. कामवासना प्रज्वलित झाली आहे. 'चेतली अग्न या विषयाची' असे ती सांगते. कोमलकांतीची मी हाती धरून चांदणी राती, भोगावा सखा मंदिरात अशी इच्छा ती व्यक्त करते. अशीच एक साधी सोपी शृंगारिक लावणी आहे. त्यावर सगनभाऊंची नाममुद्रा नाही. पण त्यातील विठ्ठलाचा उल्लेख आणि सोपी साधी मराठी भाषा पाहता ती सगनभाऊंनी लिहिली असावी,

(३) ऋतु चौथा गे बाई -

राग- झाम. चाल- लावण्य गुणाची खाण पती-होनाजी

ऋतु चौथा गे बाई[३] ॥ तारुण्य रूपाशी का करू ॥ धृ. ॥

मज भुलविलेल्या भ्रमराने ॥
होती जिवाची लाही गेल्या ठायी ॥ १ ॥
परी मी चाहते चातक पक्षा ॥
यामधे संशय नाही साक्ष विठाई ॥ २ ॥
येऊन बसतो मज शेजारी ॥
नाही बोलत देसाई मला त्या ठायी ॥ ३ ॥
रंग विलास त्या ठायी रामजी गायी ॥ ४ ॥

आपल्या मासिक पाळीच्या चौथ्या दिवसाचा उल्लेख नायिकेने केला आहे. आपल्याला भ्रमरवृत्तीच्या पुरुषाने भुलविले, त्यामुळे आपल्या जिवाची लाही झाल्याचे ती सांगते. तिला चातकाच्या वृत्तीचा पुरुष हवा आहे. भ्रमर आणि चातकाच्या प्रतिमा वापरलेली ही लावणी वैशिष्ट्यपूर्ण आहे.

(४) उभी द्वारी मी वाट किती पाहू

भूपाळी रागात आणि होनाजींच्या 'उठ रंग लूट जाहली अग्र देहाची' या लावणीच्या चालीवर ही लावणी लिहिली आहे. ही नायिका[४] शारीरिक आकर्षणाला, शरीरभोगाला, प्रेम म्हणते व ते मिळण्यासाठी ती प्रियकराची वाट पाहते आहे.

"उभी द्वारी मी वाट किती पाहू ।
पंचप्राण तुम्ही रत्न कोठे ठेऊ ।
वरकांतीची प्रित नको दावू ।
इष्क करा पुरा जरा नको भिऊ ॥ धृ. ॥

नायिका म्हणते - "हे प्रियकरा, मी दारात उभी राहून तुझी किती रे वाट पाहू? तुम्ही माझे पंचप्राण आहात. हे रत्न मी कुठे ठेवू? माझ्यावर वरवरची प्रीती दाखवू नका. इष्क पुरा करा. मुळीच भिऊ नका. (धृ.) तुम्ही मदनबाण तर मी जाईची कळी. तुम्हाला पाहून माझ्या देहाची आग होते.

"खुणमुद्रा ही बाळपणाची।
आशा तृप्त करा मज दीनाची ।
बसा सेजारी आवड मनाची ।
इष्क करा पुरा मी भुलली मीन्याची
द्रीष्टी पाहता किती आलाप बला घेऊ ।
मला सोडुनिया नका जाऊ ॥ १ ॥

तुमची नजर पाहून मला वाटते, किती बला घेऊ?
"परी जात करुन भाइ जवळ या हो ।

मला घेउनिया पलंगी बसा हो ।
वस्त्र आरसपानी झटपट आज ल्याहो ।
आप हास्ते हाती गेंद हाता लाहो ।
करीन नखरा आज इष्क चेतला हो ।
मज दुरबळास माल गवसला हो ।
विषयबाण भेदला कोणास घेऊ।
शरीरदान करीन कोठे तुला पाहू? ॥ २ ॥
नायिकेच्या शब्दांत उत्तान शृंगार जाणवतो.

"मी तुझी शुभ्र चांदण्यात वाट पाहाते. झुरक्यात बसून वाट न्याहाळते. केव्हा याल वाट पाहाते. लाल पेहराव करते. अंगावर दागिने घालून चकचकाट करते —

"नग डागीने चकचकाटणे करते ।
राव बनसीचे दरशन आधी घेते ।
भाव गर्तीचा दाऊन पुढे येते ।
मिठी घालुनिया मुखचुंबन देऊ
सोडा राग - भाग नका दुर जाऊ ॥ ३ ॥

यावर त्या पुतळीने सख्याला हाती धरून युक्तीयुक्तीने मंदिरात नेले. म्हणाली, बसा शेजारी. मला जवळ घ्या. माझ्याकडे कृपादृष्टीने पहा.

"बसा शेजारी जवळ मला घेणे ।
आंगसंग घेईन कृपा द्रीष्टी पाहाणे ।
लक्ष माझे मी थोरा घरचे केणे।"
असे शृंगारिक शब्द तिने वापरले.
सगनभाऊचे गुण ऐकून घेणे।
रामा दर्दीचे नवे छंद गाऊ।
गुरू नाथसिद्ध प्रसंगात ध्याऊ ॥ ४ ॥ असा समारोप केला आहे.

(५) वरखाली पाहू किती तुजला?

ह्या लावणीचा[५] नायक बाहेरख्याली आहे. त्याने आदली रात्र कोठे तरी दुसरीकडे घालविली आहे. नायिका त्याला म्हणते-

"वरखाली पाहू किती तुजला? माझा पिकला ऊर ।
हाड फासळ्याचा चुना सजणा रघत साहिना ऊर ॥ धृ. ॥
सख्या मशि बोला, काल गेला होता रात्री कुठे?
विषय प्रीत झाली मजला, कपाळावरही घर्म सुटे ।

आता का हो कण्हता? हळूच म्हणता, कशी पडली तूट।
आसी करनी करी घाटशिखरी जाऊ पाहाता दूर ॥ १ ॥''

हे सख्या, माझ्या वरखाली तू निजतोस. माझे वक्षस्थळ आता उबून गेले आहे. हाडांचा, फासळ्यांचा चुना झाला आहे. उरातून रक्त वाहते आहे. सख्या, काल रात्री कुठे गेला होता? मला सांगा. माझी कामवासना जागृत झाली. कपाळावर घाम जमला आहे. आता कण्हता कशाला? काय कमी पडले आहे?

घाटशिखरावर जाऊ म्हणता, अशी काय करणी केलीत? ॥ १ ॥
याच्या काळजीने शिरा हिरव्या पिवळ्या झाल्या माझ्या ।
आता जवळ बसते लाजिरवाणी गोडीत काही तरी माझ्या ।
थोराघरचं केन पदरी पडेल आशा, कीर्ती तुझ्या ।
माझी लाज अब्रू ठेवा, नका ठेवू तुमच्या चरणी शिर ॥ २ ॥''

यांची ही अशी अवस्था पाहून काळजीने माझ्या शिरा हिरव्या पिवळ्या झाल्या आहेत. या त्यांच्या अशा (बिकट) अवस्थेत मी त्यांच्याशेजारी लाजिरवाणी बसून राहते.

''सख्या, तरफडते, बरबडते, माझ्या ज्वानीचा पोळ
रती मास गुज खिळल रोग फुटल मुरमाची खिळ
सूक्ष्म होऊन निजून राहाल जगी नासली नीळ
सत्यवचनाची सगुणासाची दृष्ट द्या दूरवर ॥ ३ ॥''

लिंबलोण उतरले. प्रेमाने, मोहाने आकर्षण निर्माण झाले. सखा पोटाशी धरी. आनंद झाला.

''मुख कुरवाळून सखा ओवाळून नेला सेजेवरी ।
खुण हीच शाहिरी कृपा असावी सगनभाऊवर ॥ ४ ॥

अशा रीतीने बाहेरख्यालीपणामुळे रोग झालेल्या पतीवर लिंबलोण उतरून त्याला बरा करून प्रेमाने नायिकेने सख्याबरोबर पलंगावर शृंगार केला. शरीरसुख घेतले.

(६) विषय पुरे कर हा, मला सोसेना जाचणी -

शरीरभोगाची आवड असणाऱ्या प्रियकराला नायिका म्हणते आहे-

''विषय पुरे कर हा, मला सोसेना जाचणी ।
प्रीत नको, जीव घातला काचणी ॥ धृ. ॥

तुमचे हे प्रेम मला नको. आता शरीरभोग पूर्ण करा. मला हा जाच सोसत नाही. प्रीत नको. जीव घातला काचणी. मुखाला मुख लावून निजता. इथे तुम्हाला

मी पाहते. मनात साठवते. तुम्हाला काही कमी पडत नाही ना, ते पाहते आणि लाजते. तुम्ही माझ्याभोवती फिरता आणि माझा जीव काचणीला लागतो.

"वाट मी पाहते उभी अंगणी । हार तुरे गजरे घरी गुंफिती माळणी ॥ ३ ॥
आज सख्या लवकरीचा बेत माहाली ।
आरास म्या केली तिसरे ताळी । (= तिसऱ्या मजल्यावर)
काय पाहिलीस हवा, फुलल्या केळी ।
सगनभाऊ गाती, गुणी चाहती रंगणी ॥ ४ ॥

अशी ही शृंगारिक लावणी सगनभाऊंनी सादर केली आहे.

(७) सख्या तुझ्या प्रीतीची गोडी लागली -

या लावणीतील[७] नायिका शृंगारिक भाषेत बोलते,

"सख्या, तुझ्या प्रीतीची गोडी लागली ।
चालवा प्रीत चांगली ॥ धृ. ॥

नायिका आपले वर्णन करते व शृंगारिक भाषेत सांगते. की माझ्यावर असे असे प्रेम करा —

"लहानखुरी अटकर बांधा नाजुक, मुख चंद्र अमोलिक
आवड तुम्हांला, जवळ बसा सन्मुख ।
आज पहा माझे कौतुक ।
इष्क बिंबला, घालि मुखामधि मुख ।
मग जिवा वाटले सुख ।
जाऊ नको सजणा, मी पलंगी येकली ।
आज का माया टाकली ॥ १ ॥"

पुढे ती सांगते, तुम्ही नटनागर आहात. मी चांगट मैना आहे. 'का करता मजवर हाट?' हे पुणे शहरातले गुंड मोठे चेंगट आहेत. नायिका सांगते —

"शहर पुण्याचे गुंड लई चेंगट । कर लवकर मजवर सुट। घटकेतुन घरी येता लई झटपट ।
नवतीची मांडली लुट। कवळुनि धरता कंचुकी दाटली ।
लुगड्याची निरी फिटली ॥ २ ॥

असे हे तिचे शृंगारिक भाषण ऐकून नायक उत्तर देतो -

"सखु ठकडे, ठकपणा किती दाविसी?।
माया ममता लाविसी ।
विष्कबाज तू, कधी आम्हां भेटसी ?

नूतन नवती पंचिसी ।
तू कमळण, आम्ही भ्रमर लुब्धलो तुशी ।
रंग पाहुनी झालो खुषी ।
द्यावी उजवी गुढी, आशा लागली ।
ज्योतीस ज्योत रेखली ।। ३ ।।

या कडव्यात नायकाने नायिकेशी खूप लाडिक भाषण केले आहे. तिला ठकडे, विष्कबाज, नूतन नवती, कमळण अशी संबोधने वापरली आहेत. आणि दोन मनांचे मिलन झाले हे सांगण्यासाठी 'ज्योतीस ज्योत रेखली' ही प्रतिमा वापरली आहे. त्यावर नायिका म्हणते,

"एकांतीचे गुज तुम्हां सांगते। मर्जी पाहून वागते।
वेड लागले मला, वचन मागते । सारी रात्र की हो जागते।
राव बनसीच्या गळ्या मिठ्या मारते ।
मग आनंदात भोगते ।"

असा हा उघडा शृंगार सगनभाऊंनी वर्णिला आहे.

"सगनभाऊ म्हणे इष्कबाज भेटली । रामाची भ्रांत फिटली ।। ४ ।।

रामा हा गायक आणि सगनभाऊ शाहीर (कवी) अशा उल्लेखाने लावणी पूर्ण होते.

शब्दार्थ :

१) नटनागर = रूपसुंदर २) चांगट = सुंदर, चांगली ३) हाट = हट्ट, जोरा ४) पंचिसी = पंचविशीतली ५) उजवी गुढी देणे = संमती देणे, कौल देणे.

---

(८) सारी रात्र भोगिले, हौस नाही पुरली

ही लावणी[८] नायक-नायिका यांच्यातील संवादात्मक गीत आहे. सारी रात्र नायिका प्रियकराच्या घरी राहिली व त्याच्याबरोबर तिने संभोगसुख घेतले. त्याचे वर्णन पहिल्या दोन कडव्यात केले आहे.

"सारी रात्र भोगिले, हौस नाही पुरली, धरले करी।
अरुण उदय जाहला प्रभाकर, पहाटे उठा लवकरी ।। धृ. ।।

असं धृवपद आहे. ती प्रियकराला सांगते —

तुम्ही सारी रात्र भोग घेतलात. अजून तुमची हौस पुरली नाही. अरुणोदय झाला. सूर्य (प्रभाकर) वर आला. उठा लवकर-

"भोळ्या राजसा, भांगी पुरसा आती तुमचा स्नेहे ।
मायेने गोविले, परंतु मला बोलता न ये ।
मन तुमचे खोसीवले, खुशाल झाला सुकात दीहे ।"

तुम्ही सुखात राहिलात. खुशाल रात्रभर मला भोगलेत. आता उजाडेल. सकाळ होईल. मी घरी कशी जाऊ?

"आता उजाडेल, कशी मी जाऊ? मला वाटते भये।
मायबाप भाऊबंद दीरभावाचे जपती हाये ।
न कळे, बातमी त्याला कळेल, पडला असेल संशये ।" तुम्हांला मी आधी सांगितले होते. पण तुम्ही ऐकले नाहीत. मला संकटात कसे पाडलेत? माझ्यासाठी इतके का 'श्रमी' झालात? आता मनामध्ये काही बरी योजना करा. मी तुम्हाला कधी त्रास देणार नाही

मीच 'शरीरांतरी' दु:ख भोगीन (१)
दुसऱ्या कडव्यात नायिकेच्या तोंडी
शृंगारिक वर्णनघातले आहे
"उठून बसावे प्राणविसाव्या,
नका कवेमधि धरू ।
जीव माझा कासावीस होतो.
आता मी काय करू? ।
हात काढा, छातीवर जोबन घेतलेस चुरचुरू ।
आंग चुकवून एकीकडे होता पुढं येता सरसरू ।
धनलोभ्याला अवचित गवसे जशी मालाची चरू ।
तसे गवसले काही तुम्हांला निजविता धरधरू ।
सख्या लई गोडी तुम्हां विषयकर्माची ।
वेळघटका चुकली नित्यनेमाची ।
शपत घालीन आता राजारामाची ।
रोज यायाची आस्ता, नका हो सोडू राजेश्वरी ।
दुसरे दिवशी चैन भोगा, वरल्या माडीवरी ।। २ ।।

असे हे शृंगारिक शब्द उच्चारल्यावर नायक म्हणतो,

"सखा म्हणे, हे राजसवदने, कशी जाशील येकटी? ।
शिणगारामधि डुग पितांबर पिवळा कसला कटी ।
पुष्कळ देतो मोती पोवळी हिऱ्याची आंगठी ।
मर्जी आमची सखे, भरु पुतळ्या मोहरांनी वटी ।

आणिक एक सांगतो तुझ्या पाठची बहिण धाकटी ।
येक रात्र कर माय तु चा (?) पुढे विचार सेवटी ।

तिसऱ्या कडव्यात नायकाने तिला पुतळ्या, मोहरा, मोती, पोवळी, हिऱ्याची अंगठी देऊ केली. आणि तिला सागितले की तुझी धाकटी बहीण एक रात्र माझ्याकडे येऊ दे. आधुनिक काळातील नैतिक विचाराच्या आचाराच्या चौकटीत ह्या लावणीतील विचार बसतात काय? बहिणीला एक रात्र येऊ दे असे सांगितल्यावर या लावणीची नायिका होकार देते-

"आज्ञा द्यावी मला राव राजेन्द्रधनी ।
बुरखा देऊन मला पाठवा सुज्ञानी ।
माझी बहीण आहे मजपशी शाणी ।
दोघी बहिणी मिळून मनसुबा बसुन करू क्षणभरी ।"

यावर शाहीर म्हणतात, "अस्त्रीचरित्र अधिक राजा हीकराम आनला आम्ही ॥३॥" नायिका त्याला म्हणते-

"आईक सुमित्रा परमपवित्रा देह तुला अर्पिली ।
वनभोजनास जावे, पण वेळ आस्ता राहिली ।
गुप्तरूपी न कळे कोणाला महालातून येकली ।
बाण जिव्हारी लागून गेला,आठवण करू लागली ।
खुशी होऊन आपल्या बहिणीला हर्षयुक्त भेटली."

बहिणीला मागचे सर्व वर्तमान तिने सांगितले. म्हणाली, तू काही चिंता करू नकोस. मी नीट बोलेन. सासूला उंच हिरवे पातळ नेसवीन. सगनभाऊ आपल्या कवनाला मोत्याच्या ओवणीची उपमा देतात.

"सगनभाऊचे कवन खणमोत्याची कशी ग रसभरी ।"

शब्दार्थ :

१) ववण = ओवणे = माळ २) हीकराम = विक्रमराजा ३) जपती = जप्ती (माझ्यावर लक्ष ठेऊन आहेत हा भावार्थ.) ४) भांगी पुरसा येथे भांगभुरका असे हवे. त्याचा अर्थ उधळपट्टी व नासाडी (भांग, गांजा इ.वर केलेला खर्च) ५) थरू = हंडा ६) वटी = ओटी ७) मजपसी = मजपेक्षा ८) माल = धनमाल

---

(९) सुख असता दुःख देता

या लावणीच्या प्रारंभी[१०] राग = अरंग व चाल - कमळणीस मधुकर जैसा या होनाजीच्या लावणीची दिली आहे. ही उच्च कुळातील

तरुण नायिका आहे. तिला सर्व प्रकारचे सुख असूनही ती एका बाबतीत दुःखी आहे

"सुख असता दुःख मज देता मी कुळीवंताची कांता ।
रूप लावण्य दुसरी पाहाता । तुम्ही काहो तिच्या गृहि राहता ।।" ।। धृ. ।।

कुळवंताची कन्या असूनही तिचा प्रियकर दुसरी रूपलावण्यवती पाहून तिच्या घरी राहावयास गेला, हे तिचे दुःख आहे

"रूप स्वरूप तुझे पाहुनिया ।
मन धाले आले धावुनिया ।
आज माझे मन मोहुनिया ।
कसे जाता दिप मालवुनिया ।
चातुर सूगर पाहुनिया ।
भ्रांतिची गुढी खोलोनिया ।
स्वप्नात मूर्ति पाहुनिया ।
मन रिझले तुम्हांस पाहता ।। १ ।।
तसबिर लेहुनिया ठेवते ।
मन माझे प्रसिद्ध होते।
धाउनिया तुम्हांकडे येते ।
फंदीच्या रूपाला चाहते ।
द्रिष्ट होईल पलंगी नेते ।
मसी भोग बसुन एकांते ।
मसि ध्यास लागला तुमचा ।
सोडून आता कुठं जाता ।। २ ।।"

नायिका आपल्या प्रियकराला सांगते की त्याचे रूप स्वरूप पाहून ती मोहित झाली. त्याची मूर्ती तिला स्वप्नात दिसली. त्याच्यावर मोहित होऊन तिने त्याला पलंगी नेले. आता त्याच्याबरोबर एकान्तात भोग घेतल्यावर तिलासुद्धा त्याचा ध्यास लागला आहे. आणि आता मात्र तो तिला सोडून दुसऱ्या स्त्रीकडे जातो आहे, याचे तिला विलक्षण दुःख झाले आहे. ती त्याच्याशी एकनिष्ठ राहू पाहते.

"म्या आशावंत स्वामिची । पूर्वावी अस्ता मनिची ।
उभयता जोड प्रीतीची । शोभन धुळि पायाची ।
आलि घटका वेळ ऋताचा । घ्या साधुन घडि लाखाची ।
लोभ नाही तुजवर सत्ता । दिस गेले पाहाता पाहाता ।। ३ ।।"

आपणांस ऋतु प्राप्त झाला आहे. ही घडी साधून घेण्याची विनंती ती नायकाला करते आहे. आपली त्याच्यावरील निष्ठा व्यक्त करते आहे. तुम्ही लाल मी लालडी

झाले, असे सांगते. त्याच्या मिठीत तिचे शरीर सुखावले, असे सांगून लावणीचा समारोप असा केला आहे.

"झडपडोनि गळा आज पडले ।
तुम्ही लाल मी लालडी जडले ।
लई दिवसा सजन सापडले ।
छातिवर गेंद थरथरले ।
आज मजकडे येणे घडले ।
कसी सोडू तुम्हाला भिडले ।
भाऊसगन गुणीजन गाती ।
आज भजा तुम्ही सिद्धनाथा ॥ ४ ॥

प्रारंभी "तुम्ही का हो तिच्या गृही राहता?" असे म्हणून दुःखी झालेली नायिका खूप दिवसांनी सजन भेटल्यावर सुखी होते व त्यांच्या आलिंगनात जाते.

"कसी सोडू तुम्हांला भिडले ।" असे शब्द तिच्या तोंडी शाहिरांनी घातले आहेत.

(१०) हाका मारू मारू जीव त्रासला गे -

अनेक स्त्रियांशी खेळ करणाऱ्या प्रियकराला हाका मारून मारून बोलावणाऱ्या प्रेयसीची ही लावणी[११] आहे.

हाका मारू मारू जीव त्रासला गे ।
सखा बाहेरी का बैसला गे? ॥ धृ. ॥

असा लावणीचा प्रारंभ आहे. अनेक स्त्रियांशी खेळ खेळणाऱ्या प्रियकराला ती विचारते,

"रात्र करमिली कुठे जागलासी? ।
शीण चढला मोठा, भागलासी ।
बरे कपट हे करू लागलासी ।
का रे नारू मोठा भासला गे? ॥ १ ॥"

अरे प्रियकरा, कालची रात्र तू कुठे घालविलीस? काल रात्री कुणाकडे जागरण केलेस? अरे, हे कपट का करू लागला आहेस?

"पूर्वी लिहिलें होतें सटवीनं ।
तीच अक्षरे हृदयी साठवीन ।
लुटवीन लई माल साठविला गे ॥ २ ॥

सटवीने पूर्वी माझ्या कपाळावर लिहून ठेवलेली अक्षरेच मी हृदयात साठवीन आणि

जो माल मी ह्रदयात साठविला आहे तो भरभरून लुटवीन.'' असे म्हणून नायिकेने आपल्या प्रियकराला दूषणे देऊन असे म्हटले,

''खुशी रंगबहार रंग खेळलासी ।
नूतन स्त्रिया तू नखऱ्या मेळवीशी ।
वस्त्र अलंकारा देऊनी बोलवीसी ।
दुजा नाही असा कुठे भासला गे ।। ३ ।।

प्रेयसीला माहीत आहे की आपला प्रियकर बाहेरख्याली आहे. नव्या नव्या स्त्रिया, नखरेल बायका तू मिळविल्यास. त्यांच्याशी रंगबहार खेळ खेळलास. वस्त्रे व अलंकार देऊन त्यांना बोलावलेस, आपलेसे केलेस. तुझ्यासारखा पुरुष मी कोणी दुसरा पाहिला नाही. तरीसुद्धा -

''एक आज्ञा तू ऐक राजहंसा ।
रात्री नको येऊ, स्वस्थ यावे दिवसा ।
सगनभाऊ म्हणे हे जगणे वाशा ।
सत्यवृत्तांत आसभास लागे ।। ४ ।।''

प्रियकराला ती सांगते, तू रात्री नको येऊस. स्वस्थपणे दिवसा ये. हाका मारून मारून माझा जीव त्रासला. सख्या, असा बाहेर का बसला आहेस?

(११) लाडं लाडं येते येते.

राग-लीलांबरी

चाल - नूतन वय माझे शरीराला काय करू? - होनाजी

या लावणीत[१२] वयानं लहान असणारी नायिका आपला पोषाख, अलंकार यासंबंधी सांगून उत्तान शृंगारिक भाषेत शरीरभोगाचे वर्णन करीत आहे.

''लाडं लाडं येते येते मनरंजना
उचलुन कडेवर का घ्याना ।।धृ.।।

असा लावणीचा प्रारंभच शृंगाराने झाला आहे.ती स्वत:ला प्रियकराची दासी मानते व वयाने लहान असल्याने आपल्यावर ममता करावी म्हणजे प्रेम करावे असे सुचविते —

''दासी मी तुमची तुमची निरंतर
येऊन बसते मांडीवर
असु द्या ममता ममता मजवर
उभी लाजून सन्मुख पदर
तुम्ही तर माझे माझे सरदार

मी तुमची दासी आहे. मी तुमच्या मांडीवर येऊन बसले. माझ्यावर तुम्ही ममता करा. समोर पदर घेऊन मी लाजून उभी आहे. तुम्ही तर माझे सरदार आहात.

“शरीर नाजुक माझे फार।
उष्णता भारी भारी झोप येईना ॥ १ ॥
चमकत येते येते सरदार।
अंगावर लखलखाट जवहार ।
नेसली शालु उंच पैठणीचा बहार ।
पदर दीड मजली जरतार ।”

असे तिने आपल्या पोषाखाचे, अंगावरील दागिन्यांचे उल्लेख केले आहेत. पुढे ती सांगते,

“ठेवुन मस्तक चरणावर ।
तोंड गोड बोला सखि सजना ॥ २ ॥
समजल्या आंत्री आंत्री राजबनसी ।
धरि कवटाळुनि पोटासी ।
नको हो हात लावू लावू आंगासी।”

आपल्या अंगाला त्याने हात लावू नये, शिवू नये याचे कारण -

“दिवस तिसरा मी सीवनीशी ।
उद्या मी न्हाइन न्हाइन चौथे दिवशी ।
डाग पडला आंगवस्त्रासी ।
गोळा करू द्या करू द्या बिच्छोना ॥ ३ ॥”

असे ती सांगते. उत्तान शृंगारिक लावणी असल्यामुळे हे चालू शकेल. पण कोणत्या स्त्रीला असे आपल्या तोंडाने आपल्या प्रियकराला सांगताना लाज वाटणार नाही? शाहिरांनी स्त्रीजातीवर अविनय लादला आहे असे नाही का वाटत? अवश्य वाटते! नंतर ती न्हाऊन व पातळ नेसून आली. निऱ्यांचा घोळ हाती धरून ती रंगमहाली गेली. तोही आनंदाने रंगमहाली गेला. आणि दोघेजण बोलू लागले —

“न्हाऊन मी आले पातळ नेसुन।
नीऱ्याचा घोळ हाती धरुन ।
गेला रंगमहाली महाली आनंदाने ।
उभयपक्षी करी भाषण ।”

काय म्हणाली बरे ती? ‘आपण लहान वयाची आहोत तेव्हा जरा जपून संभोग करा’ असे म्हणाली,

“हळु हळु म्हणते सांभाळुन ।

दुखवाल कंबर सरसरून ।
जीवाकडे पाहाता पाहाता हैराण ।
जणो तुमचे निजणे बसणे ।
सगन म्हणे आता विडा बसुन घ्या ना ।
उचलून कडेवर घ्या ना ।। ४ ।।

वरील सर्व उद्‌गार शिमग्याच्या काळात पुरुषांसाठीच्या तमाशात म्हणायला योग्यच आहेत. कारण त्या काळात सर्व पुरुषांनी आपल्या मनातील अनैतिक, उत्तान, शृंगारिक आणि अश्लील विचार उच्चारून, बोंब मारून अग्नीमध्ये, होळीमध्ये, जाळून अग्निदेवाला अर्पण करावयाचे असतात. काहीकाही ओळींत एका शब्दाची द्विरुक्ती करावयाची, रचना विशेषाची गंमत या लावणीत पहावयास मिळते. दासी तुमची तुमची - असू द्या ममता ममता-माझे माझे सरदार - उष्णता भारी भारी- हात लावू लावू - न्हाइन न्हाइन चौथे दिवशी - करू द्या करू द्या- पाहाता पाहाता - ह्या शब्दांच्या द्विरुक्तीमुळे ऐकताना कानाला - ह्या शब्दांच्या द्विरुक्तीमुळे ऐकताना कानाला गंमत वाटते. अर्थव्यक्तीही ठळक होते. हा सगनभाऊंचा रचनाविशेष आहे.

(१२) आम्ही मुशाफर लोक -

राग -जगंता, चाल- आम्ही मुशाफर गडी राहु इच्छितो - ह्या होनाजींच्या लावणीप्रमाणे

सगनभाऊंनी ह्या लावणीचा[१३] प्रारंभ होनाजींच्या ह्याच ओळीने केला असला तरी पुढे सामान्य मराठी माणसाचा शृंगारच वर्णिला आहे.

आम्ही मुशाफर लोक, प्रीत करू पाहतो साजणी ।
दीपकळीचा रंग पाहुनी पतंग झुरतो मनी ।। धृ. ।।

अशा प्रारंभीच्या ओळी आहेत. दीपकळी आणि पतंग ही नेहमीची प्रतिमा होनाजींप्रमाणेच सगनभाऊंनीसुद्धा योजिली आहे. नायक सांगतो, - आम्ही मुशाफीर लोक आहोत. आम्हांला प्रेम करावेसे वाटते. दीपकळीचा रंग पाहून पतंग ज्याप्रमाणे झुरू लागतो. दीपकळीवर झडप घालतो, त्याप्रमाणे आम्ही शृंगार करू पाहतो. आम्ही असे मुशाफीर होऊन गावोगाव का हिंडतो आहोत बरे? सांगतो ऐका.

''घोर जिवाला लावून गेली परम जिवाची सखी।
जिवंत अथवा मृत्यु पावली आम्हांस केले दुःखी ।
कारण काय तुम्हां सांगावे जाहला असा घातकी ।
चळण वळण पाहण्यात बरी दिसतिस रत्नपारखी ।

प्रितपरीक्षा करू नका हाऊसी दुसरी जागा चुकी।''

असे मुशाफीर नायिकेला सांगतो. आम्ही रत्नपारखी आहोत. चळणवळण पाहून आम्हा एखादीची प्रीतिपरीक्षा करू शकतो. कर्म करून पुण्याची सर येणार नाही. आम्ही पवित्र गंगातीर पाहून आमचे हे शरीर घेऊन तुमच्या अंगणी पायउतार झालो आहोत.

या कर्माने जर जर साजणी ।
नाही येत पुण्याची सर गे साजणी ।
पाहिले गडे गंगा तीर साजणी ।
पायउतारा आलो शरीर घेऊन उभा आंगणी ।
लोटुन देऊ नको फिरून आम्ही जाऊ कोणत्या वनी? ॥ १ ॥

यावर नायिका विचारते,

''आहे मुशाफर बरे बोलता, कर ठेवुनिया कटी।
कासाविस झाल्याविण कोण करी शितळ अशा संकटी ॥''

मी या कर्माने घरामध्ये एकटी निसुर बसले आहे. माझ्या मातेने मला काही प्रीतीच्या मंत्राची बाळघुटी पाजलेली नाही.

''काळे सावळे स्वरूप माझे राख घेऊन भर मुठी ।
नित्यकाळी आंगास लाविते काय होईल शेवटी ।
होईल ते होऊ कसे साजणा।
नाही करीत कोणाची आस साजणा।
औषधास वेडा ऊस साजणा ।
गोड निघेना रस कडूपण काढिले वीरळा सूती ।
ही गोष्ट मोठी कठीण पाहा घर दुसरी जागा निश्चिती ॥ २ ॥

नायिकेने उसाचा दृष्टान्त देऊन सांगितले की औषधासाठी ऊस... वेडा ऊस... काढला तर त्यातून गोड रस कसा निघणार? कडूपण वेगळे काढावे लागते. तुम्ही मजकडे शृंगारासाठी आलात पण तुमच्याशी शरीरशृंगार करणे कठीण वाटते. तुम्ही आपले वेगळे घर पहा. वेगळी जागा निश्चित करा. ॥ २ ॥ हे उत्तर ऐकून नायक खुष झाला. म्हणतो,

तुम्ही आमच्या उत्तरास प्रतिउत्तर दिले, ते आम्ही मानले.
तुमच्या चित्तातील 'वर्म कर्म' आम्ही प्रत्यक्ष जाणले.
''गोड कडू निवडिता कशाने स्नेहउदकि नाहले।
एक दुःख उभयता असावे कल्प दोष छाणले।
गावीच्या मजा गावी राहिल्या त्यातुन गुण आणिले ।

पहिल्यापासुन केले निवेदन इष्काने तान्हले ।''

हे साजणी, तू बहुत योग्य, चांगली आहेस. आमची तुझ्यापाशी वृत्ती रंगली. प्रेम
जमले. मागे बोललेली गोष्ट विसरून जा.

"या जर वेडा डागिली जिव्हे देही मात्रा बहुगुणी ।
जिवंत तोपर्यंत नाही जाणार तुला टाकुनी ॥ ३ ॥''

या त्याच्या प्रीतीच्या आणाभाका ऐकून नायिका संतुष्ट झाली. महाभारतातील
श्रीकृष्ण अर्जुनाचा उल्लेख करून ती सांगते -

"धन्य चतुर सामर्थ्यवान सन्मान करिते अता ।
एक वचन राहिले बसा सेजारी राव ऐकता ।
पार्थवीराच्या रथी सारथी श्रीपती रणात स्वता ।
कौरवासहित नागिवली जगी मानमान्यता ।
कृपा करुन भगवान जाने मुखपाठ शिकविली गीता ।
गग का अर्जुन पुन्हा चालीला अभिमन्यू करता।
अक्षर धरावे चित्ती साजणा ।
या कलियुगाच्या प्रीति साजणा ।
मागिली कीर्ति आठविती साजणा।
धरून मुशाफर हाति सखे दे इष्काची सरबती ।''

याप्रमाणे मुशाफराने इष्काची सरबती मागितली. सगनभाऊ सांगतात, रुक्मिणीच्या
पतीने - श्रीकृष्णाने त्यांच्यातील दुरावा दूर केला. विघ्न दूर झाले. तुम्ही सांगा
मुशाफर लोक कोणत्या रीतीने प्रीत करू पाहतात ते सगनभाऊंनी या लावणीत
आपल्या पद्धतीनं नायक-नायिका यांच्या नाट्यरूपी संवादातून सांगितले आहे.

"सगनभाऊ म्हणे विघ्न निवारी रुक्मिणीचा पती।
तुम्ही मुशाफर लोक प्रीत करु पाहता कोणत्या रिती ।
प्रीतीचा आवभाव काय तो सांगावा मजप्रती ॥ ४ ॥

(१३) गोरे गाल मजा पाहाल

सगनभाऊंनी या लावणीत[१४] स्त्रीरूपवर्णन केले आहे. अनुप्रासामुळे लावणी
गाण्यास व ऐकण्यास मजा येते.

राग - जंगला चाल - सवदा कर आवड गडे का पडले साकडे - होनाजी
गोरे गाल मजा पाहाल, जपून चाल फाकडे ॥धृ.॥ असा लावणीचा प्रारंभ
आहे. तुझे गोरे गोरे गाल, तर मजा पहाल. हे प्रिये, तू जपून चाल. आम्हांला इष्क
खूप प्रिय आहे. त्यामुळे गोऱ्या गोऱ्या गालांचा आम्हांला छंद लागला आहे —

रंग पाहुनी दंग झालो संग करू चांगला ।
शरीर गोल, वजन तोल, पाहू तुझा मासला ।
ऊर छाती छबकदार, नको पाहू चहूकडे ।। १ ।।

महिन्यातले चारही सोमवारी आपण संगमावर जाऊन मजा पाहात जा.

चौभौते लाल उभे मर्जीने राहात जा ।
रावळ गवळ्याची चाल नित्य मुखी गात जा ।
बिसनीच्या छब्यामध्ये टिकत चाल फुलझडे ।। २ ।।
नवा करुन थाटबाट, बिसनीला घेरसी ।
ज्वारी बाजरीची जमीन, जेव्हा तेव्हा पेरसी।
नेत्राच्या नखऱ्यामधि दर्वीला घेरसी ।
शरीरदान करु कुणास, नको पडू देऊ साकडे ।। ३ ।।
सकल स्त्रियांमधे जोत तू बनलिस पुतळी।
चोळी तंग पाहुन रंग जशी रंभा भूतळी।
नाथ सिद्ध सगनभाऊ कवन गाई रावळी।
रामा दर्दीचे गुण चौमुलखी चौघडे ।। ४ ।।

१) गोरे गोरे गाल = मजा पाहाल / जपून चाल २) रंग पाहुनी दंग / संग करू /३) शरीर गोल, वजन तोल ४) रावळ गवळ्याची चाल ५) पुतळी / भूतळी / रावळी ६) पेरसी / घेरसी

असे एकसारखे अनुप्रास आणि यमके जुळविल्यामुळे तिच्या सौंदर्यात रचनेची माधुरी मिसळली असल्याचे जाणवते.

शब्दार्थ :

१) बिसनी = बाजारबसवी स्त्री २) चौभौते = चहुभोवती.

---

(१४) गृहि चला जरा मज

राग-सिंदुर्या चाल - तुम्ही सजन सुजाण घ्या आदराचे पान

नायिका म्हणते,

"गृहि चला जरा मज कमळणिच्या हरा ।[१५]
मज गरिबासी तारा अथवा मारा ।। धृ. ।।

हे कमळिणीच्या हरा, जरा घरी चला. मी गरीब स्त्री. मला तारा किंवा मारा. माझे प्राण तुमच्या हवाली केले आहेत. या, पलंगावर बसा. धावून तुमचा शेला धरते.

''राजेन्द्र धनी शब्द सुखाचा बोला ।
स्वप्नात मला मदनबाण चेतला ।
दचकुन उठले द्वारी आले पाह्याला ।
तुजवाचुन मजला नाही कोणाचा थारा ॥ १ ॥

पुढे ती स्पष्ट शब्दात सांगते- माया लावा, प्रेम करा आणि माझी कवळी काया भोगा, माझ्यापाशी कोणत्या गोष्टीचे अंतर पडले सांगा. गुणिराया, आज आपलीच चर्या (चेहरा) चंचल झाल्यासारखी दिसते.

''मी कुळवंताची काया तुमची जाया
मुखडा पाह्या उभी राहते धाऊनिया
आज कृपा करा चला महाली लवलाह्या ।
नको देऊ दगा आज दिसला चित्तचोरा ॥ २ ॥

या नायिकेला तिच्या सवतीची आठवण येते आणि ती विद्ध होते-

''मूठ भ्रमाची बा ही फोडित लाखाची ।
मी जोड केली सजनाच्या पायाची ।
लई मर्जीची कोण सवत मायेची ।
तिचे वेड लागले आण माझ्या रक्ताची ।
या चित्ताची सोड कल्पना मनीची ।
आज कृपा करा आण राधासखयाची ।
शरीरदान तुला आज चरा मोत्याचा चारा ॥ ३ ॥

मी मोठ्या कष्टाने माझे पती मिळविले आहेत. ''मी जोड केली सजनाच्या पायाची'' असे नायिका सांगते. तिला आपल्या सवतीची भीती आहे. कारण ती सांगते-

''लई मर्जीची कोण सवत मायेची । तिचे वेड लागले -''

तिच्या- सवतीच्या तावडीतून आपला पती सुटावा असे तिला वाटते. 'राधासखयाची' श्रीकृष्णाची आण घालून नायिका त्याची करूणा भाकते. त्याला कृपा करा म्हणून विनवणी करते. शरीरदान म्हणजे पतीशी संभोगक्रिया. हाच मोत्याचा चारा ती आपल्या राजहंसाला, पतीला, अर्पण करू पाहते.

''शरीरदान तुला आज- चरा मोत्याचा चारा ॥ ३ ॥

शाहिर सगनभाऊ या लावणीचा, या कथेचा शेवट त्यांच्या शरीरमीलनाच्या वर्णनाने करतात. ती मैना झटपट रंगमहाली गेली. तिने प्रीतीच्या चालीने तिच्या प्रियकराशी शरीरभोग घेतला.

''लई मर्जि मिळाली विषयलंपट झाली ।
अशी प्रीत चालवा आण रक्ताची घाली ।

ऐकून चाली जोतिसी जोत मिळाली ।''

पतीला ती मोठ्या भक्तिभावाने शरीर अर्पण करते. रक्ताची आण घालून पतीला विनविते की अशीच प्रीती पुढेही चालू दे. 'अशी प्रीत चालवा आण रक्ताची' होनाजी बाळाप्रमाणेच स्त्रीपुरुषांच्या एकरूपतेला सगनभाऊसुद्धा- 'जोतिसी जोत मिळाली' अशी प्रतिमा वापरतात. लावणीचा गायक गुणीराज सगनभाऊंना वंदन करतो. इथे ही नायिकेच्या प्रीतिमीलनाची लावणी समाप्त होते.

''गुणी सगनभाऊच्या चरणाला मिठि घाली ।
नित्य गाई रामा जसा पट्ट्याचा मोहरा ।। ४ ।।

(१५) सवती सवतीचा कजिया-

प्रारंभी राग कालंगडा व होनाजीच्या 'राजमंदिरी आपण उभयता बसतो' ह्या लावणीची चाल दिली आहे.

''सवति सवतिच कजिया लाऊनी तुम्ही देता स्वामीराया ।
लाउनी पदर मुखी आडवा, हसता, नाही तुम्ही तिळभर माया।धृ।।

पतीने आपल्या दोन पत्नींमध्ये - सवतीसवतींमध्ये (कजिया), भांडण लावून दिले आहे. तो तोंडाला पदर लावून हसतो आहे. नायिका त्याला म्हणते, असे सवतीसवतीमध्ये भांडण लावून, तुम्ही तोंडाला पदर धरून लपूनछपून तुम्ही हसता आहात. तुम्हांला थोडीतरी माया आहे का? मी तुमच्या चरणाची शपथ घेऊन सांगते- खरे सांगते की कधी तुमच्या उत्तराला प्रत्युत्तर दिले नाही

''सखीला तुम्ही जवळ घेता, मला ठेविता दूर महाली ।
रोज उठोन पाहाते नित्य बसविली तुम्ही तिजवर पाळी ।
काय आवड आहे जिवलगा तुम्हांला तिची जी जी जी ।
मी गोरी गोमटी आवड तुम्हां सवतिची जी जी जी
मग मागून केली तीच जाहली प्रीतीची जीजीजी ।
लाऊनी कडी द्वाराची रावजी बसता गंजिफा खेळाया ।। १ ।।

पहिली पत्नी वरीलप्रमाणे पतीजवळ तक्रार करते. म्हणते, ''तुमची ती दुसरी पत्नी आहे. मी गोरी गोमटी आहे, तरीसुद्धा मागून आलेली तीच तुम्हांला अधिक आवडते. दाराला कडी लावून तुम्ही दोघे खोलीत गंजिफा खेळत बसता.''

सगनभाऊ सांगतात-

''दुसरी म्हणे ऐक राजसा गोष्ट सांगते तुजपाशी ।
वडिल जाहले म्हणून काय तिनदा टाकून बोले सवत मसी ।।
ही म्हणती मी फार चांगली इचे गोरेपण इजपाशी ।

मी अमंगळ जर असेल चांगुलपण दावित नाही ही कोणासी ।
ही मलाच म्हणते स्वामी माझा फितवला जीजीजी ।
सवतीने साधला वहर सुतनी सुतविला जीजीजी ।
काय करुनि चेटक करणी मथविला जीजीजी ।
बग गुती गुंतविला लाविले मला मंदिरी झुरवाया ॥ २ ॥

दुसरी म्हणाली, "तुमची पहिली बायको माझ्यापेक्षा वडील आहे म्हणून तिने मला एकसारखे टाकून का बरे बोलावे? तिचे गोरेपण तिच्यापाशी. मला काय त्याचे? ती मलाच म्हणते की तिचा पती मी फितविला? माझ्या सवतीने चेटूक करून माझा पती मथविला? बघ, मला गुंत्यात गुंतवून मंदिरात झुरत रहायला लावले!"

सगनभाऊ सांगतात की तिच्या पतीने त्या दोघींचे म्हणणे ऐकले आणि तो म्हणाला,

"साजणा म्हणे ऐक सुंदरी दोघि सारख्या तुम्ही मजला ।
तुला उणे काय केले साजणी गडे अन्नपाण्याला।
बस्ता थारा एकसारख्या देतो तुम्हांला घालायाला।
उंच मोलाची वस्त्रे सारखी देतो तुम्हा नेसायला ।
कोण्या गोष्टीची कमी नाही आजवर जीजीजी ।
जे मागशील ते देईन भरला अंबर जीजीजी ।
तुम्ही आपल्यामधी का करिता किरकिर जीजीजीजी ।
किरकिर करिता रोज येता कपाळ माझे उठवाया ॥३॥

पती त्यांना म्हणाला, तुम्हांला दोघींना मी खायला प्यायला समान देतो, सारखीच वस्त्रे ल्यायला देतो. आजवर तुम्हां दोघींनाही मी कोणत्या गोष्टीची कमी केली नाही. मग तुम्ही आपापसात का भांडता? का किरकिर करता? रोज माझे कपाळ कशाला उठविता? -" सगनभाऊ म्हणे-

"निवडिला न्याय दोघीचा जा जाणा ।
एकमेकीची चाहाडी सांगतील आपण आणू नये मना ॥ ४ ॥

अशा रीतीने, दोन स्त्रियांच्या मत्सराची, दोन स्त्रियांच्या भांडणाची थोडीशी विनोदाच्या अंगाने जाणारी कथा या लावणीत सगनभाऊंनी रंगविली आहे.

(१६) सांगा सांगा या श्रीहरीला- श्रीकृष्णाची लावणी[१७]

राम जोशींच्या श्रीकृष्णविषयक लावण्यांत अश्लीलता जाणवते, अपशब्दांचा वापर आढळतो. सगनभाऊंच्या या लावणीत कोठेही अपशब्दांचा वापर नाही. श्रीकृष्णाच्या अनैतिक कृत्यांचा उल्लेख नाही. सरळ साधे शब्द आणि भक्तिभाव.

पहा

“सांगा सांगा या श्रीहरीला” गोपी म्हणताती। ॥ धृ. ॥
जात घेतो आम्ही मथुरेसी ।
आडवा होतो हा ऋषीकेशी ।
हे दु:ख सांगावे कोणासी? ।
मुरली वाजविती गे कान्हा या कुंजवनात ।
भुलविण्या गोपी साऱ्या, काय सांगू मी मात ।
असा चेटकी ग हा कान्हा यशवदे माते ।
दुड दुड धावुन येतो जवळी हृदय कवळी ।
बोल मवाळी गडी गोपाळ घेऊन संगाती ॥ १ ॥
एके दिवशी गोपी साऱ्या ।
जात होतो आम्ही परभाऱ्या ।
दुरुन मारितो पिचकाऱ्या ।
कळंबाच्या वृक्षावरुनी हेरुन येई ।
झाली गर्दी बाई रंगाची यशोदे बाई ।

१७) मनात हसले ग बाई हसले ।

मनात हसले ग बाई हसले[१८]
जाणून बुजून फसले ॥ धृ. ॥

या लावणीत रतिक्रीडेचे वर्णन प्रतिमांच्या साहाय्याने केले आहे. मी मनात हसले ग बाई, खरोखरीच मनात हसले. कारण मी जाणूनबुजून फसले. काय घडले? शाहीर सांगतात.

लुगडे निरीत फिटलें भ्याले तोंडाला पाणी सुटलें ।
मळखांबासी झटले मिठी उभयतांचे खटले ।
सोने आगींत अटले काम शरिरी समध्धी मिटले ।
दोही मांडिच्या मध्ये डसले ॥ १ ॥
इष्क यार मतवाले दरदी शांती सुख धन धाले ।
जहरी विषाचे प्याले कितितरि सोसूं जखमी भाले ।
होति किल्ल्यावर हल्ले खबुतर लोटन घेती पल्ले।
उरी गेंद रसरसले ॥२॥
भरनवति छातिवर गोळा मद कांडे चरकि गाळा।
खेळिमेळि गंजिफा चाळा खुबसुरत चित्रशाळा।

पापणि लवाते माझा डोळा रणि समशेर चमके चपळा।
रंगमहालामधे बसले ॥३॥
प्रेमरसाची गोडी आकासि आंबा पिकला पाडी।
द्रव्य नको रथ गाडी बागबगिच्यामधि फुलझाडी।
रंगरस गाति घाडी नारळि फणसी ताडी माडी ।
गुणी सगनभाऊचे मसले ॥४॥ (असे हे गुणी सगनभाऊंचे कवन आहे.)

वरील लावणीतील लैंगिक उपभोगाचा अनुभव सगनभाऊंनी कथाकथनातून, वर्णनातून आणि प्रतिमायोजनेतून सादर केलेला दिसून येतो.

बाई गं, मी मनात हसले, जाणूनबुजून फसले.'आणि प्रियकराच्या मिठीत घुसले. लुगड्याच्या निऱ्या फिटल्या. प्रथम थोडी भ्याले. तोंडाला पाणी सुटले. पण नंतर सावरले आणि मळखांबाला झटले. उभयतांच्या मिठीत खटले. शरीरभोगामुळे जणू काही सोने आगीत आटले. (तो रंग रस गवई कवनात गातात.)

माझ्या दोन्ही मांड्यांच्यामधे डसले
प्रेमाचे मित्र प्रेमातले घनिष्ठ मित्र इष्कयार
मतवाले दरदी शांती सुख मन धाले।
सुखाने मन जरी शांत झाले तरी-
"जहरि विषाचे प्याले कितीतरि सोसू जखमी भाले ।
होति किल्ल्यावर हल्ले खुबूतर लोटन घेता पल्ले।
उरी गोंद रसरसते।

लोटन = कबूतर. आकाशात भराऱ्या घेणाऱ्या कबुतराप्रमाणे अनुभव घेतला. किल्ल्यावर हल्ले होत राहिले. वक्षस्थळावरील स्तन रसरशीत झाले.

शब्दार्थ :
१)लोटन = आकाशात उडताना गिरकी मारणारे कबुतर २) धाडी = भाट. गवई ३) मसल = कवन

इतक्या जुन्या जमान्यात रतिक्रिडेचा अनिर्वचनीय अनुभव सगनभाऊंना वर्णावा वाटतो हे विशेष आहे. ज्ञानपीठ पुरस्कार विजेते मराठी कवी विंदा करंदीकर यांनी विसाव्या शतकाच्या प्रथमार्धात 'रक्तसमाधी' ही कविता लिहून रतिक्रिडेतून समाधिसुखाकडे जाता येते असे कवितेतून सूचित केले आहे. तो अनुभव कलेच्या उच्च श्रेणीतून वर्णिला गेला आहे. त्यामुळे अश्लीलता जाणवत नाही. प्रा.म. वा.धोंड यांनी सगनभाऊंच्या 'हसले ग बाई हसले, जाणूनबुजून फसले' या लावणीच्या

टीपा स्पष्टीकरणात ए. हक्सले यांचे इंग्रजीतील अवतरण दिले आहे, ते येथे उद्धृत करीत आहोत.[१९]

''ढहशीश रीश ारपू ज्ञळपवी ेष ळपींशपीश रपव ींपरपरश्रूीरलश्रश शुशिीळ-शपलशी. अ ींळेश्रशपीं ीशपीरींळेप, षी शुराश्रिश: र ींववशप, ेींशींाुशिीळपस ीशपींळाशपीं, ीरू, ेष ळपुरीव ळश्रश्रीाळपरींळेप ेी लेपींळलींळेप. झीलश्रशा : हे रीश ींीलह शुशिीळशपलशी ीं लश शुींशिीीशव? के ीशपवशीशव ळप ींशीाी ेष ेींशीाू? के ाशींहेवी ाशिीशपीं ींहशाीशश्रींशी? ढहश षळींीं ळी ींहश ाशींहेव ेष वळीशलीं ींरींशाशपीं रपव वशीलीळींळेप. ढहश ीशलेपव ळी ींहश ाशींहेव ेष ीालेश्रळल शींलरींळेप; ींहश शुशिीळशपलश ळी पेीं वळीशलींश्रू पराशव ेी वश-ीलीळलशव, लींीं लाश्रिळशव; ींहश ेींशीं ारज्ञशी र ीशीळशी ेष ीालेश्रळल ींरींश-ाशपीी ुहीश ीशरीींश ीळसपळषळलरपलश लेपींशीसश री ळीं ुशीश, ेप र ीळप-सश्रश ेळिपीं ेीीळवश ींहश ेशि - ींहरीं ेळिपीं लशळपस ींहश शुशिीळशपलश ुहळलह ळीं ळी वशीळीशव ीं ीशपवशी. खप ीरिलींळलश, ेींशीं सशपशीरश्रश्रू शाश्रिू लेींह ाशींह-ेवी ीळींीश्रींरपशेीीश्रू.

म अ. र्वीुश्रशू.
म ढ्शुीी । झीर्शींशुीी

***

सगनभाऊंच्या लावण्या-समारोप

मराठी शाहिरी परंपरेतले अखेरचे शाहीर समजले जाणारे सगनभाऊ हे जेजुरीचे राहणारे. त्यांचा मृत्यू सुमारे इ.स. १८५० सालातला. प्रभाकर, परशराम, होनाजी, रामजोशी, अनंत फंदी या शाहिरांच्या बरोबरीचा मान सगनभाऊंना लाभला होता. जातीने मुसलमान आणि व्यवसायाने शिकलगार म्हणजे तलवारीला धार लावणारे कारागीर होते. तरीपण त्यांच्या लावण्यांत हिंदूंच्या देवतांबद्दल पूज्यभाव व्यक्त झाला आहे. आपण मराठमोळे असल्याचा सगनभाऊंना फार अभिमान आहे. मराठमोळ्या स्त्रीचे वर्णन त्यांनी

"नार मराठमोळ्याची । काय गोड बोलणे।
भुजवर चालणे, मुरवत चौडोळ्यांची ।"

असे केले आहे. त्यांच्या शृंगारिक लावण्यांतील पुरुष सर्वसामान्य शिपाईगडी, मुशाफिर, घरंदाज गृहस्थ, छेलछबेला पुरुष आहे. स्त्रिया पतिव्रता, गृहिणी अशा आहेत. सर्वसामान्य रसिकांना रुचेल, आवडेल, आस्वाद्य वाटेल अशा विषयांवर सोप्या, सरळ भाषेत लावण्या रचल्या आहेत. साध्या भाषेतही त्यांनी किती अर्थपूर्ण, मराठी प्रतिमांचा वापर करून वर्णने केली आहेत, पहा -

"मनात हासले ग बाई हासले। जाणूनबुजून फसले ।
प्रेम रसाची गोडी । आकाशी आंबा पिकला पाडी।"[२०]
"चंद्राचे चांदणे शितल का उष्ण प्राणपती ते सांगा मजप्रती
आपण शितल असल्यास प्रभा चंद्राची शितल दिसती ॥२॥[२१]

सगनभाऊ अलंकारांच्या स्वरूपात या प्रतिमा निर्माण करतात. सगनभाऊंच्या मनात गंगेबद्दल हिंदुंप्रमाणेच पूज्यभाव होता. अनेक लावण्यांत त्यांनी गंगेच्या पावित्र्याचा उल्लेख केला आहे. या लावणीच्या प्रारंभी त्यांनी स्त्रीला पुढील प्रमाणे उपदेश केला आहे -

"नव महिन्यातुन नऊ दिवस नव्वे मासी।
काय विषय प्रित पाहण्यात आलि विशेषी ।
आंगसांग मित्र नको तुझा गुण राशी ।
दिवसातुन एक घडी द्यावी आम्हांसी ।
एका फळास नाही ठिकाण भोवते लागे ॥१॥
गुणिवंत स्त्रियांचे गुण वेगळे वर्तनात सत्संगे ॥धृ.॥

सांगा सांगा या श्रीहरीला' या (क्र. ७४) लावणीत शेवटी 'प्रसन्न झाला रुक्मिणीवर' असे म्हटले आहे. येऊ द्या माझी काही करुणा' (क्र.५४) मध्ये प्रारंभी-

"येऊ द्या माझी काही करूणा ।
पाव गिरिजापति भगवाना ॥धृ.॥

अशी शंकराची प्रार्थना केली असून शेवटच्या कडव्यात -

"रावळ सिंधु कवी समर्थ माझा।
प्रसन्न ज्ञानेश्वर महाराजा।"

असे म्हटले आहे. "प्रांत पुणे कडेपठारचे राहणार" (क्र. ४२) या लावणीत पंढरपूरचे महत्त्व सांगितले आहे.

"चैत्रशुद्ध शुभवेळा त्रयोदशी दिन रविवारी -
----- हर्षयुक्त पाहावी पंढरी" असा उल्लेख आहे.

"गीता आठरा आध्ये आर्या मोरोपंताच्या"

(लावणी क्र. ४० 'पुणे शहर गुलजार') या ओळीत भगवद्‌गीतेचा आणि मोरोपंतांच्या आर्यांचा गौरवपूर्ण उल्लेख आहे.

स्त्रियांची दुःखे सगनभाऊंनी आपल्या लावण्यांत चांगली रंगविली आहेत. एक लेकुरवाळी स्त्री आपल्या मुलांसाठी, आपल्या क्षीण प्रकृतीसाठी, सासूसासरेदीर इत्यादी घरातल्या वडीलधाऱ्या व्यक्तींसाठी कुटुंबनियोजन करू पाहते, हे एका लावणीत[११] सगनभाऊंनी चित्रित केले आहे. ती म्हणते -

"मी लेकुरवाळी। अंगसंग पुरे करा हो मुख कुरवाळी।
शरीर अशक्त । त्यात सासुसासरे वडील दीर झाले विभक्त।
नसे संशय यात। पहिल्यासारखी प्रीत चालवणे, झाले इथुन पोक्त ।
बाळ थान पेतं। उठून विडा द्यावयास येते, मोठा कठीण वक्त ।
चढली काळूखी। तोंड चुकविले, नाही पडले काळी॥१॥
वांजखडा घेते। पुष्कळ द्रव्य खर्च करूनीया मोकळी रहाते।
आता कोणास भिते। मला नांदणे प्राप्त जीवाला आप दुःख देते।
लाजुनी जनांते। हालत पाळणा जे ते म्हणते पोट पिकू परते।

जे करणे ते मजकडे पाहून आपल्या करची मळी।।२।।

विकले जाऊ नका । काया दान तुम्हांला केली।
अर्पण मजला विका। प्रार्थना विषय कल्पना ऐका।
शोधून पहावा समर्थाचा शिक्का।
मग महालात झुका। हेतु प्रीतीने गोष्टी सांगेन, हासुन देइन मुका।
सगनभाऊचे गुण करूणाकर तारक वनमाळी।।४।।

एका मराठी स्त्रीला पंढरपूरच्या यात्रेला जायचे आहे. पण तिची मासिक पाळी सुरू झाल्याने तिला पतीबरोबर जाणे त्या दिवशी शक्य नव्हते. तिच्या मनाची घालमेल 'मी सुवासिनी कशी जाऊ' (लावणी क्र. ५३ स.ला. व पो.) मध्ये पुढीलप्रमाणे वर्णिली आहे -

''मी सुवासिनी कसी जाऊ सखे यात्रेला।
लुब्धले तुझ्या सुरतेला कसे करू?।।धृ.।।
तुझ्या आधी जाईन पंढरीला चुरसा चुरसी।
आंगणात झाले दुरसी कसे करू?।
लोका ज्या पाहुन स्त्रीया तिला फुरफुरसी।
मनच्या मनात चुरमुरसी झुरूझुरू।''

ऋतु चौथा दिवस प्रात:काळी न्हाऊ।
खुषबोई अत्तर लावु राजसा।
अनुभवे एक विचारे उभयता येऊ।
दरकुच पोहचले जाऊ सा दिवसा।
केले चंद्रभागेचे स्नान क्रिया घेऊ।
तुळसी पत्र बेल वाहू विठ्ठला।

स्वत: मुसलमान असनूही सर्व मराठी माणसांप्रमाणेच पंढरपूर यात्रेची अभिलाषा व विठ्ठलाच्या दर्शनाचे समाधान या लावणीत सगनभाऊंनी रेखाटले आहे.

''रावळात जाऊन अर्ज विनंती केली। प्रियकरराघु।
कवी सिद्धनाथ म्हणे आशा पूर्ण झाली। प्रियकर राघू।
गुणी सगनभाऊंचे कवन चंद्री नेत्रेला।
म्हणे बिबन या यात्रेला जिवलगा।।४।।

एका मराठी स्त्रीचा पती परस्त्रीकडे जातो, तेव्हा ती आपले दु:ख (लावणी क्र. ५५ 'राजसा देऊनि भरवसा' मध्ये) याप्रमाणे सांगते.

"चोरुन जाता परभारी।

रोहोकुनि या वाटा च्यारी।

भोगले रात्री जागले तुम्ही तर पण सिद्धीस नेला।।१।।

भरजरी बुट सोनेरी लाल पातळ पैठणी लेत्ये।

चकचकाट आरसे महाल बिच्छाना सुबक करून ठेवित्ये ।

हौसेने धरिन पदरास सख्याचे पुढे उभी राहते

कोठवर छळुनिया पाहाता।

।।चाल।। परकीच्या घरी कसे जाता।

नित नवा रंग उडविता ।

आर्जवात मर्जी धरा पाखरा लालडीच्या लाला ।।२।।

प्रियकराची किती प्रकारे आर्जवे करते पहा—

"जोडली प्रीत तोडिता कोणाचा आसरा मज नाही

चालवा लळा अहो मी पडले आज सौशय नाही

तुम्ही श्रीमंत आम्ही गरजवंत पाहाता पलंगी आज येई

का करिता पातळ माया।।

लावण्य स्वरूप मी जाया।

या पलंगी बसा गुणिराया

आधि विडा करुनिया देत तुम्हाला मुख भरून बोला ।।३।।

ऋतु वसंत आमुचे दिवस सख्या आत करू इष्कबाजी।

लावण्य गळा कोकिळा तुम्हाला आहे मी आज राजी।

भोगावे बसुन प्रितीने ये ग खेळू चौसर बाजी।

खुषरंग करुन बेबहारी।

मी दासी पदरची प्यारी समजला तिचा कंसारी।

गुणिराज रामजी गाती सख्ये आठवित जा सजनाला।।

त्या प्रतिमासुद्धा आपल्या अवतीभवतीच्या जीवनातीलच असतात. पहा

"ह्या इथल्या रांडा मुढा लावतील चढा।

गुणी सगुण बघून दोघांत पाडतिल तडा।

मी नागिण घालिन झडा तू एक केवडा।

पाहून सद्गुणी जीवी खिचली रुतला खडा।

मी वावडी तू एक सडा नको मारू आढा।

झडू दे इष्कि नौबद वाजिव चौघडा।

मी देहे काटे तू जिवलग माझा हुडा।

जाईजुई चमेली तू गेंदभरला पुडा।
तुसाठी सतीचे वाण जिवाचा धडा।
(स.ला. व पो. पृष्ठे ६३-६४ ला. क्र. ४१)

"सख्या रे मी झुरते मोरावाणी।
मज जीवनी मासोळी उल्हाळ घेती प्रीती करून।
मी चातक तुम्ही मेघ लक्षवर बिंदु सोडा वरून ।।३।। (कित्ता पृ.६५)

सगनभाऊंच्या लावण्या साध्या सरळ ताल-ठेक्यावर सहज म्हणता येतात. वाचताना ताल-ठेका मनाला जाणवतो. सगनभाऊंच्या सर्व शृंगारिक रचना तत्कालीन स्त्रीपुरुषांच्या जीवनातील शृंगारिक प्रसंगांवर आधारित आहेत. संपूर्ण समाजाचे प्रतिबिंब या लावण्यांत दिसणे शक्य नाही. परंतु ग्रामीण भागातील स्त्रीपुरुषांच्या लैंगिक प्रश्नांशी संबंधित विषय त्यानी हाताळले आहेत. त्यामुळे त्याच्या लावण्यात ग्राम्यता, उत्तान शृंगारिकता भरपूर आहे. महाराष्ट्र सारस्वत' कार वि. ल. भावे म्हणतात—

"सगनच्या लावण्यांत शृंगार फार आहे. काही काही ठिकाणी हा (म्हणजे सगनभाऊ) उत्तान शृंगारात फार रमतो व याची रचना अगदी किचकट होते. याला कसलीच मर्यादा राहात नाही."

कै. वि. ल. भावे यांचा हा अभिप्राय बहुतेक सर्वच शाहिरांना लागू पडणारा आहे.

सगनभाऊंच्या संपूर्ण रचनांचा आढावा घेऊन समारोप करताना मोरजे-वाडकर या समीक्षकांनी एका वाक्यात म्हटले आहे. "तो खरा रमतो लौकिक जीवनातील सर्वसामान्य माणूस जगत असलेल्या शृंगारात"

हे खरेच आहे. पण हा सर्वसामान्य माणूस म्हणजे तत्कालीन संपूर्ण समाज नव्हे, हे लक्षात घेतले पाहिजे. नैतिकतेची जीवनमूल्ये मानणारा तत्कालीन समाज संतवाङ्मयात व कथाकीर्तनात आपले मनोरंजन करून घेत असला पाहिजे. त्या मनोरंजन प्रकारात भारतीय तत्त्वज्ञानाचे शांत रसाचे कीर्तन व प्रवचन असे. रामायण महाभारतातील अष्ट रसांचे दर्शन घडविणाऱ्या कथा असत. नैतिक आचरणाचे पाठ देणारे मराठी संतवाङ्मय असे. ज्ञानेश्वर, नामदेव, तुकाराम, एकनाथ इत्यादी संतांचे अभंगगायन व वारकरी संप्रदायातील भक्तांचे भजन पठण होत असे. अतिरिक्त शृंगाररसात डुंबू पाहणारा मराठी माणूस तमाशातील फडात उत्तान शृंगारिक लावण्यांच्या श्रवणात रमत असणार हे उघड आहे. त्यांच्या उत्तेजित वृत्तींचे समाराधन करणारे शाहिरी वाङ्मय महाराष्ट्रात सर्वत्र लोकप्रिय आहे.

**

तळटीपा -

या प्रकरणातील लावण्या (१) सगनभाऊकृत लावण्या व पोवाडे - संपादक डॉ. गंगाधर मोरजे व डॉ. धोंडीराम वाडकर. (संक्षेप - स. ला. व पो. मोरजे - वाडकर ला. क्र.) व (२) मऱ्हाटी लावणी - प्रा. म. वा. धोंड (संक्षेप - मऱ्हाटी लावणी - धोंड पृ.) या लावणी संग्रहातून घेतल्या आहेत.

१. स. ला. व पो. मोरजे वाडकर ला क्र. १
२. स. ला. व पो. मोरजे वाडकर ला. क्र. २
३. स. ला. व पो. मोरजे वाडकर ला. क्र. ७१
४. स. ला. व पो. मोरजे वाडकर ला. क्र. ५
५. स. ला. व पो. मोरजे वाडकर ला. क्र. ५८.
६. स. ला. व पो. मोरजे वाडकर ला. क्र. ५९
७. स. ला. व पो. मोरजे वाडकर ला क्र. ६०शब्दर्थ संदर्भ अंधा. ला. पृ. १३९
८. स. ला. व पो. मोरजे वाडकर ला क्र. ६२
९. शब्दार्थ संदर्भ - अंधारातील लावण्या : य.न.केळकर पृ. १४९
१०. स. ला. व पो. - मोरजे-वाडकर ला. क्र. ६३
११. स. ला. व पो. मोरजे वाडकर ला. क्र. ६५
१२. स. ला. व पो. मोरजे वाडकर ला क्र. ५६
१३. स. ला. व पो. मोरजे वाडकर ला. क्र. ३
१४. स. ला. व पो. मोरजे वाडकर ला क्र. १०
१५. स. ला. व पो मोरजे वाडकर ला. क्र. ११
१६. स. ला. व पो मोरजे वाडकर ला. क्र. ७९
१७. स. ला. व पो. मोरजे वाडकर ला. क्र. ७४
१८. मऱ्हाटी लावणी - धोंड पृ. १९८
१९. मऱ्हाटी लावणी - धोंड - पृष्ठ २२० शब्दार्थ संदर्भ कित्ता पृ. २२०
२०. स. ला. व पो. मोरजे वाडकर ला. क्र. ४७
२१. स. ला. व पो. मोरजे वाडकर ला. क्र. १३
२२. स. ला. व पो. मोरजे वाडकर ला. क्र. ७२

***

विभाग तिसरा

सुंदरा मनामधि भरली

९. शाहिरांच्या काव्यातील सात्विक शृंगार आणि उत्तान शृंगारिक लावण्या

१०. लावणी वाङ्‌मयातील अश्लिलतेसंबंधी विवेचन

प्रकरण ९ वे
शाहिरांच्या काव्यातील सात्विक शृंगार आणि उत्तान शृंगारिक लावण्या

(१) सात्त्विक शृंगाराचे दर्शन

(१) येथपर्यंत उत्तर पेशवाईतील ठळक शाहिरांच्या लावण्यांतील शृंगारिक आशयाचे दर्शन घेतले. यापुढे आपण पुन्हा एकदा या सर्व शाहिरांच्या सात्त्विक आणि अभिरुचिसंपन्न काव्याचे एके ठिकाणी विहंगमावलोकन करणार आहोत. शाहिरांच्या लावण्यांचे नायक वीरपुरुष अथवा श्रेष्ठ व्यक्तिमत्त्वांचे पुरुष आहेत. नायिका सुंदर तरुणी आहेत. मराठी स्त्रीपुरुषांच्या जीवनातील शृंगारिक प्रसंगांचे चित्रण शाहिरी लावण्यांत करण्यात आले आहे.मराठी सरदाराच्या पोषाखाचे वर्णन होनाजींनी एका लावणीत (ला. क्र. ७९) केलेले आपण पाहिले आहे. त्याचा बांधा नाजूक, सडक आकृती ठेंगणी गोजरी आहे, शिरी कंगणीदार पगडी, कंठिदार अंगरखा, भरजरी भरनक्षीदार दुपेटा आहे. लल्लाटी केशरी गंध, सुवर्णतोडे, हिऱ्याच्या मुद्या इत्यादी अलंकार त्याने घातले आहेत. गळ्यात कंठी आणि कानी चौखडा भिकबाळी घातली आहे. अन्य ठिकाणी (लावणी क्र. ११९) मध्ये "जरद्या घोड्यावर स्वार शिपाई सरदार तो छेलछबेला असे म्हटले आहे. "जसा आकाशी चंद्र तसा राजेन्द्र पाहिला दृष्टी" असे लावणी क्र. १०५ मध्ये म्हटले आहे. सगनभाऊंनी मराठी सरदाराचे चित्र असे रंगविले आहे—

"आधीच रंग सावळा, करून पोषाख भरजरीचा।
मुखी सूर्याची कळा जसा की पुतळा मदनाचा।।
राज बनसी बाबरा मुशाफर उमदा नगराचा ।
ती उपमा शोभे रायाला सत्य वचनाचा ।।"

(सगनभाऊकृत लावण्या व पोवाडे : संपा. जागिरदार अधिकारी

: क्र. ६) अशा स्वरूपसुंदर पतीला ''मज पापिणीची दृष्ट लागल गं बाई'' अशी त्या स्त्रीची श्रद्धा आहे.

आपला प्रियकर आपल्याला सोडून काही महिने अथवा काही वर्षे मुलुखगिरीवर जाणार म्हटल्यावर एखाद्या प्रियेचे हृदय हुरहुरू लागते व ती सख्यांना उद्देशून म्हणते -

''गावा जातो प्राणविसावा राहवा दोन गोष्टी सांगुन ।
पसरा पदर मजसाठी सख्यांनो ह्या येवढे त्याला मागुन ॥
(होनाजीबाळाच्या लावण्या : संपा. शं. तु. शाळिग्राम क्र. ९६) ॥

याप्रकारे एखाद्या स्त्रीने (म्हणजे पत्नीने) आपल्या पतीला, तो लढाईवर जातेवेळी संकट घातले तर तो कर्तव्यदक्ष पती तिला म्हणतो,

''आस्ली प्रलयंगता तुझी गं बुध नाही कामाची ।
आली धन्याची पत्रे आम्हांला जलदी जाण्याची ॥'' (कित्ता क्र. १२५)

आपल्या धन्याची आपल्यावर कशी मर्जी आहे, आपल्या वाडवडिलांपासून चालत आलेल्या आपल्या कीर्तीला कसे जपले पाहिजे, ते सरदाराने पत्नीला समजावून सांगितले आहे. तो म्हणतो,

''या लष्करची सुखसाजणी न ये ग सांगाया ।
आहे धन्याची दया आम्हांवर कृपेची छाया ॥
उठून ताजीम देती ठाव पंगतीचा जेवाया ।
पोऱ्या खिसमतगार कोतवाल घोडा बसाया ॥''

(कित्ता क्र. १२५)

''पूर्वीपासून नक्षा चालत आला वडिलाचा ।
आणीबाणीच्या वेळी विडा उचलिला पैजेचा ॥
कटुन मरावे खरे असा धर्म क्षत्रियाचा ।
कसे राहा म्हणतीस घरी डाग लागेल जन्माचा ॥

(कित्ता क्र. १२५)

असा हा वीरपुरुषांचा आणि त्यांच्या सुंदर प्रेयसीचा शृंगार आहे. एखादे वेळी एखादा पुरुष कर्तव्यात चालढकल करणाराही असण्याची शक्यता आहे. त्यावेळी त्याची पत्नी त्याला झोपेतून हलवून जागे करी व लढाईवर पाठवी, असे शाहिरांनी चित्रण केले आहे. ती स्त्री म्हणते -

''उठा उठा हलविते आता पहा पहा पहाट फारच झाली ।
व्हा जाग्रत प्रियकरा कुणाची खरी नौबत वाजून राहिली ॥''

(प्रभाकर कवीकृत कविता : ३.२४)

होनाजी बाळाच्या एका लावणीत, दूर देशी गेलेल्या पतीचा मुक्काम गावाजवळ पडणार असे कळल्यावर आतुर विरहार्त स्त्रीचा आनंद वर्णिलेला आहे. ती स्त्री म्हणते -

"सहज मनामधे आले साजणी कधी स्वामीचा येकान्त घडे ।
तो जासूद येऊन सांगितले मुकाम गंगे अलीकडे ॥"

(कित्ता क्र. ७५)

याप्रमाणे स्त्रियाही पराक्रमी पतीचे कौतुक करीत, असे आढळते.

राम जोशी यांनी पुढील लावणीत सुंदर मराठी स्त्रीचे, सौंदर्याच्या पुतळीचे, असे वर्णन केले आहे—

"सुंदरी मूर्ति मदनाची, अमृतवदनाची, मदनकदनाची, विखारी धार ॥
बाहुली कामसूत्रात, मदन नेत्रात, कोकशास्त्रात निपुण ही फार॥
शुकपिक यांणी धरिली बाज, जाहले वाज, कंठि आवाज, विण्याची तार॥
ही मन्मथरस हवा, काय पाहवा, बूट वाहवा, सफल संसार॥
कचघनांत सौदामिनी, दिवस यामिनी, जपावी मनी की न कळे पार॥
वेणीत मूदराखडी, कोर चोखडी, माडिवर खडी, विडा रंगदार ॥

मणिकुसुम कर्ण शोभवी, मतिस लोभवी, मलातर भवी वाटली सार॥
सुंदर मनामधि भरली, जरा नाहि ठरली, हवेलित शिरलि मोत्याचा भांग॥"

(राम जोशीकृत लावण्या : क्र. १२३ : संपा. शं. तु. शाळिग्राम)

या लावणीत स्त्रीसौंदर्यवर्णनाबरोबरच उत्तम काव्यही आहे. सुंदरा जी मनामधे भरली, तिची मूर्ती मदनाची होती, मदनकदन होते. अमृतवदन होते. ती कामसूत्रातली बाहुली, कोकशास्त्रात अति निपुण होती. तिच्या गळ्यातील मंजुळ ध्वनीपुढे 'शुकपिक' हे तुच्छ. तिच्या केशपाशात सौदामिनी, वेणीत मूदराखडी,कर्णात मणिकुसुम हे अलंकार होते. यातील अनुप्रास मदनाची / वदनाची / कदनाची / कामसूत्रात / नेत्रात / कोकशास्त्रात / बाज / वाज / आवाज / मूदराखडी / कोरचोखडी / माडीवर खडी / शोभवी / लोभवी / मला तर भवी/भरलि, ठरलि / शिरलि या अनुप्रासांनी लावणीत नाद आला आहे. गती आली आहे. 'दिवस यामिनी, जपावी मनी।' असे वाटले. ही सुंदर स्त्री मनात भरली, पण जरासुद्धा एका जागी उभी नाही राहिली तर 'झटकन हवेलित शिरली'/ ही मन्मथरस हवा, काय पाहवा, संसार सुफल झाला, असा सौंदर्याचा परिणामही दाखविला आहे. या लावणीत संस्कृत शब्दांचा आणि संस्कृत वाङ्मयातील कल्पनांचा वापर करून सात्त्विकता आणली आहे. मराठी शब्द व कल्पनांच्या साहाय्याने उत्तम शृंगारिकताही जाणवून दिली

आहे.

अशा स्त्रीरूपवर्णनाच्या कितीतरी लावण्या राम जोशींनी लिहिल्या आहेत. त्या संस्कृत भाषेची प्रौढी, रम्य कल्पना यांचा वापर करून त्याद्वारा 'स्त्रीचे मराठमोळे सौंदर्य' वर्णिले आहे. एका लावणीत

''कोण्या गं सुभगाची मदनमंजिरी।
सांग सखे सुंदरी ।। धृ. ।।
इच्या सौंदर्याची सीमा। झाली गडे रतिहुनि उत्तमा ।
पाहुनिया मुखचंद्रमा। सखे गडे अमा गमति पौर्णिमा ।
काय अधराची रक्तिमा। लाजवी नव कुंकुम विद्रुमा ।
अंगि वसन जिच्या भर्जरी।''

(कित्ता क्र.१३३)

अशी सुंदरी मराठी स्त्री 'कोण्या गं सुभगाची मदन मंजिरी' वर्णिली आहे. दुसऱ्या एका 'किति गोड किति गोड सुभग सुंदरी' (क्र. १२१) या लावणीत तिचे रूप वर्णिले आहे.

जिचे रूप चमक चांदणी । वयाने कवळी ।
केतकी परीस ही पिवळी । का बसे गं सरळ अंगुळी ।
जशी ती चवळी रे वाटे असावी जवळी ।
अमोल सुधारस घटि कटिस पट अवळी ।
नागिण जशि काय गव्हळि ।।

अशी ही सुंदर स्त्री आहे, ''वयाने कवळी, केतकीपरिस ही पिवळी, जशी ती चवळी, चमकचांदणी''नेहमी आपल्याजवळ असावी असे नायकाला वाटते. असे हे (प्रेम आणि) शृंगार रामजोशींच्या लावण्यामध्ये पहावयास मिळतात.

शाहीर कवी आपल्या याप्रकारच्या लावण्यांत सुंदर मराठी स्त्रियांचे भडक चित्रण करून पुरुषांच्या शृंगारिक प्रवृत्तीला आवाहन करतात. होनाजींनी नायिकेचे मुसमुसले तारुण्य पुढील लावणीत वर्णन करून नाद, लय, गती, रूप-सौंदर्य यांचा प्रत्यय आणून दिला आहे.

''लटपट लटपट तुझे चालणे मोठे नखऱ्याचे ।
बोलणे ग मंजुळ मैनेचे ।। धृ. ।।
वय वरुषे पंधराची दिसे चंद्राची प्रभा ढवळी। आकृति लहान दिसे कवळी।।
दिसे नार सुकुमार मुदराखडी वेणीत आवळी ।
नरम गोजिरे गाल होट पवळी ।।
रूप स्वरूपाचा झोक दिव्य नारी लोट चवळी ।

शाहिरांच्या काव्यातील सात्विक शृंगार आणि....▲ २११

जशी चमके नागीन गौवळी।

तारुणपण आंगात नोक मदनाचे जोराचे ॥''

(होनाजी बाळ यांच्या लावण्या: लावणी क्र. १३९)

हिचे रूप अधिक उन्मादकारक करण्यासाठी होनाजी सांगतात, ''हिला कशाची उपमा नाही. हिचे डुलत डुलत चालणे, बोलणे मंजुळवाणी ; लखलखाट चकचकाट जैसे दुकान बोहोऱ्याचे. ही स्त्री ''जसी का पिंजऱ्यातील मैना. ह्या चंचल मृगनयनेसाठी कैक लोकांची जनात झाली दैना'' (कित्ता लावणी क्र. १३९)

ह्या लावणीत होनाजींनी मराठी स्त्रीचे जसे विभ्रम वर्णिले आहेत, त्याचप्रमाणे मराठी स्त्रीचे रूपवर्णन 'हिरव्या शृंगारा'ने केले आहे. ही नायिका या लावणीत ''हिरवा शालू, हिरवी कंचुकी'' ल्याली आहे. तिने ''हिरवी बाळी, पाचूची जर्द हिरवी नथ', हे अलंकार घातले आहेत. ''हिंरवी कोर चंद्राकार, हिरवी टिकली, कंठी हिरवे पाचूचे हार, बुचड्यात हिरवा मरवा'' ल्याली आहे. होनाजी म्हणतात.

''हिरवा शृंगार करून सर्वांगे ।

पाहून स्वरूपाचा बहार जीव आमचा जाहला

हिरवा गे ॥ धृ. ॥

(कित्ता क्र. १०१)

या लावणीत मराठी सरदाराचा जीव हिरवा झाल्याचे वर्णिले आहे.

आता होनाजींची लाल रंगाची अनुभूती देणारी लावणी पहा. ''सख्या हो घ्या रस रंग लालीचा।

लुटा लालीचा रंग, वक्त आजी बहुत खुशालीचा ॥''

(कित्ता क्र. १०२)

या लावणीत लाल रंगाची अनुभूती सादर करून गुलहौशी तरूणाचे चित्र होनाजींनी रंगविले आहे.

या दोन शाहिरांप्रमाणेच प्रभाकर व परशराम यांची स्त्रीरूपवर्णने मराठी स्त्रीचे विभ्रम वर्णितात व त्यातून शृंगाररसाचा प्रत्यय आणून देतात. प्रभाकरांनी वर्णिलेली स्त्री -

(१) वय बारा तेरात, आली ऐन भरात, नाही शहरात अशी दुसरी।

(२) डुलत डुलत चाले, झुलत झुलत बोले, शब्द जसे मिसरी ।

(३) टाकि पावले काय तुरकी ।

तेवढ्यातच नथ मुरकी। बिसनीची नजर तरकी ॥

(प्रभाकर कवीकृत कविता : ३.१५)

अशा नवयुवती चित्रित करून पुरुषांच्या कामुक वृत्तीला आवाहन केलेले

आढळते. प्रभाकर लिहितात,

“रुंद छातीवर बुंद गेंद जणु गुलाब बहारामधि फुलती ।।
वसंतकाळी कळे कोवळे तसे गं तुझे जोबन खुलती ।।”
“डुलत डुलत चाले, झुलत झुलत बोलता हले हलकडी ।
नूतन नारिंगी, सजीव सारंगी,
फिरवी गरगरगरग नयन फटे फाकडी।।”

(कित्ता ३.१६ व १७)

परशरामांनीही स्त्रीदेहाचे व तिच्या विभ्रमांचे वर्णन करून मराठी स्त्रीचे रूप उभे केले आहे. परशराम लिहितात,

“कटी बारीक वेताची, जशी बोथाटी, देखणी सरळ सडक
दाही बोटे रंगविली महेंदी अनवट, बिचवे पायी कडक।
गोलदार हिरवी सेलारी, नागपुरी नेसुनी भडक ।
तंग चोळी अंजिरी आंगामध्ये गच्च गढली खातसे तडक
उटी लेवून, बाजुबंद बाहुल्या मोठ्यामोठ्याच्या झडी सधन ।। १ ।।
पायी रुळ रे मंजुळ साकळ्या घोळ निऱ्याचा वाम करी ।
थरक मुरक नैनाचे मारशी तरतरीत दोन्ही गेंद उरी ।
ढबदार सुर्ती मोत्याची नथ सरजाची छान भरी ।
द्या घालून उशाला कवळी कांत सुकुमार सरी ।
रूप अगाजा पैजा घालून कधी बघन ।।”

(परशराम कवीच्या लावण्या : ४.३१)

हे सर्व शूर मराठी सरदार आणि त्यांच्या पत्नी/प्रेयसी यांच्यातील शृंगाराचे स्वरूप आहे. राम जोशी आणि होनाजी बाळ यांची वर्णनशैली उत्तम आहे. त्यांच्या लावण्यांतील काव्यात्म अनुभूती जिवंत असून त्यांनी मराठी स्त्रियांचे रूपगुण व विभ्रम उत्तमपणे वर्णिले आहेत. त्यांच्या काव्यातील काव्यात्मता ठसठशीत आहे. अनंत फंदी, प्रभाकर, परशराम, सगनभाऊ हे त्या दोघांच्या मानाने कमी दर्जाचे प्रतिभावान आहेत. अनुप्रासांच्या हव्यासामुळे लावणी सादर करताना नाद, ताल, लय निर्माण होतात त्याबरोबरच अर्थव्यक्तीही कठीण होते. राम जोशींचे शब्दसुद्धा काही जागी अर्थव्यक्तीत अडथळा निर्माण करणारे आहेत. उदाहरणार्थ-

“अनंत गुण गुर्जरी। मदनमंजिरी।।”

अनुप्रास ठीक. पण अर्थाचे काय?

शाहिरांची शृंगारविषयक दृष्टी, स्त्रीवर्णनात रसवत्ता, अनुप्रासांची हौस पण त्यामुळे काव्यगायनात ताल व लय यांची निर्मिती हे गुणावगुण आढळतात. संस्कृत

शब्दांचा वापर फार थोडा, पण अस्सल मराठी शब्दांचा वापर भरपूर प्रमाणात केलेला आढळतो. नाजूक हातांना दिलेली उपमा 'जसा आंबेमोहराचा भात,' मौलिक मराठी वाटते. 'जशी शेंग चवळीची कवळी, कटि बारिक वेताची, जशी बोथाटी' इत्यादी प्रतिमासुद्धा मराठी वातावरण जिवंत ठेवतात.

(२) शाहिरांच्या काव्यातील शारीर उत्तान उल्लेख

शाहिरांच्या काव्यातील स्त्रीरूपगुणवर्णनातील सात्त्विक भाग पाहिला. त्यामधेच मधूनमधून स्त्रीदेहाचे सौंदर्यवर्णन करताकरता ज्या अवयवांचा चारचौघात उल्लेख करणे संकोचामुळे अशक्य असते अशा अवयवांचे उल्लेख (अथवा वर्णन) शाहिरांच्या लावण्यांत मनमोकळेपणाने केलेले असतात. हे उल्लेख हेतुपुरस्सर पुरुषांच्या कामुक वृत्तीला आवाहन करण्यासाठीच केले असण्याची शक्यता आहे. कारण 'तमाशा' आणि तेथे 'गाइल्या जाणाऱ्या लावण्या' हा तत्कालीन पुरुषांच्या मनोरंजनाचा कलाप्रकार होता.

येथे आपण सात्त्विक शृंगाराची आणि प्रीतीची काही उदाहरणे पाहणार आहोत.

पूर्वीच्या काव्यात 'प्रेम', 'प्रीती' हा शब्द रामायण-महाभारतातील थोर व्यक्तींच्या जीवनाचे चित्रण करतानाच वापरला जात होता. शाहिरांच्या काव्यात प्रथमच मराठी स्त्रीपुरुषांच्या जीवनातील (ऐहिक जीवनातील) शृंगाराचे चित्रण करताना 'प्रीती' हा शब्द वापरण्यात आला, असे आढळते. ही 'प्रीती' अर्थात शारीर पातळीवरीलच असते. पहा :

(१) एका सुंदर स्त्रीचे पराक्रमी सरदारावर प्रेम बसते व ती त्याच्यासमवेत शृंगाराची अपेक्षा व्यक्त करते.

"जसा आकाशी चंद्र तसा राजेंद्र पाहिला दृष्टी ।
सखे असे वाटते सखा कवळुन मारावी मिठी।।

(होनाजीबाळ यांच्या लावण्या-लावणी क्र.१०५)

आपली प्रीती व्यक्त करताना ती स्त्री म्हणते,

"तो भुजंग मी केतकी। तो मीनकेतन मी रती।।"

आपण या पुरुषावर भाळलो आहोत, असेही नायिका आपल्या सखीला सांगते,

हे राजस्वरूप चांगले अगे साजणी ।
मज बघून वेड लागले अगे साजणी ।
हे मन माझे रंगले अगे साजणी ।

असे हे सुंदर प्रेमाचे चित्रण आहे. प्रेमाचे पर्यवसान कामवासनेत होणे हे लावणीवाङ्मयाचे

वैशिष्ट्य आहे. नायिका म्हणते,

"अवचित माडीवरून सख्याचे रूप पाहता गोजिरे ।
तन्मय होऊनि मनी व्याप्त मी जाले कामज्वरे ॥

(२) सगनभाऊंच्या लावणीतील नायिकेने 'प्रीती' चा स्पष्ट शब्दांत उल्लेख केला आहे, ती म्हणते-

प्रीत ठेवाल की मजवर लागेन तुमच्या पायाला
मी आपला जिवप्राण करिन खुरबान या ठायी ॥

या लावणीची अखेरही कामुक अनुभवातच होते.

जाईजुई मोतिया शेज पुष्पाची खुष वक्त ।
करून सोळा शृंगार कपाळी कुंकू शोभत ।
स्वरूप पतीचे चांगले मिळाली जोतिस जोत ॥

(लावणी क्र. ६ सगनभाऊकृत लावण्या व पोवाडे, संपा. जागिरदार. अधिकारी)

यावरून 'प्रीती' चा अर्थ त्या काळात 'शरीरमिलन' असा केला जात असे असे दिसते.

स्त्रीपुरुषांमधील शृंगारिक आकर्षण म्हणजे प्रीती. या अर्थाने 'प्रीती' चा उल्लेख होनाजींनी अनेक लावण्यांत केला आहे. एका लावणीत होनाजींची नायिका म्हणते.

तुझ्या प्रीतीचे दुःख मला दाऊ नको रे ।
वधुनि जाई, प्राण घेइ, जगी ठेवू नको रे ॥

(होनाजी - क्र. ९४)

ह्या प्रारंभीच्याच ओळीत होनाजींनी प्रीतीची उत्कटता व्यक्त केली आहे. नंतर 'दीप-पतंगा' च्या सांकेतिक दृष्टान्ताने त्यात सात्त्विकता आणली आहे. नायिका पुढे म्हणते-

"जगी सांगतात प्रीत पतंगाची खरी ।
झड घालून देतो प्राण दीपकाचे वरी ।
हे मी सांगत असताना का गे पडली भरी ।
रत्न टाकून पदरात गार घेऊ नको रे ॥

(कित्ता लावणी क्र. ९४)

पुढील एका लावणीत होनाजींनी
प्रीतीची सांगतो गोष्ट तुज । ऐक सखे सांगतो प्रियकरे।

(कित्ता क्र. ९५)

असे म्हटले आहे. ज्या लावण्यांचा प्रारंभ होनाजींनी प्रीतीच्या उत्कट भावनेने केला आहे. त्या लावण्यांचा शेवटही शरीरमिलनातच होतो.

कळा दाऊन मोहून पती आणले घरा ।
गेले पलंगी उभयता मनोरथ पुरा करा ।।
(प्रीतीचे दुःख' लावणी होनाजींची)
पाहुन आत नारीने नेला मग मंदिरात ।
भोगिला नेऊन आपल्या मंचकावरी ।।

(प्रीतीची सांगतो गोष्ट- होनाजी)

सात्त्विक शृंगार वर्णनाचा शेवट असा शरीरमिलनाच्या उल्लेखाने होणे यात गैर काहीच नाही. फक्त ते बटबटीत शब्दांनी उल्लेखणे यात वाङ्मयीन सौंदर्याचा अभाव जाणवतो एवढेच. इंग्रजी साहित्याच्या परिशीलनानंतर भारतीय समाजाला सुसंस्कृत शृंगाराचा आणि तो आविष्कृत करण्याच्या सुसंस्कृत पद्धतीचा तसेच गद्य आणि पद्य वाङ्मयीन लेखनप्रकारांचा परिचय झाला. तत्पूर्वीच्या साहित्यिकांपुढे संस्कृत साहित्यातील भडक अथवा उत्तान शृंगाराचा आदर्श होता. प्रथम भेट, परस्पर आकर्षण, मने जुळणे, सात्त्विक अशारीर ओढ, मानसिक प्रेमाची खूण पटणे, तृप्ती, परस्परांकरिता केलेला त्याग, तदनंतर झालेल्या दोन जीवांच्या मिलनामुळे जीवनाला आलेला भव्य आणि सुंदर अर्थ हे खऱ्या प्रीतीचे स्वरूप आहे. भारतीयांना एकोणिसाव्या आणि विसाव्या शतकात परदेशीय पाश्चिमात्य देशांच्या संपर्कामुळे व त्यांच्या साहित्याच्या वाचनाने खऱ्या प्रीतीचा अर्थ व स्वरूप समजले. शाहिरांच्या लावण्यांत आपल्याला प्रीतीच्या उच्चाराबरोबर शरीर मीलनाची परिणती पहावयास मिळते. आणि त्यात गैरही काही नाही, हे वर एकदा म्हटलेच आहे. पाश्चिमात्य मूल्यांच्या दर्शनाआधी भारतीय कौटुंबिक आणि सामाजिक मूल्यांचा परिणाम भारतीय साहित्यिकांच्या मनावर होताच. आपल्याला शाहिरांच्या लावण्यांत या मूल्यांचे दर्शन कोणत्या स्वरूपात होते ते पुढील परिच्छेदात पाहू.

(४) प्रीतीतील एकरूपता, सात्त्विकता आणि पावित्र्य

प्रीतीतील स्त्रीपुरुषांची एकरूपता शाहिरांनी उल्लेखिलेली आहे. प्रभाकर लिहितात,

कोमल करी कुरवाळुन घाला दुर्गुण सारे उदरात
देह दोन परि भिन्नभाव नाही, प्राण एक दोहो शरीरांत ।। ३.२७ ।।

या लावणीतील नायिका पुढील शब्दांत पतीची विनवणी करीत आहे—

"पदर पुढे पसरून उभी, कशी करुणा नये दीन दुबळ्याची ।

चाहिल ते धन देऊन इच्छा आपण पुरविली सगळ्यांची ।
प्रीतिची प्रियकरीण असता मी कांता हो जिव्हाळ्याची ।
दूर धरिता का इतर स्त्रियांसारखी सख्या नव्हे चाळ्याची ॥ (३.२७)

याप्रमाणे तिने विनवणी करून आपली पतीवरील निष्ठा व्यक्त केली आहे.

होनाजींच्या लावण्यांतील नायिकाही अशीच पतिनिष्ठा व्यक्त करताना आढळतात. एका लावणीत होनाजींनी स्त्रीपुरुषांचे भाषण नाट्यात्मक पद्धतीने रंगविले आहे. त्यात पत्नी पतीला म्हणते.

'पूर्वी कपाळी खचित सख्या अक्षर लिहिता विधी।
टळेना टाळण्याने कधी।।
हेत ठेवून मजवर घिरट्या घालित होता आधी ।
लाधली प्रीत नाही तधी।।
ऋणानुबंधे स्नेह घडला प्राणसख्या गुणनिधी।।
सिद्धी न्या आपण जगत्रामधी।।'' (क्र. ५८)

होनाजींच्या दुसऱ्या एका लावणीतील नायिका आपल्या पतीची काळजी करताना आढळते. मुलुखगिरीसाठी-धन मिळविण्यासाठी -परदेशी गेलेल्या आपल्या पतीबद्दल तिला काळजी वाटते. ती म्हणते, ''उत्तर देशाची मुलुखगिरी कठीण असते. तेथे खूप झाडी आहे. वनात भिल्लांची वस्ती असून जंगलातील जनावरे फार क्रूर आहेत. म्हणून त्यांनी मुलुखगिरीवर जाऊ नये. त्यांची माझी जेव्हा एकांती गाठ पडते, तेव्हा मला लाजशरम वाटू लागते. परंतु ते गेल्यावर मी दिवस कशा रीतीने व्यतीत करू?'' (क्र.४४)

या लावणीत पत्नीचे पतीवरील प्रेम व्यक्त झाले आहे. होनाजी व्यतिरिक्त आणखीही काही शाहिरांच्या लावण्यांत स्त्रियांची पतिनिष्ठा व पतिप्रेम व्यक्त झाले आहे.एका लावणीत मुलुखगिरीला जाणाऱ्या पतीला उद्देशून विरहार्त नायिका म्हणते.

तुम्ही श्रीमंत माझे राजेसरी।
असुनिया छत्र माझे शिरी ॥
मजला टाकून जाता घरी निरऊन कोणा ।
नका जाऊ धरते तुमचे चरणां ॥

पती गेल्यावर घरवाडा 'दीपकाविण मंदिर जैसा' तसा दिसेल. पुढे ती पतीला उद्देशून असेही म्हणते की घरी रत्नांची खाण असता तुम्ही परस्थानी का जाता? अति बिकट हिंदुस्थानात जाण्यामुळे मला तुमची फार काळजी वाटते व दुःखही होते.'' (परशराम कवीच्या लावण्या : ४.३) ''तुम्ही रहा. मुलुखगिरीवर जाऊ नका. मी दासी होऊन तुमची सेवा करीन.'' या त्या पत्नीच्या उद्गारात तिची

शाहिरांच्या काव्यातील सात्विक शृंगार आणि....▲ २१७

पतीवरील निष्ठा व्यक्त झाली आहे. दुसऱ्या एका लावणीतील स्त्रीचा पती तिला सोडून दिल्लीला चाकरीसाठी राहिला. त्याची पत्नी त्याला म्हणते,

नेमधर्म एकनिष्ठा स्तव चरणी ।
पतिव्रतेचा भाव पती स्मरणी कुठवर धरू धीर मी पडले झुरणी ॥
धन्य ईश्वरा तुझी अघटित करणी ।
सात संवत्सर भरले निर्वाणी ।
कशी एकली करमु वय तरणी ॥

(परशराम कवीच्या लावण्या ; ४.४)

पतीविना सात वर्षे एकटीने राहून या स्त्रीने आपली निष्ठा टिकविली आहे. आणखी एका लावणीत परशरामांनी अशाच एका विरहार्त स्त्रीची केविलवाणी अवस्था चित्रित केली आहे. ती स्त्री म्हणते—

वाट किती पाहू पाहता मी शिणले पोटीं ।
बहु दिस झाले, तुम्ही प्रवास नाही गाठीं ।
देव किती नवसूं नवशिले सख्या तुजसाठीं ।
आहे तसे रे यावे म्हणून चिंता करीत मोठी ।
नको धनद्रव्य द्रव्याची मजला कोटी ।
अखंड भाग्य सौभाग्यवती ओटी॥

(परशराम : ४.७)

प्रभाकरांच्या एका लावणीतील स्त्री म्हणते,

प्रीतीची प्रियकरीण असता मी कांता हो जिव्हाळ्याची ।
दूर धरिता का इतर स्त्रियांसारखी सख्या नव्हे चाळ्यांची ।

(प्रभाकर ३.२७)

दुसऱ्या एका लावणीत परपुरुषाला स्त्रीने बजावले,

पतिव्रता मी चतुर पती घरी बिरबलासारिखा ।
कळू लागल्यापासून अजून नाही ठाऊक कुणी पारखा ॥

(प्रभाकर ३.१३)

याप्रमाणे प्रभाकरांनी स्त्रियांच्या एकनिष्ठपणाचा व कुलीनपणाचा उल्लेख केला आहे. दुसऱ्या एका लावणीतील नायिका म्हणते—

एकचित्ते करू वर्तणूक दोघेजणे। कायावाचामानसी हर्षाकृत मने ॥

(होनाजीबाळा क्र. ६८)

या तिच्या वचनात पतीशी मनाने होणारी एकरूपता तिने व्यक्त केली आहे. सद्‌गुणी पुरुष पाहून आपण प्रीती केली म्हणून पतीने आपल्यावर एकनिष्ठ प्रेम

करावे अशी अपेक्षा असणारी स्त्री आणखी एका लावणीत होनाजींनी रेखाटली आहे. ती स्त्री म्हणते,

कृपावंत कोवळे हृदयी मन पाहून प्रीत केली ।
नाही लालूच द्रव्याची दर्शनाची मी भुकेली ।
स्मरण करा काय काय केली पूर्वीची बोली ।
त्याच रीती जगवावे शरीर हे ममतेच्या खाली ।
प्रीतीने आवडते तुम्हांला मी लवंग ओली ।
दूर भिरकाऊ नका सोबतीण जन्माची झाली ।।

(होनाजी बाळा क्र. ८६)

याप्रमाणे होनाजींच्या लावण्यांतील स्त्रिया एकनिष्ठ प्रीती करणाऱ्या घरंदाज (कुलीन) नायिका आहेत.

याप्रमाणे विरहार्त स्त्रियांची वेदना, पतीचा विरह सहन न झाल्यामुळे होणारी केविलवाणी अवस्था व पतीविषयीची निष्ठा काही लावण्यांत अत्यंत सात्त्विकतेने व्यक्त झाली आहे. शृंगारातील सात्त्विकतेचे अथवा पतिव्रतेचे रूप होनाजींच्या पुढील लावणीत चांगल्या तऱ्हेने व्यक्त झाले आहे.

कोण अतां दुसरा? ईश्वरठायी तुम्हां मोजिते ।
जेविता तुम्ही मग जेवते ।।
उणे शब्द लोकांचे बोलणे मुकाट्याने सोशिते ।
फार तुमच्या रागाला भिते ।।
विचारल्याविरहित काय मी करिते आपल्या मते ।
पाजिता तितुके पाणी पिते ।।
जे तुम्हांस ते मला, सदा तुमच्याच विचारांत मी ।।

(अंधारातील लावण्या : संपादक य.न. केळकर लावणी क्र. ५९)

होनाजींनी दुसऱ्या एका लावणीत अशीच एक उपमा दिली आहे. होनाजी म्हणतात, ''जसे जहाजावरले पक्षी, दुजे स्थळ नाही'' ही उपमा समर्पक आहे. जहाजावरील पाखरू कितीही लांब उडत गेले तरी त्याला परत त्याच जहाजावर यावे लागते. होनाजी आणि परशराम हे दोघेही स्त्रीची आपल्या पतीवरील निष्ठा अनेक लावण्यांत वर्णन करून सांगतात. पहा-
होनाजी म्हणतात-

सत्यवान सावित्री जन पूजिती अद्यापिवरी ।
सौभाग्याच्या राशी कीर्ति या त्रैलोक्याभीतरी ।
हाच स्त्रियांचा नेमधर्म करावे पतिसेवार्चन घरी ।

प्रसन्न मर्जी करून करावा लगट दिसोदिस आधी ।।
या सर्वांआधी जागी होय निद्रा सर्वांमागुन करी ।
दास्य सासू-श्वशुराचे करून मग पतिसेवा यावरी ।
मर्जी माफक विनोद एकांती केवळ रंभेपरी ।
सुरतानंदी मन रिझवून पतिचे पाय स्वकरे चुरी ।।
यथा अनुकूल धर्मवासना संतोष सदा अंतरी ।
जी गोष्ट प्रिय स्वामिला त्याच गोष्टी साक्षेपे करी ।।

(होनाजी क्र.४५)

परशराम म्हणतात,

देह गेला तरी जावो परंतु नेम न टळे कधी ।
आम्हां स्त्रियांचा स्वधर्म ऐसा लक्ष पतीच्या पदी ।।

(परशरामकवीच्या लावण्या : १.१५)

(५) एकनिष्ठ पतिपत्नींच्या शृंगाराची लावणी

होनाजींची 'घडी घडी अरे मनमोहना' ही नाट्यगीताच्या स्वरूपाची लावणी आहे. एका कडव्यात प्रेयसी व दुसऱ्या कडव्यात प्रियकर आपल्या मनातील भाव व्यक्त करतात. त्यांच्या या संभाषणातून एकरूपतेतील माधुर्याचा प्रत्यय येतो. पहिल्या कडव्यात प्रेयसी प्रियकराला म्हणते- ''तुमच्यासारखा देखणा पुरुष, दुसरा सापडणार नाही. 'तुम्ही गुणांमधे संपन्न आहात. तुमची ऐटबाज पोषाख पाहून कुणाची तरी दृष्ट लागेल. माझ्याकडे असे अंधाऱ्या रात्री येऊ नका. एखादेवेळी माझ्या पापिणीच्या संगती कुणीतरी तुमचा घात करील.'

होनाजींच्या शब्दांत पहिले कडवे-

कोठे दिसेना दुजा पुरुष मज तुजसारखा देखणा ।
संपन्न गुणामधि कसा, जसा अमृतकर तारांगणा ।
रात्रंदिवस थोडकी, तुझा मुखडा पाहता क्षणक्षणा ।
शिरी पगडी कंगणीदार, दिसे सुकुमार फार नाजुक बांधा ठेंगणा ।।
किती करशील पोषाग दृष्टी लागेल या चांगुलपणा ।।चाल।।
वेळभर करसी वेरझारा धाक याचा वाटे मजप्रती ।
अंधारे रात्री एकला नको येऊ तुज तरी सांगू किती ।
होईल एखादा घात तुझा मज पापिणीचे संगती ।
तुझी प्रीत लाधली कुठून रोज निज उठून तुटून जिव पडता झाले पिसी ।।

होनाजींच्या शब्दांत दुसरे कडवे -

दिसतेस चटकचांदणी अगे साजणी मनी तू ठसली अमुच्या गडे
छंद लागला तुझा आम्हाला रात्रदिवस फाकडे ॥
वाट पहात बससील नमून (दमून?)
येतोआम्ही म्हणून आणून ठेविसी मिठाई पुढे ।
काया वाचा मने तुझे चित्त आमच्या वाटेकडे।
निजध्यास सदाअंतरी फिदा तुजवरी घरी स्वत: सिद्ध करुनिया विडे।
एकांती मुखी घालता चकाकतील तुझ्या हातातील चुडे ।
संतोष वाटतो मला सखे त्वां मन आमचे मोहिले ।
किंचित दुजेपण नसे तुझे मन आम्ही निर्मळ पाहिले ।
होईल ते हो गडे, तुला शिर संकल्पून वाहिले।
इष्काची चटक लागली जिवा चांगली रंगली वृत्ति आमची तुजपासी॥

(होनाजी बाळ यांच्या लावण्या : लावणी क्र. ६३)

होनाजींच्या काही लावण्यांत शृंगाराचे चित्रण करताना खूपच संयम पाळलेला आढळतो—

अशा कोठे असतात सख्या उभय स्नेहाच्या रीती ।
एक लुब्ध एक निष्ठुर चित्ती ॥ (क्र.९१)

ह्या लावणीत चंद्रचकोर, पतंगदीपक, भ्रमरकमळिणी, परीसलोह यांचे दृष्टान्त देऊन प्रीतीचे पावित्र्य जाणवून दिले आहे.

दीर्घकाळच्या विरहानंतर पती घरी आले. ''अवचिता प्राप्त जाहले दुबळीला धन सापडले.'' असे पत्नीला वाटले. कमळिणीस मधुकर जैसा तैसा तुम्ही मज स्वामी । अशी तिची पतीविषयी भावना होती. ''जोड्याने पुजीन हरिहरासी'' या उद्‌गारांनी तिने विरहकाल संपल्याचा आनंद व्यक्त केला आहे.

''देह दोन परी भिन्नभाव नाही, प्राण एक दोहो शरीरात।''

(प्रभाकर कवीकृत कविता, ला. क्र. २७)

आपल्याजवळ गुण नसूनही आपल्याला पतीने स्वीकारले आहे, असे मानून 'ओहोळ गंगाजळी मिळाल्यावर त्यातील अमंगळपणाचा दोष नाहीसा होतो' असे प्रभाकरांची ही नायिका सांगते. सगनभाऊंनी सुद्धा 'स्वरूप पतीचे चांगले मिळाली ज्योतिस ज्योत' (क्र.६) या शब्दांत प्रियकर-प्रेयसी, पतिपत्नी यांची एकरूपता व मिलनातील पावित्र्य यांचे दर्शन घडविले आहे.

(६) स्त्रीचे दोन वृत्तिविशेष

स्त्रीला अपत्यप्राप्तीची ओढ असते. पुरुषाचे आकर्षण वाटू लागल्यावर

स्त्रिया अपत्यप्राप्तीच्या इच्छेने आपल्या प्रिय व्यक्तीशी, पतीशी, शृंगार करावयास तयार होतात, असे पंडिती काव्यात काही उदाहरणात आपण पाहिले आहे. शाहिरी काव्यातही तसेच चित्रण झाले आहे. 'सजणा, नको दूर देशी जाऊ' (होनाजी क्र. ८१) या लावणीत होनाजींनी प्रथम नवोढा तरुणीचे चित्र रेखाटले आहे. ही स्त्री दूरदेशी जाणाऱ्या आपल्या पतीला म्हणते—

समक्ष तुमच्या बसून तुम्हांशी
नाही आजवर भाषण केले ।
लाजण्यामधी दिवस गेले ॥
मर्जी मिळाली असता अलीकडे
तुम्ही जाता टाकून वहिले ।
कर्म पुढे आडवे ठेलें ॥
काळिज नाही ठिकाणीं वाटतें ।
असून जिवंतचि मी मेले ।
डोंगर दुःखाचे उदेले ॥
पदरी पडले पवित्र जाहले ।
आता मला तू सुख दाखीव ।
शेत वतनदारीचे पिकीव ॥''

असे सांगून त्या स्त्रीने -

हीच वासना मनात, लौकर या पणांत मज मूल व्हावे'' अशी इच्छा व्यक्त केली आहे. वास्तविक स्त्रिया ही इच्छा आपल्या तोंडाने बोलून दाखविताना लाजतात, पण स्पष्ट शब्दांत ही तरूणी नायिका बोलून दाखवूनही तिच्या तोंडी अनुचित अथवा अयोग्य शब्दयोजना झालेली आढळत नाही. होनाजींच्या या वैशिष्ट्याचा पूर्वी उल्लेख केलेलाच आहे.

एका स्त्रीला दुसऱ्या स्त्रीचा, शृंगाराच्या संदर्भात प्रेमाच्या क्षेत्रात, मत्सर वाटतो. पुरुषाच्या चंचल वृत्तीविरुद्ध स्त्रिया काहीही करू शकत नाहीत. पतीची फक्त मनधरणी करणे एवढेच त्यांच्या हाती असते. दुसऱ्या स्त्रीबद्दल त्यांच्या मनातील मत्सर जागा होतो व तो त्या बोलून दाखवितात. शाहिरांनी ही भावना श्रीकृष्णविषयक लावण्यांतही चित्रित केली आहे. एका लावणीत गोपींना कुब्जेचा मत्सर वाटल्याचे राम जोशी यांनी वर्णिले आहे. ते लिहितात,

कोठे होती जपून विवशी मथुरेमधि वाकडी ।
सांड मिळाली कुब्जा त्याला कशि वाटली फाकडी ।
आम्ही येथे किती रडावे हरि दासींचा गडी ॥

(राम जोशीकृत लावण्या, लावणी क्र. ८९)

असे स्त्रियांच्या मत्सराचे विपुल उल्लेख राम जोशी यांनी केले आहेत.

(७) शाहिरांच्या वैराग्यपर लावण्या-

∗शृंगारविरोधी विवेचन

शाहिरांनी काही लावण्यांत वैराग्याचा उपदेश करून आध्यात्मिक काव्य निर्माण करण्याचा प्रयत्न केलेला दिसतो. या प्रकारच्या काव्यात शाहिरांनी मराठी काव्याच्या परंपरेप्रमाणेच वैराग्याचे प्रतिपादन केले आहे. असे वर्णन शृंगारवर्णनाच्या विरोधी असते. याबाबतीत परशरामांच्या लावण्या अधिक आहेत. त्यांनी आध्यात्मिक रूपके केली आहेत.

"कसे थोडे बाई पुरुष इतके करु करु बसले तपी।
इतके करून पतिव्रता मी आगळी घर माझे निजरूपी ॥ धृ. ॥

(परशराम क्र.१.११)

"दहा शिंदळक्या करीन परंतु एक लग्नाचा नको नवरा ॥
माहेरी माझे चित्तमन रमले सासरचा न लगे वारा ॥

(परशराम १.१२)

देह गेला तरी जावो, परंतु नेम न टळे कधी ।
आम्हां स्त्रियांचा स्वधर्म ऐसा लक्ष पतीच्या पदी ॥ (१.१५)

दुधी धुतल्या निर्दोष पुरुष मळेना तिळरती ।
आम्हां स्त्रियांची जात ढाळ मोत्याला असतो किती । (१.१६)

त्रिगुणांचे तीनपण केले सर्व पाहिली मजा।
आत्महित काय जन्मुन केले मी अपराधी तुझा ॥

(क्र. १.८) (पृष्ठ ३३० वर पहावे.)

दुर्घट माया ब्रह्मादिकांही ऐक कवीच्या मुला ।
शेषाला नाही अंत लागला काय समजले तुला ॥   (१.७)

अशा कितीतरी लावण्यांतून परशरामानी ब्रह्म माया, त्रिगुण, जीव इत्यादींचा सामान्य जनांना उपदेश केला आहे. तथापि साक्षात्कारी संतांच्या अनुभूतीची सचोटी व तीव्रता परशरामांच्या आध्यात्मिक लावण्यांना लाभली आहे, असे वाटत नाही. सर्वच शाहिरांच्या लावण्यांत सात्त्विक शृंगार आणि उत्तान बीभत्स शृंगार यांचा अतिरेक झालेला दिसून येतो. अनंत फंदी यांचा वैराग्याचा उपदेश करणारा 'फटका' प्रसिद्ध आहे. "दे सोडून तरी फंद वाऊगे, विषयाची तरी काय मजा । हरिनामाची लाव ध्वजा।"

शाहिरांच्या काव्यातील सात्त्विक शृंगार आणि....▲ २२३

असार हा संसार त्यजा। तमोगुणांते द्यावी रजा ।
रजसत्त्वाची करी पूजा। क्षमाशांती मनी धरीत जा ।
ईश्वरभजनी जागावे ।
कामक्रोध मद मत्सर मोहो लाभ या साजणांशी सांगावे ।
की तुम्ही मार्गी वागावे ।

(अनंत फंदीकृत कविता अथवा लावण्या : क्र. ७ व ८)

फंदीनी केलेला वैराग्यपर उपदेश खोटा आहे, असे नाही. त्यातून त्यांनी व्यवहारापयोगी उपदेशही चांगला केला आहे. या उपदेशाचे स्मरण शृंगारपर लावण्या रचताना फंदी यांना होत नाही.

राम जोशी यांनी आपल्या उत्तरवयात शृंगारविरोधी व स्त्रीविरोधी उपदेश करणाऱ्या लावण्या रचिल्या आहेत. एका लावणीत राम जोशी म्हणतात,

हरिच्या पायी गड्या न करशिल किती प्रपंचामधे लगट ।
नरपशु तनु मानसिल सगट। फट फट फट।
स्त्रीच्या लोभे अनंत चकले, तुला लागली इची चटक।
या मोहातूनि दूर सटक।
दो दिवसांची जाईल भरभर तोंड करिशी पांढरे फटक।
सारे होतिल तुला तुटक।।

(राम जोशीकृत लावण्या क्र. १०१)

याचप्रमाणे त्यांनी -
अरे सख्या, समज धर काही। हरिवाचुनी संसारी।
कुणाची भर करिशिल सारी।। (क्र. १०२)

अशा प्रकारचा उपदेश अनेक लावण्यांत (क्र. १०१,१०२,१०४ ५३ इत्यादी) केला आहे. राम जोशी यांची प्रतिभा प्रथम शृंगारिक लावण्या रचण्यात गुंतली, तीच प्रतिभा पुढे वैराग्यवर्णनात रमली असे आढळते. त्याचप्रमाणे परशराम, फंदी इत्यादी शाहिरांच्या लावण्या एकदा शृंगारिक वर्णनात आणि पुन्हा वैराग्यपर लावण्या रचण्यात पराकाष्ठेची दोन टोके गाठतात, असे आढळते. त्यामुळे शाहिरांच्या लावण्यांतील वैराग्य प्रतिपादनात दांभिकपणाची छटा जाणवल्यावाचून रहात नाही. शाहिरांच्या वैराग्यप्रतिपादनासंबंधी प्रा. रा. श्री. जोग यांनी पुढीलप्रमाणे समर्पक अभिप्राय[१] नोंदविला आहे.

“शाहिरांच्या वैराग्यप्रतिपादनांत प्रामाणिकपणा व कळकळ यांचा अल्पसाही भाग असता, तर त्यांनी घातलेला शृंगाराचा सडा पहावयास मिळता ना. संसार सोडविण्याविषयीचा आणि भक्तीची कास धरण्याचा त्यांचा उपदेश म्हणजे शुद्ध

ढोंग होते व त्यांचे जे रसिक, त्यांनी त्याकडे केवळ रुचिपालट या दृष्टीने व ढोंग म्हणूनच पाहिले. त्यांच्या वैराग्यप्रतिपादनाला प्रशस्तिपत्र देण्यासारखी परिस्थिती नाही, ते खरेही नव्हते. स्त्रियांकडे पाहण्याची त्यांची दृष्टि कामुकतेचीच होती. त्यावेळी ती मदनमंजरी असे. वैराग्याचे सोंग आणल्यावर मात्र ती 'रांड' होई,''

✳ ✳

तळटीपा -

(१) मराठी वाङ्मयाभिरुचीचे विहंगमावलोकन - प्रा. रा. श्री. जोग. पृ.

१७०-१७१

✳ ✳ ✳

प्रकरण १० वे
लावणी वाङ्मयातील अश्लीलतेसंबंधी विवेचन

(१) यापूर्वी उद्‌धृत केलेल्या होनाजींच्या श्रीकृष्णविषयक लावण्यांत फारशी अश्लीलता अथवा असभ्यपणा आढळत नाही. पण होनाजींच्या एका लावणीत असा उल्लेख आहे—

"हे कृष्णा, दुपारी मी एकटीच यमुनेच्या काठी पाणी भरावयास आले होते. तू माझा पदर धरलास. असा माझा पदर पकडून मला संकटात का पाडतोस? छी: छी:, कंदूक दे म्हणून तू माझ्या लुगड्याच्या निऱ्या काय धरतोस? हे विचक्षणा, मी तुझे पाय धरते. येथून तू निघून जा." या होनाजींच्या लावणीतील गोपींच्या वक्षस्थळाच्या उल्लेखाप्रमाणेच अनंत फंदी आणि पठ्ठे बापूराव यांच्या श्रीकृष्णविषयक लावण्यांतही असा ओंगळपणा आहे.

अनंत फंदीनी वर्णिलेल्या चंद्रावळीच्या पौराणिक काल्पनिक कथेत श्रीकृष्णाचे लबाडीचे व असभ्य कृत्य रंगविले आहे. श्रीकृष्णपरमात्म्याच्या नावावर शाहिरांनी कसा बेतालपणा केला आहे, याचे हे उदाहरण झाले. बहिणीच्या रूपाने जाऊन पतिव्रता स्त्रीला फसवून तिचा भोग घेणे ही परमेश्वराच्या अवतारी कृत्यातील कौतुकाची घटना म्हणून कशी मान्य करावी? राम जोशी यांच्या लावण्यातील श्रीकृष्णाचे बालपणीचे प्रताप वाचूनही अशाच शंका मनात येतात. संतकवी व पंडितकवींनीही श्रीकृष्णाच्या बालपणीच्या अशाच काही खोड्या वर्णिल्या आहेत. पण तो बालकृष्ण होता, वयाने लहान होता याची जाणीव त्या वर्णनावरून होत राहते. तशी जाणीव शाहिरांच्या लावण्यातील श्रीकृष्णाच्या खोड्यांवरून होत नाही. उलट एका गोपीने म्हटले की, "हा आपल्या वयाला न शोभेसे प्रकार करतो." श्रीकृष्ण सात-आठ वर्षांचा पोर होता, हे संतांच्या काव्यात

जाणवल्यामुळे त्याच्या खोड्यांच्या वर्णनात संत व पंडित यांचा भक्तिभाव प्रत्ययास येतो. शाहिरांच्या वर्णनात श्रीकृष्णाच्या बालपणाची जाणीव होत नसल्याने ती सर्व वर्णने अश्लील व बीभत्स वाटतात. संत व पंडित यांच्या काव्यातील परमेश्वरविषयक शृंगार शाहिरांनी लौकिक पातळीवर आणला, असे जे म्हटले जाते, ते यालाच उद्देशून काय? संतकवींपैकी काहीजण तथाकथित शिक्षण न घेतलेले असतील, तरी सुसंस्कारित होते. त्यामुळे त्यांच्या काव्यातील शृंगार शाहिरांच्या काव्यातील शृंगाराइतका ओंगळ व बीभत्स नाही. त्या शृंगारचित्रणात उत्तानता आहे, परंतु त्या चित्रणामागे आध्यात्मिक भाव जाणवतो. भक्तीची तीव्रता व उत्कटता जाणवल्या वाचून रहात नाही. शाहिरांच्या श्रीकृष्णविषयक लावण्यांत भक्ती खूपच कमी आहे, वात्रटपणाच अधिक आहे.

राम जोशी, होनाजीबाळा यांच्यासह अन्य शाहिरांनी सामान्य दर्जाच्या व हीन अभिरुचीच्या श्रोत्यांसाठी लिहिलेल्या या श्रीकृष्णविषयक व लौकिक जीवनातील शृंगारविषयक लावण्या केवळ उत्तानच नव्हे तर बीभत्स व अनैतिक शृंगारचित्रण करणाऱ्या आहेत. त्यात एकप्रकारे शाहिरांचाच आत्माविष्कार झाला आहे. जे शब्द कुलीन, सुसंस्कृत स्त्रियांच्या तोंडी शोभत नाहीत, असे शब्द गोपींच्या तोंडी घातले आहेत. यासंबंधात प्रा. रा. श्री. जोग यांचा अभिप्राय फार महत्त्वाचा आहे. ते लिहितात, ''लावण्यांतील स्त्रियांवर हा निर्लज्जपणा हीन अभिरुचीच्या पुरुषांनी लादलेला आहे.'' शाहिरांच्या काव्याचे मूल्यमापन करताना प्रा. रा. श्री. जोग असे सांगतात,'' ''शाहिरांच्या पुढे अभिरुचीचे उच्च आदर्शच नव्हते. पूर्वीच्या लेखकांवर असणारे अध्यात्माचे व भक्तीचे दडपणही त्यांनी उडवून लावले होते. एका अर्थाने ही गोष्ट इष्ट असली, तरी सांस्कृतिक दृष्ट्या शाहिरांची उंची कमी असल्याने शृंगारवर्णनात अमर्यादा होईपर्यंत त्यांची मजल सहज जाऊ शकली. पौराणिक कथा किंवा खोटे अध्यात्म वा वेदान्त ह्यांचे देणे औपचारिक रीत्या देऊन टाकले की शृंगारवर्णनात हवा तो गोंधळ घालावयास शाहिरांना हरकत वाटत नसे. ह्याला अपवाद एखादा तरी होता की नाही कोण जाणे!''१

(२) अनुचित शब्दयोजना, उत्तानता, अश्लीलता

शाहिरांच्या सर्वप्रकारच्या लावण्या वाचल्यानंतर असे लक्षात येते की स्त्रीचे अलंकार, पोषाख, स्त्रीदेहाचे व स्त्रियांच्या विभ्रमांचे वर्णन करून शाहिरांनी पुरुषांच्या कामुक वृत्तीला आवाहनच केले आहे. त्यांनी केलेल्या स्त्रीरूपवर्णनात उत्तानता व मादकता असते. राम जोशी यांच्या -

''कोण्या ग सुभगाची' या लावणीतील ''उरि कंचुकी घट तटतटी,''

''किति गोड किति गोड'' या लावणीतील ''सुरतीचा लागला चुटका... मदनाची समशेर सुटली'' यासारख्या ओळी कामुकतेचे दर्शन घडवितात.

प्रभाकरांच्या लावण्यांत -

''येता जाता हसून एकांती कुच कवळुन दोन्ही धरावे.'' असे उत्तान उल्लेख पुन्हा पुन्हा येऊन जातात. होनाजी बाळा यांच्या ''जसा आकाशी चंद्र तसा राजेन्द्र पाहिला दृष्टी' या लावणीतील तरुणी म्हणते,

अवचित माडीवरून सख्याचे रूप पाहिते गोजिरे
तनमय होऊन मनीं व्याप्त मी जाले कामज्वरे

असे कोणी स्त्री आपल्या मुखाने बोलून दाखवील काय?

सगनभाऊंनी मात्र ''मिळाली ज्योतिस ज्योत'' अशी शरीरमिलनाची प्रतिमा वापरली आहे. प्रतिमांच्या भाषेत पुष्कळ गोष्टी सुंदरपणाने सांगता येतात-

जगी सांगतात प्रीत पतंगाची खरी
झडप घालून देतो प्राण दीपकाचे वरी

या प्रतिमेने होनाजींनी प्रेमाची उत्कटता व तीव्रता किती सुंदर रीतीने व्यक्त केली आहे. पण शाहिरांनी स्त्रियांच्या तोंडी अनुचित शब्दयोजना करून अपत्यप्राप्ती आणि मासिक ऋतूसंबंधी असंस्कृत उल्लेख केले आहेत. एका लावणीतील नायिका म्हणते,

होईना पुत्र फळ पोटी लागली चिंता।
अंतरी नवस करी पाव लक्ष्मीकांता।।

(परशराम :३.२०)

दुसऱ्या एका लावणीतील स्त्री म्हणते -

आधीच वर बिजवर पतीला हिणवर मी झाले ।
सर्व सुख अनुकूल न्हाण बिन दिवसाविण आले ।
आज पावेल हरी उद्या पावेल अशी सात वर्ष न्हाले ।
उदास झाले मन माझे मी कर्महीन जाले ।।

(परशराम :३.२१)

या दोन्ही उदाहरणांतील ऋतूसंबंधीचे उल्लेख अनुचित वाटतात.

आध्यात्मिक लावण्या लिहिण्यांमुळे प्रसिद्धी पावलेले शाहीर प्रभाकर स्त्रीपुरुषमिलन, अपत्यप्राप्तीचा सुमंगल क्षण संयमरहित भाषेत असा सांगतात. नायिका म्हणते,

पुढे वंशवृद्धी करण्यास्तव कंबर बांधा ।
पाचवा दिवस घात सुमुहूर्त साधा ।।

रत झाल्या उभयतां उतरेल उत्तम रांधा ॥

(प्रभाकर लावणी ३.२९)

दुसऱ्या एका लावणीतील नायिका म्हणते,

भर महिना लोटेना, चुकेना अजून बाई पाळी ।
कधि गं होइन लेकुरवाळी ।

(क्र. ३.११)

(३) स्त्रियांच्या मनात अपत्यप्राप्तीची आकांक्षा असते व म्हणून त्या आपल्या प्रिय व्यक्तीशी शरीरमिलन करू इच्छितात. पण शाहिरांनी अशी अनुचित शब्दयोजना करून त्या भावनेतील पावित्र्य आणि सौंदर्य गमावले आहे. स्त्रियांना दुसऱ्या स्त्रीचा शृंगाराच्या संदर्भात मत्सर वाटतो हे रामजोशींच्या एका लावणीवरून (रामजोशी : लावणी क्र. ८९ :) आपण पाहिलेच आहे. शाहिरांनी अशा वेळी स्त्रियांच्या तोंडी घातलेली भाषा फार असंस्कृतपणाची व अशिष्ट आहे. या दोषास शाहिरच जबाबदार आहेत. राम जोशी यांची ही लावणी पहा—

कोण रांड मिळाली खटभांड तिणेच माझी सांड कराया पढविला ।
कोण सवत केली भुत भक्त तेणे मन कुवत हृदयी जडियेला ।
माझी दशा करून अशी खुशाल कुणितरि
उशा असेल सारि निशा कैफ चढविला ॥

(रामजाशी : क्र.६७)

होनाजींच्या अनेक लावण्यांत स्त्रियांनी स्त्रीमत्सर व्यक्त केला आहे.

अलिकडे वाटते मजहुनी मर्जि उडाली ।
दुसरी कोण मिळाली नको तू तिचा छंद घेऊ ।
फार दिवस लोटले तुमच्या माझ्या प्रीतीला ।
कसा लुब्ध झालास सखया कोण्या सवतीला ॥

(होनाजी क्र. १०४)

आपला पती भोळा आहे, त्याला कुणीतरी स्त्री फसवील, अशी शंका नायिकेला वाटते. ती म्हणते, -

झड घालुनिया रांडा भुलतील पाहुन सुरतीला ।
डाग येखादा लावतील या कवळ्या नवतीला ॥

(होनाजी क्र. १०४)

राम जोशी यांच्या एका लावणीत नायिका मत्सर व्यक्त करताना म्हणते.

मला वाटे रांड कोणी गड्या तुला प्यारी झाली ।
माझ्या नावे घातक्या सोडियले त्वा पाणी ॥

लावणी वाङ्मयातील अश्लीलतेसंबंधी विवेचन ▲ २२९

(राम जोशी क्र.१२०)

सगनभाऊंच्या लावणीतील एक विरहार्त स्त्री म्हणते,

आज गे कां पडली ही पडली भ्रांत ।
सखा नाही आला मंदिरांत ।
कोण्या स्त्रियेशी मन:शांत ।
लुब्ध झाला न कळे अंत ।।
... अमुच्या प्रीतीमध्ये अंतर ।
पडले नाही आजवर ।
आग लागो या चांगुलपणा ।।[२]

या सर्व उदाहरणांवरून ध्यानात येते की शृंगाराच्या क्षेत्रात मराठी कवितेच्या प्रारंभापासून तो तहत विसाव्या शतकाच्या मध्यापर्यंत पुरुषप्रधान विचारसरणी प्रबळ होती. स्त्रीला दुय्यम स्थान होते. प्रेम करणे, झुरणे, अन्य स्त्रीचा (अथवा सवतीचा) मत्सर करणे, प्रियकरापुढे नमते घेणे एवढेच तिचे जीवन होते. राम जोशी यांच्या काही लावण्यांतील स्त्रिया पतीपुढे कशा अगतिक झाल्यासारख्या वागतात, बोलतात, पहा -

(१) अहो सख्या, जिवलगा काय अंतर पडले सांगा ।
मी दासी तुमची मजला मागा ।। (क्र.६५)

(२) टाकुन देता काय ममतेला। दीन जनावरी हट का केला ।
कोप कशामुळे हा मनि केला। नवतनुसंगमी मदन भुलेला ।।
रंग हा घ्या तुम्हां जोगा भोगा काया ।। (क्र.६४)

(३) हा शुद्धभाव जरी माझे मनीचा असल् ।
तरी सखे सजण मज लौकर नयनी दिसल् ।
नातरी तो परनारीसी गुंतुन फसल् ।। (क्र. ६८)

आपल्या पतीवर विश्वास नसणे, दुसऱ्या स्त्रीवर अविश्वास दाखवून तिचा मत्सर करणे आणि मनात कुढून आपली पतीवरील निष्ठा व्यक्त करणे इत्यादी विशेष या लावणीत व शाहिरांच्या काव्यात पहावयास मिळतात. प्रेमाचे सोज्ज्वळ सुंदर रूप लावणी वाङ्मयात पहावयास मिळत नाही.

(३) उलट स्त्रीवर्गाचे अयथार्थ चित्रण लावणीवाङ्मयात झाले आहे. (पुरुष) कवींचा आत्माविष्कार म्हणजे मराठी लावणीवाङ्मय. वाङ्मयातील पात्रांच्या तोंडून होणाऱ्या उद्गारातून त्या त्या पात्रांचा आत्माविष्कार होतो, असे म्हणतात. पण ते लावणीवाङ्मयातील स्त्रियांना लागू पडत नाही. त्यामुळे तो आत्माविष्कार हीन अभिरुचीच्या शाहिरांचा झाला असेच म्हणावयास हवे. प्रा. रा. श्री. जोग यांचाही

असाच अभिप्राय आहे. ते लिहितात,

"शाहीर हे पुरुष होते. म्हणून पुरुषांच्या उत्तानतेची कल्पना त्यांना करता येई, असे म्हणता येईल. परंतु ह्या पुरुषांनी स्त्रियांच्या कामविकाराच्या उत्तानतेचे वर्णन करावयाचे मनात आणल्यास त्यात अस्वाभाविकताही शिरली असल्यास नवल नाही. स्वत: स्त्रीने केलेला आत्माविष्कार ह्या प्रकारचा सहसा झाला नसता.[३]

(४) लावण्यातील स्त्रियांच्या तोंडचे उद्‌गार वाचताना एक गोष्ट लक्षात येते की ह्या स्त्रिया नेहमी आपला 'गरती' म्हणजे कुलीन स्त्रिया म्हणून उल्लेख करतात.

(१) असून गरती आम्हांवरती इतुका हट का रे ? (होनाजी क्र. २१)

(२) "भल्याचा मुलगा । याणे गरतीस ओढावे। आता काय कपाळ फोडावे।।" (रामजोशी क्र.४६) (३) याने गरतीचे कुळ बाई अबरूतुनि उठविले।" (रामजोशी क्र.४९) असे अनेक ठिकाणी या स्त्रियांचे (गोपींचे) 'गरती' म्हणून उल्लेख झाले आहेत. परंतु या 'गरती स्त्रिया' नेहमी गोकुळातील श्रीकृष्णाबरोबर शृंगारचेष्टा (शृंगारक्रीडा) करीत असत, असे शाहिरांच्या लावण्यांवरून आढळून येते. आपल्या पतीच्या परोक्ष श्रीकृष्णाशी शृंगारलीला करूनही त्या स्वत:ला पतिव्रता म्हणवून घेत आहेत. यात "कृष्णाचे कौतुक" शाहिरांनी केले आहे असे म्हणावे की या स्वत:ला 'गरती' म्हणवून घेणाऱ्या स्त्रियांच्या पातिव्रत्याचे कौतुक शाहिरांनी केले आहे, असे म्हणावे असा प्रश्न आहे.

श्रीकृष्णाच्या गोपींशी होणाऱ्या वर्तनासंबंधीचे निवेदन शाहिरांनी गोपींच्याच तोंडून केले आहे. "आम्ही गरती स्त्रिया असून तू आमच्याशी असे चाळे का करतोस?" कसे? तर

तुझी सुखकांती सुंदर कोमलांग रे।
येऊन झोंबसी, कोंबसी गोपीकांग रे ।
वदन चुंबून भोगसी यथासांग रे ।।

(होनाजी क्र.२१)

राम जोशी यांच्या लावण्यातील 'गरती स्त्रिया'व श्रीकृष्ण यांचेही वर्तन असेच आहे. एक गोपी म्हणते, "नव्या तरण्या मुलगीस मटकन् धरी

मनगटी तोडितो झोंबुनि हा बळे कुचतटी ।
याची इतुकी का बाई मजवरती बलगटी ।।

(रामजोशी क्र. २१)

राम जोशी यांनी अशा अनेक कथा व तक्रारी अशिष्ट शब्दांत सादर केल्या आहेत.

राधा पतिव्रता असे जगत्रया ठावे । (होनाजी क्र.७) असे होनाजी म्हणतात.

या पतिव्रता राधेने श्रीकृष्णाला प्रश्न विचारले. होनाजी लिहितात.

राधा हरिला पुसती नेत्र विलसती लाल भासती ।

उघड दिसती दृष्ट धुमिली ।

सांगा मजला श्रीपती काल तुम्ही रात्र कोठे क्रमिली?'' होनाजी क्र. १४)
यांत राधेचे, गोपींचे व श्रीकृष्णाचे पावित्र्य राहिले कोठे?

यावरून शाहिरांनी गोपींचे व राधेचे 'गरती' स्त्रिया म्हणून केलेले उल्लेखही
अस्वाभाविक आहेत. श्रीकृष्णाचे शाहिरांनी वर्णिलेले वर्तनही अस्वाभाविक व
अशिष्टपणाचे आहे. शाहिरांनी फक्त गोपींचा व राधेचाच गरती म्हणून उल्लेख
केला आहे असे नव्हे. लौकिक शृंगार वर्णनाच्या लावण्यांतील नायिकाही आपण
'गरती' आहोत असा नेहमी उल्लेख करतात. प्रभाकरांच्या एका लावणीतील
नायिका म्हणते, ''मी नव्हे गरजी कोणि कसबिण कळवंतिण' (प्रभाकर कविकृत
कविता ३.२९) परशरामांनीही पतिव्रता स्त्रियांच्याच शृंगाराच्या लावण्या रचण्याचा
मानस व्यक्त केला आहे. त्यांच्या एका लावणीतील स्त्री म्हणते,

पतिव्रता खूण करून पतीला गुंफून दिधला तुरा ।

परपुरुषी जर रत मी होईन तरी सुकेल चातुरा ।।

(परशराम ३.१५)

याप्रमाणे लावण्यांतील स्त्रिया पतिव्रता, घरंदाज, एकनिष्ठ असल्याचे बहुतेक
शाहिरांनी सांगितले आहे. तथापि शाहिरांनी त्यांच्या तोंडी योजिलेले शब्द मात्र
अत्यंत अशिष्ट वाटतात. ते शब्द वाचून व त्या स्त्रियांची शृंगारविषयक निर्लज्जपणाची
व उत्तान वृत्ती पाहून त्या स्त्रिया कुलीन- घरंदाज आहेत असे वाटत नाही.

जुन्या पिढीतील ज्येष्ठ समीक्षक कै. रा. शं. वाळिंबे यांनी बोलण्याच्या
पद्धतीविषयी फार मार्मिक अभिप्राय व्यक्त केला आहे. ते लिहितात, ''पुरुषाच्या
बोलण्याच्या तऱ्हा आणि बायकांच्या बोलण्याच्या तऱ्हा यांच्यामध्ये मुळातच मोठा
फरक असतो. स्त्रीच्या बोलण्याला स्वभावत:च अधिक काटेकोर मर्यादा असतात.
दररोजच्या व्यवहारात बोलण्याच्या या वेगळ्या तऱ्हांचा प्रत्येकाला परिचय असतो.
अगदी रासवट, गावंढळ, रांगड्या लोकांची टोळी सोडून दिली तर जरा बड्या
प्रतिष्ठित समाजातील स्त्रियांचे बोलणे सामान्यत: मर्यादेचेच असते. प्रतिष्ठितपणाचे
प्रमाण जसजसे वाढत जाते, तसतशी ही मर्यादा अधिकच काटेकोर बनत जाते.
आपल्या मनातील भावना कोणत्या शब्दांनी व्यक्त कराव्यात, स्पष्टपणा किती
ठेवावा, आणि मोघम कोठे बोलावे, याचे प्रतिष्ठित स्त्रियांना उपजतच ज्ञान असते.''४

हे विवेचन शाहिरी वाङ्मयात स्त्रियांच्या तोंडी घातलेल्या भाषेला लावून
पाहिले तर त्या स्त्रिया प्रतिष्ठित, कुलीन तर वाटत नाहीतच, परंतु त्या स्त्रिया या

अभिधानास पात्र ठरतील की नाही याबद्दल शंका वाटते, इतकी निर्लज्ज भाषा त्यांच्या तोंडी शाहिरांनी योजिली आहे. गोकुळातील गोपींचासुद्धा याबाबतीत शाहिरांनी अपवाद केला नाही. एक गोपी श्रीकृष्णाला म्हणते,

रांडा काय गोकुळी उण्या? जी रांड दांडगी
तिच्या उरावर धर जाउनि गोळे रे।

(राम जोशी क्र. ७७)

यशोदेकडे श्रीकृष्णाच्या तक्रारी घेऊन गोपी गेल्या, त्यावेळी त्या गोपींच्या तोंडी जे अपशब्द शाहिरांनी घातले आहेत, ते सभ्य स्त्रीपुरुषांना वाचतानासुद्धा लाज वाटेल इतके ग्राम्य व अश्लील आहेत.

(५) लावणीवाङ्मयातील अश्लीलता

याठिकाणी आणखी काही उदाहरणे घेऊन आपण समीक्षकांच्या मतांचा विचार करणार आहोत.

अश्लीलतेची उदाहरणे

(१) यशोदेकडे श्रीकृष्णाच्या तक्रारी घेऊन गोपी गेल्या. राम जोशी यांनी त्या तक्रारी वर्णिल्या आहेत. क्र. ८१ च्या (पूर्वोल्लेखित) लावणीत 'रांडेच्या' हा शब्द श्रीकृष्णाला उद्देशून वापरला आहे. पुरुषलिंगवाचक शब्दही त्याच लावणीत आहे.

एका उल्लेखात यशोदेलाही अपशब्द वापरला असून ग्राम्य, पराकाष्ठेची हीन पातळीवरील भाषा योजिली आहे. पहा-

मातला दांडगा रांड कशाला व्याली ॥
का घालीना आईबहिण आपुल्याखाली ॥

(क्र.८१)

संस्कृत भाषेचे जाणकार, भारदस्त संस्कृत शब्दांचा योग्य वापर करून लावणीला प्रतिष्ठा मिळवून देणारे शाहीर राम जोशी यांची ही रीत. मग त्या मानाने अल्पशिक्षित, सामान्य जनवर्गातील शाहिरांची काय कथा? या सर्वच शाहिरांनी आपल्या अनेक लावण्यांत स्त्रियांच्या तोंडी अपशब्दांची योजना केली आहे—

होनाजी बाळा लिहितात,

परस्परे ऐकिले मारतील रांडा तुज ।	(क्र. ६९)
बोलती असत्य त्या रांडा अमंगळा ।	(क्र.७०)
एथील रांडा पहा कळलाव्या बळेच कळ लाविती ।	(क्र. ५९)

परशराम लिहितात,

घरघेण्या बेढंग्या रांडा कलीच्या बेचाली	(३.२४)

लावणी वाङ्मयातील अश्लीलतेसंबंधी विवेचन ▲ २३३

पठ्ठे बापूराव लिहितात,

सांगा सांगा सखया कोण रांड पडली गळा ।
बाहिर जाता परद्वार करता माहित मजला कळा ।
भवल गरमिची रांड एखादी पडेल कुशिला खिळा ।।

मुक्तेश्वरांसारख्या पंडित कवींनी (आख्यानक कवींनी) महाभारतातील कथा मराठीत आणताना शकुंतला व शर्मिष्ठा यासारख्या मुग्ध नवतरुणींच्या तोंडी अश्लील व ग्राम्य शब्द घालून त्यांचे अवास्तव दर्शन घडविले आहे. शाहिरांनी गोपींच्या व इतर कुलीन स्त्रियांच्या तोंडी ग्राम्य शब्द घालून त्यांचाच वारसा पुढे चालविला आहे.

मुक्तेश्वरादी आख्यानक कवींच्या एक पाऊल पुढे शाहीर गेले आहेत, असेही म्हणण्यास हरकत नाही. कारण ज्या शरीरावयवांचा व शारीरक्रियांचा उल्लेख स्त्रिया करावयास लाजतात, त्यांचा बिनदिक्कत उपयोग करून शाहिरांच्या लावण्यांतील स्त्रिया पुरुषांना शरीरभोगासाठी उद्युक्त करताना दिसतात. ही गोष्ट स्त्रियांच्या चित्रणाच्या दृष्टीने अनैसर्गिक व अयोग्य आहे.

(२) स्त्रिया आपल्या शरीरावयवांचा उल्लेख करावयास लाजतात, तर शाहिरांच्या काव्यातील गोपी व इतर स्त्रिया हे उल्लेख आवर्जून करताना आढळतात.

राम जोशींच्या श्रीकृष्णविषयक लावण्यांत -

गुणवंत कुचावरी लोळे (क्र. ३७)
वृषभानूची सुता काय ती राधा लिकुचस्तनी (क्र.३७)
फेडी लुगडी कुच रगडी या काय चाली । (क्र.४१)
आम्ही परयुवती हा कुच कसे चुरतो । (क्र.७४)
हा तिचे कुच रगडी (क्र.७)
नव्या तरण्या मुलगिस मटकन धरी मनगटी ।
तोडितो झोंबुनि हारघटित कुचतटी ।। (क्र.७)

होनाजींच्या लावणीतील एक गोपी कृष्णाची तक्रार सांगताना म्हणते आहे-

नानापरि चेष्टा करितो गे। मार्गी बसुनी ।
जाऊन पदरासी धरतो गे। धरी कुचाग्र दोन्ही । (क्र. १२०)

परशरामांच्या लावणीतील गोपी कृष्णाचा चहाटळपणा सांगताना म्हणते,

मार्गावर बैसुनिया नित मुरली वाजवितो ।
धरी कुचाग्र दाबूनया आडवून गळा पडतो ।। (१.२३)

हे निश्चितपणे अनैसर्गिक व अयोग्य आहे.

(३) असे हे उल्लेख करून त्यायोगे त्या पुरुषांची कामवासना चाळवितात,

असे शाहिरांनी दर्शविले आहे. ही आक्षेपार्ह गोष्ट वाटते.

गाठ सुटली कंचुकीची म्हणून अधीर झाला अंतरी ।
तुम्ही शांत व्हा जरा । मुखचुंबन घेऊन स्वहस्ते तुम्ही कुचाग्र माझे चुरले।
कुच उघडे दिसती म्हणून गाठ द्यावया अनुसरले।।'' (क्र.६१)

कुच कंचुकीत तटतटीत। मद अंतरी धडधडीत।
जसे नवनीत कडकडीत।।'' (क्र. ८०)

उघडपणे ह्या ओळी उत्तान शृंगारिक आहेत.

प्रभाकरांच्या लावण्यांतील स्त्रिया पराकाष्ठेच्या निर्लज्ज दाखविल्या आहेत. एक स्त्री आपल्या पतीची मनधरणी करताना म्हणते,

सख्या सगुणारे विनंत्या करते। कवटाळून धरते ।
द्या द्या पुढे पाय स्तनाने चुरते ।। (क्र.२५)

दुसरी एक स्त्री म्हणते,

कोण अमीरावाणी मजकडून स्तने चरण चुरवील? (क्र. ३१)

हे उल्लेख होनाजींच्या उदाहरणांप्रमाणेच उत्तान असून ते स्त्रियांच्या तोंडी घालणे अनुचित वाटते. परशरामांच्या लावणीतील विरहिणी म्हणते.

तारुण वय मदे भरले । कुच आम्रफळें तरतरले ।
समयात अशा अंतरले ।। (परशराम ४.५)

उरी दोन्ही गेंद गुलाबी संगीत ।
वर कंचुकी तंगतंगीत । (४.४५)

हे सर्व उल्लेख उत्तान व अभद्र आहेत. सगनभाऊंच्या लावण्यांत 'जोबन' हा शब्द पुन्हा पुन्हा येतो. ''जसे दंत सळसळते गुदगुद्या करते जोबन दोन्ही ।'' (सगनभाऊ)

छातीवर जोबन घेतलेस चुरुचुरू ।
(अंधारातील लावण्या : क्र. ८८)

याप्रमाणे स्तनांचे उल्लेख करून कामवासना चेतविणे हे जेवढे अयोग्य तेवढेच स्त्रियांच्या रजोदर्शनाचा त्यांच्याच तोंडून उल्लेख करणेही अनैसर्गिक होय. स्त्रियांच्या तोंडी असे उल्लेख शाहिरांनी अनेक स्थळी घातले आहेत. त्यातही स्त्रियांना जबर कामवासना असून त्या संदर्भातच स्त्रिया हा उल्लेख करतात, असे शाहिरांनी वर्णिले आहे. होनाजी बाळा यांचा संयमसुद्धा या संदर्भात उल्लेख करताना ढळला आहे असे आढळते.

असून लहान वय न्हाण मज आले धाकुटपणी
तेव्हापासुन हवे तसे भोगिता तुम्ही क्षणोक्षणी ।। (क्र.९८)

लावणी वाङ्मयातील अश्लीलतेसंबंधी विवेचन ▲ २३५

पहिल्या न्हाणापासून शुद्ध द्वादश वर्ष न्हाले (क्र.९९)

होनाजींच्या लावण्यांतील स्त्रियांच्या तोंडी ही भाषा आहे. हे अवास्तव चित्रण असून त्यात अनैसर्गिकताही आहे.आता परशरामांच्या लावण्यांतील नमुने पहा-

मी बारा वर्षे एक ठीक न्हाले आधा । (३.२३)

बारा वर्षांचे आले न्हाण मला साजणी

ती घडी आनंदाची हर्षले मनी ॥ (३.२०)

आजच झाले दुरसी कशी येऊ? मधी आडवी गंगा ।

चार दिवस अंतरले सख्या तुमच्या सुखसंगा ॥'' (३.१९)

हे उल्लेख स्त्रियांचे अनैसर्गिक चित्रण करणारे आहेत. या स्त्रिया ''वय माझे बारा'', ''वय माझे तेरा'', ''चौदा'' असे आपल्या वयाचे उल्लेख पुन्हा पुन्हा करतात. स्त्रीस्वभावाचे हे चित्रणसुद्धा अवास्तव आहे.

(६) स्त्री-पुरुषांची अनावर कामवासना

स्त्रियांनी आपली अनावर कामवासना आपल्याच तोंडाने वर्णिली असल्याचे चित्रण सर्वच शाहिरांच्या लावण्यांत पहावयास मिळते. प्रीतीची भाषा वापरणारे होनाजीही यास अपवाद नाहीत. त्यांच्या लावण्यांतील स्त्रिया आपली विरहार्त अवस्था पुढीलप्रमाणे वर्णितात-

दिवस पाचवा मला, चेतला विषयानळ अंतरी ।

काय करू सखा नाही घरी ॥ (क्र. ८९)

अग बाई प्रियकर कोठे तू सांग ।

विरहानले मी व्याकुळ सखे,

तृप्त झालें माझें अंग ॥ (क्र.९०)

फार दिवस लागला छंद तुझा सखया ॥

परंतु न पडे गाठ तुझी म्यां श्रम केले वाया ॥ (क्र. ९३)

यातील रजोदर्शनाचा उल्लेख वगळता विरहार्त अवस्थेच्या वर्णनात फारसे आक्षेपार्ह काही नाही. परंतु त्याच्या पुढील ओळीत शरीरमिलनाचे जे निर्लज्ज उल्लेख आहेत, ते त्यांच्या तोंडी शोभतही नाहीत व वाचताना वाचकांच्या मनात उबग निर्माण केल्यावाचून रहातही नाहीत. घरावर बसलेल्या कावळ्याने शुभवार्ता दिली की आज तिचा पती घरी येणार आहे. ती स्त्री निर्लज्जपणे सखीला सांगते-

ऋतु चवथा दिवस मला आज साजणी ।

गांजियले बहुत मला विषयदुर्जने ॥'' (क्र. ८५)

अशाच दुसऱ्या एका स्त्रीने रजोदर्शनाचा उल्लेख करून निर्लज्जपणे आपली कामातुरता अशी सांगितली आहे.

परदु:खाचे जाण कोणा न ठावे दुसऱ्या जनी ।
ज्याचे त्यास ठावे मनी ॥
दावेदार हा मदन शरीरामध्ये करितो जाचणी ।
डोम हृदयी पेटला ॥ विषयतक्षके डंशिले मला ।
एवढा का ईश्वर क्षोभला ॥
कहर गुजरला शिरी। काय करू? ॥'' (क्र.८९)

त्यानंतर ती स्त्री संभोगसुखाची मनाने कल्पना करू लागते,

उदास जाहले चित्ती ।
धरू धीर मी यानंतर किती ॥
कधि आलिंगिन आपुला पती। या सुखसेजेवरी ।
काय करू? ॥ आता राहवेना मला ।
सखे धड नाही बरा। पती येईसी योजना करा ।
शरीर विषयकर्वती कापते काळीज गे चरचरा ॥
कोणीतरी सावरून धरा ॥ काय करू?॥ (क्र.८९)

इतकी ही उतावीळ अवस्था स्त्रीला शोभत नाही. म्हणजे स्त्रीने असे बोलून दाखविणे शोभत नाही. दुसरी स्त्री असेच म्हणते,

तप्त झाले माझे अंग ॥
नौती ही माझी आली भरोनी।
जाती सख्याविण व्यर्थ तरुण।
काय वृथा शृंगार करूनी ॥
अगे बाई प्रियकर कोठे तू सांग ।
विरहानले मी व्याकुळ सवे।
तप्त झाले माझे अंग ॥ (क्र.९०)

असा हा निर्लज्जपणा होनाजींनी स्त्रियांवर लादला आहे. दुसरी एक स्त्री म्हणते,

कोण सांभाळील मला तुम्हांविण काय वाट माझी ।
नित्य भोगीत जा मला मी तुमच्या परसातिल भाजी ॥ (क्र.८६)

भोगणे, भोगू देणे, वस्त्राला डाग पडणे, पलंगाची झोळी होणे, कंबर सरसरून दुखणे यासारख्या संभोगक्रियेच्या सूचना देणाऱ्या गोष्टींचा स्त्रियांच्या तोंडी उल्लेख घालण्याचा अविवेक शाहिरांनी दाखविला आहे. होनाजींच्या लावण्यांतील स्त्रिया प्रत्यक्ष शरीरमिलनाच्या प्रसंगांची वर्णने करताना आढळतात. एक गर्भवती

स्त्री आपल्या पतीला विनविते आहे.

निजा तुम्ही वेगळे बिछाना टाकुन पलंगावरी ।
चार दिवस छळू नका गरोदर मी जो आहे तोवरी ।। (क्र.९८)

या अवस्थेचा उच्चार इतक्या स्पष्ट शब्दांत स्त्रिया स्वमुखाने करण्याची शक्यता नाही. अशा प्रसंगी लाजून त्यांची मान 'अळवाची देठ' होत असते, हे नैसर्गिक आहे. पण होनाजीच्या लावणीतील त्या स्त्रीने आपली व आपल्या पतीची लाज पुढील शब्दांत लोकांसमोर मांडली आहे. -

असून लहान वय, न्हाण आले मज आधीच धाकुटपणी ।
तेव्हापासून हवे तसे भोगिता तुम्ही क्षणोक्षणी ।
नुसते बोला दुरून, नका हो हात टाकू शरीरावरी ।
भार साहिना मला, प्राण व्याकुळ होतो अंतरी ।
जो जो बोलता असे तो तो तुम्ही अधिकचि धरित उरी ।
तुमचे हात स्तनांपासोनी सोडते तरी ।
मीस करिते की काय उदर चापून तरी आपल्या करी ।
... धरुन पलंगी मला नका दडपू वेडेवाकडे ।
वर्म न कळता चुकून, एखादे दुखवेल आतडे ।
हळूहळू किती म्हणून सोसेना दुःखे येत रडे ।। (क्र.९८)

या वर्णनाहून अधिक उघड वर्णन करणे शक्य नाही इतकी उघड शरीरभोग वर्णने होनाजींनी कितीतरी लावण्यांत केली आहेत. स्त्री व पुरुष या दोघांच्याही अनावर कामवासनेचे व त्यातून अधीर उत्तानता व्यक्त करणारे निर्लज्ज वर्णन होनाजींनी पुढील लावणीत केले आहे. हे वर्णन करणारी स्त्री म्हणते,

गाठ सुटली कंचुकीची म्हणून अधीर झालां अंतरी ।
तुम्ही शांत व्हा जरा... आता मला फेडू द्या तरी ।।
द्वारामध्ये पाहताच मला मन कशावरुन तुमचे फिरले ।
मुखचुंबन घेऊन स्वहस्ते तुम्ही कुचाग्र माझे चुरले ।।
कुच उघड दिसती म्हणून गाठ द्यावया अनुसरले ।
गळ्यात मारून मिठी कवेमधी मज बळकट कवळुन धरिले ।।
द्वार लाऊ द्यां पाहिल कोणी । मी जीवी आपल्या घाबरले ।
मी काय गवसले नवी म्हणून जिवी अधीर येवढे झाला ।
वेड घेऊन अवघ्याच या जिनसाचा का करिता एकच काला ।
यात मजा तरि कोणती बरी वाटली असेल चित्ताला ।।
सांगून फेडा भ्रांत योग्य या गोष्टी न होती चतुराला ।।

कधी नव्हते गुण असे आज आणले कोठून प्रसंगाला ।
मज इतके दमवून वाटते तुम्ही रात्री नवता धाला ॥ (क्र. ६१)

या वर्णनात उतावीळ नवऱ्याचा स्त्री निषेध करते आहे, 'नको' म्हणते आहे, एवढीच गोष्ट तिच्या स्त्रीत्वाला शोभणारी आहे. तिच्या तोंडी घातलेले शब्द स्त्रीच्या तोंडी न शोभणारे आहेत. हे एकंदर सर्व वर्णन निर्लज्ज पुरुषाच्या तोंडचे असून ते स्त्रीच्या मुखातून वदविणे अनैसर्गिक वाटते. होनाजींनी या लावणीत स्त्री आणि पुरुष या दोघांचीही अनावर कामवासना व त्यांच्या तोंडून अमंगळ वर्णन वदविले आहे. सात्त्विक शृंगाराच्या लावण्यांच्या परिच्छेदात होनाजींचा उल्लेख 'खूप संयमाने लिहिणारे व मुग्ध शृंगाराचे दर्शन घडविणारे शाहीर' असा करून त्याला अनुकूल अशी उदाहरणे त्या परिच्छेदात उद्धृत केली आहेत. त्याची ही विरुद्ध अथवा दुसरी बाजू आहे. लावणीवाङ्मयाचे यथार्थ दर्शन घडावे म्हणून होनाजींची ही फक्त दोनच उत्तान व बीभत्स शृंगारवर्णनाची उदाहरणे उद्धृत केली. अशा त्यांच्या खूप लावण्या आहेत. तथापि आपण होनाजींकडून प्रभाकरांकडे वळावयाचे झाल्यास उत्तान शृंगारिक लावण्यांसाठी त्यांचा सर्व लावणीसंग्रहच उदधृत करावा लागेल. म्हणून विस्तार व पुनरूक्ती टाळण्यासाठी प्रभाकरांच्या लावण्यांतील स्त्रियांचे फक्त निर्लज्ज उदगार उद्धृत करून पुढेजाता येईल. स्त्रीची संभोगक्रियेची आतुरता एक स्त्री म्हणते,

सख्यासाठी झुरते गं बाई ॥ धृ. ॥
कुठे कुठे पाहू मी प्राणप्रियाला ।
जाऊन सांगा कुणी गं तयाला ।
काय करू मी तरुण देहाला ।
काळजी अंतरी करते गं बाई ॥१॥
शयन पलंगी करिता मला गे ।
सख्याविण निद्रा सुखाची न लागे ।
सदोदित सन्निध पति गे असावा ।
मजपुन रात्रींचा दूर तो नसावा ।
आणा गे आता तो सखयांनो घरांसी ।
आलिंगून लाविन ऊर त्या उरासी ॥

(प्रभाकर कवीकृत कविता : ३.४६)

ही अधीरता स्त्रीच्या तोंडी न शोभणारी आहे.

शरीरभोगाचे वर्णन -
येता जाता कोण आता कवटाळुन घेईल मुका गं ।

गुणमंदिर लावण्य दिवा गं पवित्र परिमळ उंच बुका गं ।
मनापासुन भोगिता तया विसरुन जाते तहानभुका गं ।
॥चाल॥हवे तसे एकांती मजपासुन करविले ।
घेऊन मांडिवर नित्य मला भरविले॥   (क्र. ३.४२)

असे कितीतरी उल्लेख प्रभाकरांच्या लावण्यांत आढळतात.

(१) कोण बहार भोगील प्रियकरा, तुजवाचून माझा येथे । (क्र.३.५०)

(२) पहा पहा तरी बांधा माझ्या बाई शरीराचा ।
कोण रस भोगील आता या भराचा ।
चहु कुन बनला तक्ता उभार उराचा ।
किति सरसाऊ सदा पदर चिराचा॥''   (३.४९)

(३) ''आवडीने एकांती कडेवर मज घेऊनी ।
नित नग्न पलंगी करित होता नेऊनी ॥
घडी घडी स्तनांवर कोमल कर ठेउनी
सौख्याचे सार शरिराचे सर्व सेऊनी ॥''   (३.५४)

(४) आणखी एका लावणीतील स्त्री -

''उभी शृंगार करून पिवळा'' आणि पतीला म्हणते - ''उठा चला मंदिरी
लुटा रंग बहार नूतन पिवळा।''   (३.३)

हा बहार कसकसा लुटावा याचे वर्णन आणखी एक स्त्री पुढीलप्रमाणे
करते-

स्वत: खपून आज चार दिवस रंगमहाल सजिवला ।
चौगर्दा शिंपून सुगंधे चौखणी भिजिवला ॥ धृ. ॥
वसंत ऋतूचा बहार एकांती पलंगावर भोगा ।
लगट करून शेल्या मी धरिते तिनतिंदा सोगा ।
कर्णफुले तळपता उजेड दोहों गालावर पडती ।
आपाप सुटली गाठ नजर कर कुचाग्र तडतडती ।
सुकुमार तुझे हस्त केव्हा या वक्ष:स्थळी भिडती ।   (३.५)

एखाद्या खास सणाच्या दिवशी पतीशी शरीरभोगाचा खेळ खेळू इच्छिणारी
स्त्री म्हणते,

सण शिमग्याचा आला ।
उठा आनंदामधे रंग खेळू चला ।
समोर उभी राहून मी चमकेन जरा ।
कुच कवटाळून धरा।

गुलाल गोटे हाती घ्या राजेश्वरी ।
फेका छातीवरी ॥   (३.७)

येथपर्यंतच्या स्त्रिया शरीरभोगाची इच्छा करणाऱ्या होत्या. जिने शरीरभोग
घेतला आहे अशी ही स्त्री पतीला म्हणते आहे -

एक वेळ भोगुनी फिरून काय मजा ती संगाची ।
पदर तरी घेऊ द्या नका करू घडी सर्वांगाची ।
जसा फुलाचा गेंद तशी भरज्वानी लवथवती ।
दूरच असा राजसा नव्हे मी गल्लीतील गवती ।
न्हाणं आल्यापुन म्या अवज्ञा कधि केली नव्हती ।
मार्ग जया पाहिला आधिच कंबर बारिक लवती ।
संग करुन एकदा फिरतसा नित भवतेभवती ॥
न्हाण आले शोभेना अंगाचा बांधा लेकुरका ।
दृष्ट होईल मजप्रती घवघवीत रंग गोरा भुरका ।
सैल सोडिते देह पलंगी, नाही मारित मुरका ।
जिवाकडे पहा जरा विनंती हीच माझी तरका ।
एक वेळ तेच दहा वेळ नित शंभरदा उरका ॥
सांड जहाली जर जिरा जेव्हा हवा तेव्हा मारा झरका ॥
॥चाल॥ उठून बसवा करी पहा झाली झोळी पलंगाची ॥१॥ (३.८)

एवढी संपूर्ण लावणी उद्धृत केल्यावर लावण्या व अशा अन्य लावण्या
पाहिल्यावर प्रभाकरांच्या सर्वच लावण्यांतील उत्तानता लक्षात येते. या सर्व काव्यात
सूचना, ध्वनी, मधुरता, मुग्धता यांचा लवलेशही नाही. सारा उघडउघड धसमुसळा
शृंगार. एवढेच काय स्त्रीच्या तोंडी विपरीतरताचे उल्लेखही करावयाचे प्रभाकरांनी
बाकी ठेवले नाही. पहा-

शुकस्वामी सारिखे जितेंद्रिय पूर्णपणे भासता ।
असे हो का हृदयांतरि त्रासता ॥ धृ. ॥
क्रीडा करूनी हास्यविनोदे पलंगावर लोळते ।
विषयकहालिने अति पोळते ॥
जेव्हा लहर मनी येते तेव्हा करी कुच अपुले चोळते।
अधीरपणे गवाक्ष मग हेळते ॥
पाहून मनाचा खंबीर दुःखे पहा कढी कोळते ।
तुम्हांला मीच उलटी घोळते ॥
संसाराचे सौख्यसार जें तेंच बळे नासता ॥१॥ (प्रभाकर ३.१०)

लावणी वाङ्‌मयातील अश्लीलतेसंबंधी विवेचन ▲ २४१

सगनभाऊंच्या पुढील तीन लावण्या पहा-

(१) मनात हसले ग बाई हसले ।
जाणून बुजून फसले ॥
लुगडे निरीत फिटले। भ्याले तोंडाला पाणी सुटले ॥
मल्लखांबासी झटले। मिठी उभयतांचे खटले ।
सोने आगीत आटले। दोही मांडीच्या मधे डसले ।

(सगनभाऊकृत लावण्या व पोवाडे, पृ.७४)

(२) उद्या मी न्हाइन न्हाइन चवथे दिवशी ।
डाग पडला अंगवस्त्रासी ।
गोळा करुंद्या करुंद्या बिच्छोना ।
न्हाऊन मी आले पातळ नेसून ।
हळूहळू म्हणते संभाळुन। दुखवाल कंबर सरसरून ।

(कित्ता पृ.४८)

(३) माहालातुन मी बाहेर आले चैन पडेना अंगणी ।
काय अवस्था जाली माझे शरीर खवखवते ।
यास्तव बाहेर आले सख्यांनो चरित्र ऐका सवते ।
कवळी ग माझी ज्वानी रुताला करकरा लवते ।
हे लवणी स्थिर करिल कोण बाई सांगा वचनी गोविते ॥
जसे दंत सळसळते गुदगुद्या करते जोबन दोन्ही ॥

(कित्ता पृ.८५)

सगनभाऊंच्या असल्या अश्लील लावण्यांची संख्या मोठी आहे. वैराग्यपर लावण्या लिहिणारे परशरामही या बाबतीत मागे नाहीत. त्यांच्या लावण्यांतील स्त्रिया संभोगासनांचाही उल्लेख करतात. एका लावणीतील स्त्री म्हणते-

वाटते मला आज चल एकांती निजू ।
सामानसिद्ध सेजेवर मी होते रूजू ॥ (परशराम ४.१६)

(२) आल्या त्या लिंबोळ्या पाडा जशा ।
चिरा उखळा माझा राव नशा ।
घेऊन तुम्ही पलंगावर बसा ।
चौऱ्याऐंशी आसने कसा ॥ (परशराम ४.२२)

स्त्रियांच्या तोंडी न शोभणारे उल्लेख

(१) नाना परि दाविन मौजा; मला भोगा हो ।

(रामा गोंधळी - अंधारातील लावण्या क्र. १४८)

(२) आज चला मंदिरी, बसका दाखविते न्यारा ॥ (कित्ता क्र. १५६)
(३) शरीराची मोट कर मी चाफ्याची कळी (कित्ता क्र. १७०)
(४) कुस्तीत कवळून धरा बांधून स्वारी (कित्ता क्र. १७०)
(५) पहिल्या हो नहाणाची हळूहळू तरी करा विषय,
मी नव्हे नार गव्हाणाची॥ (प्रभाकर ३.८२)
(६) धुंद तुम्ही विषयात लागली कळ माझे पाठीशी ।
गत करू सख्या मी कशी? ॥ धृ. ॥
सोडा कवेतुन मला, घेउ द्या जरा विसावा तरी ।
मज उठवून बसवा तरी ॥ (प्रभाकर ३.८३)

स्त्री असे आपल्या तोंडाने सांगते आहे अशी कल्पना करून तमाशाला जमलेल्या पुरुष श्रोत्यांसमोर गाऊन दाखविणे यांत पुरुषजातीचा निर्लज्जपणा, अभिरुचिहीनता व असंस्कृतपणा आहे.

प्रभाकरांच्या एका लावणीत मुलुखगिरीवर गेलेल्या पतीने पत्नीपासून झालेला विरह पुढील शब्दांत सांगितला आहे.

घडोघडी हृदयी तुला धरतो । शांतवन कवटाळून करतो ।
क्षणक्षणां गुण सगुण स्नेहाचे चित्तामधे स्मरतो ॥
परस्थळी हा काम आवरतो
दुष्ट मानुन मागे सरतो। समाधान होइना
तुझ्याविण म्हणून भंवता फिरतो ।
होता कधी वियोग मग झुरतो ।
दुःख ते सोसुन सावरतो ॥ (क्र. ३.२२)

येथपर्यंत हा विरह सभ्य भाषेत सांगितला आहे. अशा वर्णनात मधूनच प्रभाकर-

अंतर्ध्यानी स्मरण होताना मद ठिकाणचा ढळतो ।
धीर न धरवे तोही अवरतां वस्त्रांतरी गळतो ॥ (३.२३)

अशा बीभत्स ओळी लिहून जातात.

याप्रकारची अश्लील आणि बीभत्स भाषा सगनभाऊंच्या लावण्यांतही भरपूर प्रमाणात आढळते—

(१) फार दिस झाले न्हाण तुज आले
करू दे गडे आज इष्क पुरा'' (सगनभाऊ कृत लावण्या पृ.१८)
(२) लुटू दे नगद माल, चढू दे झेंडा, लाव भडकाया ।
आरक्त लोचन लाल, भरली छाती आली तडकाया ॥ (पृष्ठ ५०)

लावणी वाङ्मयातील अश्लीलतेसंबंधी विवेचन ▲ २४३

(३) रंग पाहून दंग झालो संग करू चांगला ।

शरीर गोल, वजन तोल, पाहू तुझा मासला ।।   (पृ.५६)

(४) ''अगं नारी, विषय चेतला ।''

''अगं नारी भोगावी तुला ।।''   (अंधारातील लावण्या क्र. १०५)

यासारख्या उत्तान व अश्लील ओळी सहजच लिहून जातात.होनाजींच्या लावण्यांतही अशा ओळींची कमतरता नाही.

(१) स्तन धरितो झोपेत, न कळता तुझी सोडितो निरी ।

(अंधा. ला. क्र. ४१ पृ.७१)

(२) येकवेळ चुकताच विषय थैमान करी अंतरी (पृ. ७२)

(३) भोगिता तुझ्या लुगड्याची न ढळे निरी ।   (अंधा. ला. पृ.७३)

होनाजींच्या 'प्रीती' व्यक्त करणाऱ्या लावण्यांचा शेवटही पलंगी जाणे, भोगणे यासारख्या शब्दांच्या ओळींनी होतो.

(१) गेले पलंगी उभयता मनोरथ पुरा करा ।।   (क्र.९४)

(२) पाहून आत नारीने नेला मग मंदिरात । भोगिला नेऊन आपल्या मंचकावरी ।।

(३) सापडसी कधी तू सखे ग येकांती राजमंदिरी।

हेच इच्छिती तुला निजावे घेऊन पलंगावरी ।।

भोगिता तुला साजणी । आम्ही नसो तृप्त या मनी ।

... पलंगावर एकांती कधी संग घडेल तुझा आपला ।

आता न धरवे धीर बहुत अंतरी छंद लागला ।।

होईल ते होवो गडे । भोगु दे तुला फाकडे ।।''   (क्र. ६२)

अशा कितीतरी लावण्या होनाजींनी लिहिल्या आहेत. सात्त्विक लावण्यांच्या संदर्भात होनाजींचा उल्लेख 'संयमाने शृंगार चित्रित करणारे शाहीर' म्हणून जरी केला असला आणि 'प्रीती' चा उपयोग त्यांनी लावण्यांच्या प्रारंभी केला असला तरी उत्तानता, अश्लीलता या संदर्भात त्यांचा अपवाद करता येणे शक्य नाही. काही लावण्यांत परशरामांनी सात्त्विक पद्धतीने विरहवर्णन केले असले तरी त्यांच्या बहुसंख्य लावण्यांत

(१) तुशी लपटावे वाटते हौस.

(२) तारुणपण हा उघडा मेवा... अशामधि काही विष्क करावा.

(३) मला वाटते तुशी करावा फंद.

(४) घडो संग तुज फंद फडो हा हेत मनाचा मुरल कधी (४.३१) असे अश्लील उल्लेख आढळतात.

(७) समीक्षकांची अश्लीलताविषयक मते

समीक्षकांची अनुकूल प्रतिकूल मते खंडन मंडन :- एक समीक्षक श्री. वि. सी. सरवटे यांनी शाहिरांच्या पराक्रमवर्णनाच्या पोवाड्यांच्या संदर्भात लिहिताना लावणीतील उत्तानतेसंबंधी असे म्हटले आहे.-[५]

(१) ''एकंदरीत या लावणीविषयी आपुलकी वाटू लागते व तिच्यातला उत्तान- ग्राम्य म्हणा पाहिजे तर- शृंगारही क्षम्य वाटू लागतो. मनात असे येते की, शूरांनाच शृंगार शोभतो'' शूरांचा हा शृंगार असला तरी वर्णन करणारे शाहीर लंपट असावेत, असे वाटते.

(२) शाहिरांच्या बाजूने लिहिणारे एक समीक्षक डॉ. भि. जि. गायकवाड[६] यांनी शाहिरांच्या शृंगारिक लावण्यांसंबंधी पुढीलप्रमाणे आपली मते मांडली आहेत. व त्यांचे खंडन डॉ. सुधाकर. के. भोसले[७] यांनी त्याच पुस्तकाला लिहिलेल्या प्रस्तावनेत केले आहे. (१) ''शाहिरांना परमेश्वराबद्दल प्रेम होते, त्याहूनही वास्तव जगाचे भान त्यांना जास्त होते. वाट्याला आलेले जीवन यशस्वीपणे मनसोक्त भोगून नंतर परमेश्वराचे स्मरण करावे. शाहिरांना संतांप्रमाणे प्रपंच लटका मानावयाचा नव्हता. प्रपंच हाच परमेश्वर हीच मनोधारणा मूढ मनाची बनवायची होती.'' परंतु असे दिसते की, शाहिरांच्या लावण्यात मर्यादित स्वरूपात वास्तव चित्रण आले आहे. जीवनाच्या व्यापक अंगाचे त्यांना भान नव्हते. (डॉ. सुधाकर के. भोसले)[७] (२) ''रंजन करता करता उद्‌बोधन करावे, उद्‌बोधन करणे ही शाहिरांची भूमिका होती.'' असे डॉ. गायकवाड म्हणतात.[६] पण तेही बरोबर नाही. उद्‌बोधन करणे ही शाहिरांनी प्रमुख जबाबदारी मानली होती, असे आढळत नाही. तशी जर त्यांची भूमिका असती तर त्यांच्या उत्तान रचनांना आपोआपच खीळ बसली असती. (डॉ. सुधाकर के. भोसले)[७]

(३) ''शाहिरांनी स्त्रीला माणसाच्या सुखातली धोंड मानले नाही तर दुवा मानले.'' डॉ. गायकवाड[६] यांचे हेही विधान अतिव्याप्त आहे. शाहिरांनी तरुण देखणी स्त्री ही भोग्य वस्तू मानली. शरीरसुखासाठी तिला येनकेनप्रकारेण 'त्या' क्षणापुरते प्राप्त करून घेणे यात त्यांच्या नायकांनी इतिकर्तव्यता मानली. एकदा तिला मनसोक्त भोगले की पुन्हा हे गडी दुसऱ्या शिकारीसाठी तयार. 'नाचू तमाशाच्या रंगी। करू कोडगी सलगी।' हेच, म्हटले तर त्यांच्या जीवनाचे तत्त्वज्ञान होते. (डॉ. सुधाकर के. भोसले)[७]

(४) ''जडशीळ झालेल्या गरोदरावस्थेतील पत्नीशी समागम करू पाहणारा, सत्त्व हरवलेला, लाळघोट्या, नारीच्या प्राप्तीसाठी भ्रमिष्ट झाल्यागत वागणारा, कामुकतेने पिसाळलेला, वेश्यागमनी असा हा अनेक लावण्यांतील पुरूष आहे तर

अनेक वेळा स्त्री ही कामपिसाट, मुशाफिराचा अनुनय करणारी, व्यभिचारिणी दिसते. संयमाने राहण्याचा तिचा निश्चय स्थिर नाही. अशा रीतीने स्त्री काय किंवा पुरूष काय ही सर्वच माणसे एका भोगेच्छेने पिसाट झालेली दिसतात. (डॉ. सुधाकर के. भोसले)[७]

(५) शाहिरांची भाषा रंगेल आहे याचे कारण डॉ. गायकवाड[६] यांनी म्हटले आहे की, "शाहिरांनी कोणताही विधिनिषेध न बाळगता वाच्यार्थाने वर्णन केलेही असेल. मात्र त्यात ढोंग केलेले नाही." डॉ. गायकवाड यांच्या या विधानाला डॉ. सुधाकर के. भोसले[७] यांचे उत्तर असे - १) माझ्यापुढे[७] (डॉ. भोसले यांच्यापुढे) प्रश्न इतकाच आहे की ढोंग केले नाही म्हणून त्यांचे कौतुक करावयाचे की हा निलाजरेपणा म्हणून त्यांच्यावर टीका करायची? 'सुचते ते लिहिले' किंवा 'दिसले ते लिहिले' हे कोणत्या चांगल्या लेखनाचे निकष होऊ शकत नाहीत. साहित्यातील आविष्कार जेव्हा वास्तववादी आहे असे आपण म्हणतो तेव्हा तो अनुभव लेखकाला शब्दबद्ध करताना त्यातील कित्येक गोष्टी वगळाव्या लागतात आणि वास्तवाला धार येईल अशा कल्पित गोष्टी बेमालूमपणे अंतर्भूत कराव्या लागतात." डॉ. भोसले यांनी अत्यंत परखडपणे डॉ. गायकवाड यांची मते खोडून काढली आहेत.

(२) "शृंगारिक लावणीचे स्वरूप या प्रकरणात विचारात घेतलेल्या साऱ्याच लावण्यांतील चित्रण उत्तान आहे. त्यांचा परामर्श घेताना शाहिरांची घेतलेली कड अप्रस्तुत वाटते. त्यांच्या निर्मितीचे कारण तत्कालीन राजकीय किंवा अन्य परिस्थितीत आहे, हे मत सयुक्तिक वाटत नाही." डॉ. गायकवाड यांचे मत या शब्दांत (म्हणजेच परखडपणे) डॉ. सुधाकर के. भोसले यांनी खोडले आहे.

(६) लावणीत येणाऱ्या ग्राम्य, असभ्य आणि अश्लील भाषेचे आणि ग्राम्य शब्दांचे डॉ. गायकवाड[६] यांनी एके ठिकाणी समर्थन केले आहे. ती लावणी ऐकणारा त्या वेळचा श्रोता ग्राम्य होता असे डॉ. गायकवाड[६] यांनी म्हटले आहे. पण हे समर्थन मान्य होण्यासारखे नाही. ग्राम्य याचा अर्थ अशिष्ट अथवा असभ्य. त्या काळातील सर्व श्रोते अशिष्ट होते, असभ्य होते असे म्हणणे म्हणजे सर्व श्रोत्यांवर अन्याय करण्यासारखे आहे. डॉ. सुधाकर भोसले यांनीसुद्धा हेच सांगून डॉ. गायकवाड यांचे मत खोडले आहे. ते पुढे असेही म्हणतात की, "एकवेळ लेखकाचे (डॉ. गायकवाड यांचे) म्हणणे मान्य केले तर अशिष्ट, असभ्य लोकांना आवडेल असे लिहिणे कितपत योग्य आहे?"[७] (डॉ. भोसले)

(७) "शाहिरांच्या अश्लील रचनांचे समर्थन करताना अशी रचना संस्कृत रचनांत प्रामुख्याने आहे असे लेखकाने म्हटले आहे. दुसरे, संत, पंडित यांच्याही रचनेत अश्लील शब्द आहेत, ते तथाकथित विद्वानांना चालले असे डॉ. गायकवाड[६]

म्हणतात.'' या म्हणण्याला डॉ. भोसले[७] यांनी मार्मिक उत्तर दिले आहे ते म्हणतात. ''त्यांचे (डॉ. गायकवाड यांचे) म्हणणे बरोबर आहे. तथाकथित विद्वानांना चालते पण प्रा. जोग, डॉ. वाळिंबे यांना कोठल्याच (संस्कृत कवी, मराठी पंडित कवी) कवींची अश्लीलता खपली नाही. शिवाय विशेषत: संतकाव्यातील अश्लीलतेचे प्रमाण पहावयास पाहिजे. मला वाटते,[७] या ठिकाणी संतांना गोवलेले शाहिरांना देखील पटले नसते.''

(८) आम्हांलाही (प्रस्तुत लेखकालाही) असे वाटते की, तत्कालीन सर्व समाज लावण्यांतील अश्लील रचनांचा, तमाशातील अनैतिक वर्णनांचा, स्त्रियांच्या गलिच्छ विचारांचा भोक्ता नव्हता. समाजात तमाशापेक्षा कीर्तनाला आणि तमासगीरांपेक्षा कीर्तनकारांना अधिक प्रतिष्ठा होती, असे आढळते. त्यामुळे तत्कालीन श्रोते हे ग्राम्य होते असे म्हणणे, या प्रतिष्ठित समाजातील घटकांवर अन्याय करण्यासारखे आहे.

(९) सध्याच्या काळात आपल्या समाजातील काही स्त्रिया धीटपणे कथाकादंबऱ्यांतून स्त्रीपुरुषांचे अनैतिक संबंध चित्रित करीत आहेत. या काही लेखिकांच्या कादंबऱ्यांतील नायिका केव्हाही परदेशात जातात आणि मित्रांच्या खोलीवर रात्री सुखेनैव विश्रांती घेतात. तसेच परदेशातील तरुणही आपल्या भारतीय मैत्रिणींच्या खोलीवर येतात. रात्री संभोगसुख घेतात. फारशी वाच्यता न करता परदेशात जातात. त्यांच्यात पतिपत्नींचे भावसंबंध निर्माण झाल्याचे दिसत नाही. आम्हांला वाटते की या स्त्रीकादंबरीकार स्वत: मनाने मुक्तजीवनाचा आनंद लुटत असतील. आणि अशा प्रकारच्या कथाकादंबऱ्यांचे वाचकही या मुक्त लैंगिक जीवनाचा मनानेच आस्वाद घेत असतील. कारण सध्याच्या आपल्या सामाजिक जीवनात नैतिक मूल्ये काही इतकी ढासळली आहेत असे वाटत नाही. राम जोशींच्या श्रीकृष्णविषयक लावण्यांतील गोपींच्या ग्राम्य आणि अश्लील भाषेचे समर्थन करताना आम्ही फक्त दुसरी बाजू दाखविली होती. समाजातील ज्या थोड्याफार उच्छृंखल लोकांना ग्राम्य भाषेत शृंगारिक प्रसंग ऐकायला आवडत असतील ती माणसे तमाशांच्या फडात जाऊन लावण्यांची रंगबहार अनुभवत असतील. कीर्तनाची आवड असणारे लोक चांगल्या प्रतिष्ठित कीर्तनकारांची कीर्तने ऐकत असतील. वारकरी पंथाचे लोक तर श्रद्धेने पिढ्यान्‌पिढ्या पंढरीच्या वाऱ्या करतात आणि नित्य सायंकाळी व रात्री आपापले दैनंदिन व्यवहार आटोपल्यावर भजनरंगात रंगून जात असतात. म्हणून तथाकथित 'मॉडर्न' स्त्री-पुरुष कादंबरीकारांच्या कथा-कादंबऱ्यातील 'मॉडर्न' लैंगिक चित्रणांवरून सध्याच्या संपूर्ण मराठी समाजाबद्दल मत मांडणे योग्य होणार नाही. ग्रामीण भाषेतील काही ग्राम्य शब्दांच्या सतत

वापरामुळे त्या शब्दांतील ग्राम्यता कमी झालेली असते असे आढळून येते. रांड, रांडलेक, भडवा हे खरे तर अश्लील शब्द. पण लाडाने आपल्या लहान मुलाला अथवा अतिजवळच्या मित्राला उल्लेखून वापरले जातात. 'गांडीत नाही गू आणि कावळ्याला निमंत्रण,' 'पादा पण नांदा' अशा म्हणींचे शब्दकोषात अर्थ दिले आहेत की नाहीत, माहीत नाही. परंतु ग्रामीण भागातील स्त्रियासुद्धा असे शब्द अथवा म्हणी वापरताना आढळतात. अश्लील याचा अर्थ काय? तर घरातील सर्व नात्यांच्या स्त्री-पुरुषांसमोर उच्चारायला, लहान मुलांमुलींसमोर बोलायला ज्याची लाज वाटते असे लैंगिक संबंध- असे भाषण- असे लेखन म्हणजे अश्लील. शाहिरांच्या उत्तान शृंगारिक लावण्यांचे असे वाचन अथवा पठण खुलेपणाने सुशिक्षित समाजात करायला लाज वाटते म्हणून त्याला आम्ही अश्लील व बीभत्स मानतो. शाहिरांच्या अश्लील उत्तान, शृंगारिक लावण्यांचे विवेचन 'अभिरुचीचे विहंगमावलोकन' करताना प्रा. रा. श्री. जोग यांनी प्रश्न विचारला आहे की,[८] ''शाहिरांना क्षमा का करावयाची?'' शाहिरांचे उत्तान शृंगारिक लावणीवाङ्मय हे अश्लील, अनैतिक आणि अकाव्य आहे. प्रश्न विचारला आहे की, ''शाहिरांना क्षमा का करावयाची?'' शाहिरांचे उत्तान शृंगारिक लावणी वाङ्मय हे अश्लील, अनैतिक आणि अकाव्य आहे.

**

तळटीपा -

१) मराठी वाङ्मयाभिरुचीचे विहंगमावलोकन प्रा. रा. श्री. जोग. पृ. १६४
२) संदर्भ - मराठी साहित्याचे सिंहावलोकन - द.के.केळकर पृ. ५४०
३) मराठी वाङ्मयाभिरुचीचे विहंगमावलोकन प्रा. रा. श्री. जोग. पृ. १६४
४) मराठी साहित्यातील अश्लील आणि ग्राम्य - डॉ. रा. शं. वाळिंबे पृ. १३९
५) मराठी साहित्य समालोचन - खंड १ व २ - वि. सी. सरवटे पृ. ३१
६) मराठी लावणी - निर्मिती आणि सथवरुप - डॉ. जि. भि. गायकवाड प्रस्तावना व चार शब्द पृ. ८ ते १०
७) कित्ता : प्रस्तावना व चार शब्दः प्रस्तावनाः डॉ. सुधाकर के. भोसले पृ. ८ ते १०
८) मराठी वाङ्मयाभिरुचीचे विहंगमावलोकन प्रा. रा. श्री. जोग. पृ. १६३-१६४

***

विभाग चौथा

सुंदरा मनामध्धि भरली

११. वास्तव स्त्रीपुरुष जीवनाचा अनुल्लेख
१२. उपसंहार
परिशिष्ट १
परिशिष्ट २

प्रकरण ११ वे

वास्तव स्त्री-पुरुषजीवनाचा अनुल्लेख

कामप्रेरणा ही प्रभावी असते. ज्यांच्या जीवनात ही मंगल प्रेरणा निर्माण झाली अशा स्त्रीपुरुषांच्या जीवनाला भव्य अर्थ प्राप्त झाला व त्यांच्या हातून संस्कृतीच्या कोणत्या तरी क्षेत्रात नेत्रदीपक कार्य आकारले गेले. शिवाजीमहाराजांच्या स्वराज्याच्या काळात युद्धभूमीवर पराक्रमाचे आदर्श निर्माण करणारे जे शूर पुरुष होऊन गेले त्यांना त्यांच्या पत्नीकडून पराक्रमाची प्रेरणा मिळाली असण्याची शक्यता आहे. तथापि शाहिरांच्या शृंगारिक लावण्यांत अशा समर्थ शृंगाराचे वर्णन केले असल्याचे आढळत नाही. तत्कालीन बखरवाङ्मयात मात्र पराक्रमी पुरुष व त्यांना पराक्रमाची प्रेरणा देणाऱ्या समर्थ स्त्रिया यांची आदरणीय चरित्रे अथवा स्वभावचित्रे पहावयास मिळतात.

कृष्णाजी शामराव यांची 'भाऊसाहेबांची बखर' ही प्रसिद्ध असून सर्वप्रिय आहे. त्यातील भागीरथीबाई, काशीबाई, जनकोजी शिंदे यांच्यावरील आणीबाणीच्या प्रसंगांचे चित्रण पाहून त्यांच्या समर्थ स्वभावांची कल्पना येऊ शकते. दत्ताजी शिंदे रणांगणावर पडल्यावर या दोघी स्त्रियांनी मनाचा दृढपणा कसा व्यक्त केला ते सांगताना बखरकार लिहितात, 'जनकोजी शिंदे येईतोपावेतो बायकांस दत्ताजी शिंदे यांची आवस्था कळली नव्हती. बाडात वर्तमान कळताच भागीरथीबाई व जनकोजी शिंदे यांची स्त्री कासीबाई अशी उभयतां महाराष्ट्रधर्म विसरून धावत बाडाचे बाहेर आली. तो जनकोजी सिंदे खाटल्यावर घायाळ पाहिले.तोंड उघडून पाहिले तो जनकोजी सिंदे यांणी डोळ्यांस पाणी आणून चुलतीस विचारिले की, ''बाई, काका कोठे आहेत?'' ते समयी भागीरथीबाईस पुरते उमगले की, पाटील निश्चये रणात पडले. बाईस दु:खाचा उभाडा आला. मागती विवेक

केला की, ''जात्यातील रडती सुपातील हसती' त्यांची गत तो त्या रीतीची जाहाली.''

या उताऱ्यावरून कळते की, त्या काळच्या खानदानी मराठी स्त्रिया महाराष्ट्रधर्म पाळत. भागीरथीबाई व काशीबाई महाराष्ट्रधर्म क्षणभर बाजूला ठेवून जनकोजीला सामोऱ्या गेल्या. त्यांना जेव्हा कळले की दत्ताजी शिंदे रणांगणावर कामास आले, तेव्हा त्यांना प्रथम 'दु:खाचा उभाडा' आला. पण नंतर त्यांनी आपल्या मनावर नियंत्रण ठेविले व उलट जनकोजीसारख्या पुरूषाचेच सांत्वन करण्यास प्रारंभ केला. भागीरथीबाई जनकोजीस म्हणाल्या, ''बाबा, तू रडतोस काय? जयाजी सिंदे यांचे पोटी चौघी लेकी जाहाल्या, तसीच तू एक जाहाली असती तरी आणखी एक जावाई येता. पाटील काय घेऊन गेले? तुमची दौलत, महाल, मुळूक, खजिना, हाती, घोडे सर्व तुम्हांपासी ठेऊन गेले. तुम्ही हिंमत धरून त्याचे सार्थक करावे. आता रडून होणे काय?''

कर्त्या पुरूषाच्या मृत्यूमुळे उदभवलेल्या महासंकटाचेवेळी विवेक करण्याचे तत्कालीन मराठी स्त्रीचे हे केवढे सामर्थ्य? जनकोजीची पत्नी काशीबाई, तेव्हा फक्त अठरा वर्षांची होती. पण तिने या संकटकाळी कसा योग्य निर्णय घेतला व धनदौलतीचा मोह सोडून जीव कसा वाचविला याचे दर्शन, बखरकारांनी पुढीलप्रमाणे घडविले आहे. बखरकार लिहितात, ''तिणे जाबसाल केला की, 'एवढाले जीव गेले, दौलतीची आस्था कोणास आहे? तुम्ही खजिना व नरमीना कापड असेल ते उंटावर घ्यावे. थोर साधी कापडे यांसी आग्न लावून द्यावी.''

फक्त अठरा वर्षांच्या मुलीने या प्रसंगी केवढा विवेक केला ते पाहण्यासारखे आहे. जखमी जनकोजीस. पालखीत घालून शिंद्यांची फौज दक्षिणेकडे येण्यास निघाली होती. त्यावेळी काशीबाईने अयोग्य मार्गदर्शन झुगारून योग्य तो मार्ग कसा स्वीकारला याचे दिग्दर्शन बखरकारांनी त्या पुढील तिच्या भाषणांत घडविले आहे. त्यावेळी जनकोजीसारख्या पराक्रमी व मुत्सद्दी पुरुषास जो न्याय्य निर्णय करता आला नाही, तो निर्णय काशीबाईने कसा घेतला, जाट व पेशवे यांचे योग्य मूल्यमापन कसे केले व आपल्या मदतीस आलेल्या लोकांची योग्य जाणीव कशी ठेवली याचे दर्शन घडते.

त्या काळात सरदारांच्या आणि अन्य नागरिकांच्या घरात अशा कित्येक कर्तबगार स्त्रिया होत्या. त्या आपल्या पतीला अथवा अन्य कार्यकुशल पुरुषांना योग्य असे मार्गदर्शन करीत. मल्हारराव होळकरांसारखे वृद्ध मुत्सद्दी पानपताच्या रणांगणावरून पळ काढून आले होते. त्यांची पत्नी गौतमाबाई त्यांची हजेरी घेण्यासाठी त्यांना म्हणाली, ''सुभेदार, तुमचे वृधपण जाहले. सिंदे यास मूल म्हणोन अधिक काय? त्याचा तोंडचा जार वाळला नाही, तो त्यांनी एवढा पराक्रम करून मारता मारता मेले, एऱ्हवी मृत्युलोकास आला प्राणी वाचत नाही. परंतु इहलोकी कीर्ती करून परलोकी साधन करणे हेच दुर्लभ. हे मूल जनकोजी सिंदे, यांणी एवढा पराक्रम केला. तुमचे

दिवस समीप आले, तरी हिंमत धरून मारता मारता मरावे. हा प्रलाप स्त्रीजातीने करावा; असे पुरुषास बोलले नाही.''

वृद्ध व थोर मुत्सद्दी मल्हाररावांस त्यांच्या पत्नीने वरीलप्रमाणे युद्धाची प्रेरणा दिली. तथापि मल्हाररावांनी त्याचा विपर्यास केला व ते तिला म्हणाले, ''तुझे चित्तांत आम्ही मरावे असे आहे.'' यावर पुन्हा गौतमाबाईने अतिशय तीव्र शब्दांत मल्हाररावांची कानउघाडणी केली. त्यावरून तत्कालीन काही स्त्रिया किती श्रेष्ठ व्यक्तिमत्त्वाच्या होत्या व त्या आपल्या पराक्रमी पतीस प्रेरणा देण्यास कारणीभूत झाल्या, याची कल्पना येते. गौतमाबाई म्हणाली, ''पती असता कोणी वैधव्याची आशा धरील असी कोणीही नाही. अहेवपणे कुंकुममंडित असावे, हीच सर्वांची इच्छा. परंतु जैसे पूर्वाचरण असते घ्यावे लागते. आपले पदरी लौकिक भारी. तुम्ही आपले विणावयाचे स्वकर्म करीत असता तरी सहजच वाचावयाची आस्था धरावी. वाटा तरी शूराचा उचलिला आहे, वाण सतीचे घेतले आहे, हे सांभाळावे, असेच धर्मशास्त्र.''

तत्कालीन स्त्रिया पुरुषांना प्रेरणा देत असत, असे विविध बखरीत वर्णिलेल्या अनेक प्रसंगांवरून म्हणता येते. (प्रस्तुत उतारे 'भाऊसाहेबांची बखर : संपा. शं. ना. जोशी या सुप्रसिद्ध बखरीमधून देण्यात आले आहेत.)

शाहिरांच्या लावण्यांत अशा स्त्रीपुरुषांचे वर्णन कोठे झालेले आढळत नाही. ज्या काळात लावणीवाङ्मय लिहिले गेले, तो पराक्रमाचा, शौर्याचा, लढायांचा, कर्तृत्व दाखविण्याचा काळ होता. या काळात शिवाजीमहाराज, संभाजीमहाराज, पहिले बाजीराव पेशवे, शिंदे, होळकर, थोरले माधवराव पेशवे ह्यांच्यासारखे शूर व मुत्सद्दी पुरुष होऊन गेले. जिजाबाई, अहिल्याबाई, गोपिकाबाई ह्यांसारख्या कर्तृत्ववान स्त्रिया होऊन गेल्या. अशासारख्या स्त्रीपुरुषांच्या जीवनाचे प्रतिबिंब लावणीवाङ्मयात उमटावयास हवे होते. त्यांच्या जीवनातील सुंदर, मधुर व समर्थ शृंगाराचे चित्र लावणीवाङ्मयात रंगविले गेलेले दिसत नाही. शाहिरांच्या पोवाडे वाङ्मयातील वीररस तत्कालीन परिस्थितीतून निर्माण झाला आहे. त्यावरून मराठी कविता परमार्थातून ऐहिकाच्या -लौकिकाच्या पातळीवर आणली हे श्रेय आपण शाहिरांना देऊन शाहिरीवाङ्मय ही 'मराठी काव्याची प्रभात' असे म्हणतो. तथापि शाहिरांच्या लावणीवाङ्मयातील स्त्रीपुरुषांच्या कामुकतेची, उत्तानतेची, स्त्रियांच्या ठिकाणी नसणाऱ्या निर्लज्जपणाची वर्णने वाचली, पाहिली, त्यावरून आपण असे म्हणू शकतो की हे सर्व वाङ्मय इहलोकातील स्त्रीपुरुषांचे असले तरी वास्तवापासून खूप दूर आहे. त्या वाङ्मयात हीन प्रकारची काल्पनिकता आहे. शाहिरांनी स्त्रियांवर व पुरुषांवरही कमालीचा निर्लज्जपणा लादला आहे. श्रीकृष्णविषयक व वैराग्यपर अशा

लावण्यांनी शाहिरांनी आपले पूर्वपरंपरेशी नाते जोडण्याचा प्रयत्न केला आहे असे फार तर म्हणता येईल. पण या श्रीकृष्णविषयक लावण्यांतील श्रीकृष्ण हा आपला महाभारतातील मुत्सद्दी शूर पराक्रमी पुरुष, थोडक्यात श्रीकृष्ण परमात्मा वाटत नसून तत्कालीन (म्हणजे सोळाव्या शतकापासून एकोणिसाव्या शतकापर्यंतच्या काळातील) कोणी अनागर, असंस्कृत पुरुष वाटतो. तोही वास्तवापासून खूप दूरचा आहे हे जाणवते. श्रीकृष्णाने गोपींच्या काढलेल्या खोड्यांचे वर्णन किती ग्राम्य व असभ्य भाषेत वर्णिले आहे. तेव्हा त्या गोपी ह्या वास्तव स्त्रिया वाटत नाहीत. शाहिरांनी त्यांच्यावर अविनय लादला आहे. असेच म्हणणे युक्त होईल. शाहिरांच्या वैराग्यपर लावण्यांतील वैराग्याचा उपदेश हा इतर लावणी वाङ्मयातील उत्तानपणामुळे ढोंगीपणाचा व कोरडा वाटतो. श्रीकृष्णविषयक लावण्यांत भक्ती नाही, चहाटळपणा आहे; बीभत्सता व अनैतिकता आहे. लौकिक शृंगारवर्णनातील लावण्यांत वास्तव मनोज्ञ, सुंदर, सात्त्विक शृंगारवर्णन आढळत नाही. मराठी स्त्रीपुरुषांचे विरहमिलनाचे प्रसंग त्यातल्या त्यात बरे आहेत. त्यातील आलंबन विभावांचे रूपगुणवर्णन खास मराठी थाटाचे आहे. स्त्रीपुरुषांत प्रीतीचा उद्‌भव झाल्याचे उल्लेख आहेत. पण ती प्रीती कामुकतेची निदर्शक आहे. स्त्रीपुरुषांमधील कामुक शारीर आकर्षण म्हणजे प्रीती असाच त्याचा अर्थ आहे. काही शाहिरांनी काही लावण्यांत संयमशील असे विरहशृंगाराचे व मिलनशृंगाराचे चांगले वर्णन केले आहे. परंतु बहुसंख्य शाहिरांनी बहुसंख्य लावण्यांत शृंगारांचे जे रूप वर्णिले आहे, ते बीभत्स व असंस्कृत आहे. काही लावण्यांत स्त्रियांची पतिनिष्ठा, सवती मत्सर, अपत्यप्राप्तीची आकांक्षा, कर्तव्यनिष्ठा हे नैसर्गिक धर्म वर्णिले आहेत. त्याचबरोबर त्याची पूर्णपणे दुसरी बाजू म्हणजे कामवासनेने व्याकुळ झालेल्या, ग्राम्य शब्द वापरून आपल्या कामविकाराचे बीभत्स वर्णन करणाऱ्या स्त्रिया शाहिरांनी भडकपणाने चित्रित केल्या आहेत. मराठी स्त्रीचे हे अनैसर्गिक व अवास्तव दर्शन शाहिरांनी घडविले आहे. या सर्वांचा निष्कर्ष असा- या लावणीवाङ्मयातून शाहिरांच्याच असंस्कृत, अशिष्ट, ग्राम्य व्यक्तिमत्त्वांचा आत्माविष्कार झाला आहे. कर्तबगार स्त्रीपुरुषांची चरित्रे वर्णून त्यांच्यातील प्रीतीचे, शृंगाराचे मुग्धमधुर रूप चित्रित करण्याची क्षमता शाहिरांनी दाखविलेली नाही. शाहिरांचे जीवनविषयक तत्त्वज्ञान सुसंस्कृत स्वरूपाचे नव्हते असेच यावरून म्हणता येते. त्यामुळे शृंगारप्रेरणेचा जो मंगल व सात्त्विक प्रभाव जीवनावर पडतो त्याचे दर्शन लावणीवाङ्मयात आढळत नाही.

***

प्रकरण १२ वे
उपसंहार

तेराव्या ते अठराव्या शतकाच्या मध्यापर्यंतचा कालखंड हा मराठी काव्याचा प्राचीन अथवा मध्ययुगीन साहित्य कालखंड होय. या मध्ययुगीन साहित्य कालखंडाचे तीन भाग आढळून येतात.

भक्तिसंप्रदायनिष्ठेनुसार

(१) महानुभाव कवींचा काव्यखंड

(२) भागवत संतकवींचा काव्यखंड

(३) पंडित कवी अथवा आख्यानक कवींचा काव्यखंड

या दीर्घ काव्यकालखंडातील कवींच्या ठिकाणी साहित्यनिर्मितीची जाणीव अथवा त्यांच्या काव्यनिर्मितीमागे शुद्ध वाङ्मयीन प्रेरणा होती असे दिसत नाही. वास्तविक पाहता या मध्ययुगीन मराठी काव्याला संस्कृत साहित्याची समृद्ध पार्श्वभूमी लाभली आहे. संस्कृत साहित्यात शृंगाराची विविध रूपे आविष्कृत झाली आहेत. परंतु निखळ वाङ्मयीन प्रेरणेचा अभाव आणि पारमार्थिक कल्पनांचा जबरदस्त पगडा असल्यामुळे जुन्या मराठीतील शृंगारचित्रणास संस्कृतची ही पार्श्वभूमी फारशी उपयोगी पडली नाही. त्या काळात समाजजीवनाच्या सर्वच क्षेत्रांवर धर्माचा सर्वंकष प्रभाव असल्याने वाङ्मयकलेची निकोप अशी वाढ होऊ शकली नाही. मोक्षप्राप्ती हे जीवनाचे एकमेव ध्येय होते आणि वाङ्मय हे त्याचे केवळ एक साधन असे संतांनी मानले. त्यामुळे आध्यात्मिक तत्त्वज्ञान स्पष्ट करून सांगणे, परमेश्वराच्या अवतारकथांचे गायन करणे व भक्तीचा उपदेश करून मोक्षप्राप्तीचा सुलभ मार्ग देणे एवढेच त्यांच्या काव्याचे स्वरूप होते. कडकडीत वैराग्य व अखेर संन्यास यांच्या पुरस्कारामुळे महानुभावांचे तत्त्वज्ञान व आचार हे शृंगाररसनिर्मितीस मूलतःच प्रतिकूल ठरले. तथापि श्रीकृष्ण परमात्म्याच्या

जीवनातील लीलांचे वर्णन करीत असता त्यांच्या काव्यातही कोठे कोठे शृंगार चित्रित झाला आहे.तो शृंगार अलौकिक स्त्रीपुरुषांचा म्हणजे देवदेवतांचा शृंगार आहे, मानवाचा नाही, अशी त्या कवींची धारणा होती. त्यामुळे हा शृंगार जिवंत किंवा वेधक होऊ शकला नाही. कारण त्याला वास्तवाचा स्पर्श कोठे झालाच नाही. महानुभाव काव्यात शांत व भक्ती या रसांच्या जोडीने आलेला शृंगार अस्थानी आल्यासारखा वाटतो, तर जेथे एखादा शृंगारप्रसंग ठाकठीक आहे असे म्हणता येते तेथे तो केवळ सांकेतिक स्वरूपाचा असतो. एकंदरीत महानुभाव काव्यात जिवंत,वेधक आणि मधुर असा शृंगार कोठेही आढळत नाही.

भागवत संप्रदायातील संतकवींच्या शृंगारवर्णनाबाबतही असेच म्हटले पाहिजे. आध्यात्मिक दृष्टिकोन व वैराग्यसाधनेचा उपदेश यांमुळे त्यांचीही भूमिका शृंगाराला विरोधी आहे. संतकाव्यातील कथाकाव्यांचे दालन तसे समृद्ध आहे, परंतु प्रत्येक गोष्टीचे अध्यात्मीकरण करण्याच्या प्रवृत्तीमुळे कथाकाव्यातील शृंगार अत्यंत ओबडधोबड व बेगडी स्वरूपाचा झाला आहे. एकनाथांसारख्या प्रतिभाशाली कथाकवीनेही रुक्मिणीस्वयंवरामध्ये श्रीकृष्णरुक्मिणी यांच्या कथेवर अध्यात्मातील जीवाशिवाचे रूपक प्रमाणाबाहेर लादले आहे, संतांनी लिहिलेल्या अभंगवाङ्मयात श्रीकृष्णाचे रूपसौंदर्य, गोपींची विरहभावना किंवा श्रीकृष्णाशी त्यांचे झालेले मिलन असे विषय कोठेकोठे वर्णिले आहेत. त्या त्या कवींच्या प्रतिभासामर्थ्यानुसार अशा अभंगांत शृंगाराचे माधुर्य प्रकट झाले आहे. पण बहुतेक संतांनी केलेल्या अशा वर्णनात केवळ एक ठरावीकपणा व कंटाळवाणेपणा आला आहे. संतकवींचे मधुराभक्तीपर काव्याचे दालन मात्र खूपच समृद्ध आहे.या काव्यात संतांनी आपले साक्षात्काराचे व परमेश्वराशी होणाऱ्या एकरूपतेचे अनुभव पतिपत्नींच्या रूपकातून वर्णिले. ज्ञानेश्वर, नामदेव व तुकाराम या संतांचे साक्षात्काराचे अनुभव अत्यंत उत्कट असल्याने आणि त्यांच्या ठिकाणी प्रतिभेचेही तितकेच सामर्थ्य असल्यामुळे त्यांच्या अशा काव्यातील शृंगाराला अत्यंत नाजूक, कोमल व आकर्षक रूप प्राप्त झाले. त्यातल्या त्यात ज्ञानेश्वरांना अलौकिक प्रतिभेची देणगी लाभली असल्याने त्यांच्या विरहिण्यांत उच्च दर्जाचा नाजुक व सूक्ष्म असा शृंगार निर्माण झाला आहे. हे जरी खरे असले तरी संतकाव्यातील हे मधुर शृंगारचित्रण अपवादात्मकच आढळते.

मध्ययुगीन पंडित (आख्यानक) काव्य

पंडित कवींना संस्कृत साहित्यशास्त्राचा ओझरता का होईना परिचय असावा, असे वाटते. त्यांच्या मनावर आध्यात्मिक परंपरेचा ठसा असूनही त्यांनी केवळ अध्यात्मविवरणपर काव्य लिहिण्यातच आपली लेखणी झिजविली नाही. उलट

रामायणमहाभारतातील कथांचे काव्यात गायन करून समाजाला सदाचाराचे व धार्मिकतेचे शिक्षण देतादेताच रसपूर्ण वाङ्‌मयनिर्मिती करण्याचा त्यांचा हेतू दिसतो. तथापि संस्कृत साहित्यातील विविधतापूर्ण शृंगारचित्रणासंबंधीची त्यांची जाणीव एकंदरीत बेताबाताची व वरवरची होती. कारण रामायणमहाभारतांतील उच्च प्रतीच्या वाङ्‌मयनिर्मितीस अनुकूल असणाऱ्या प्रसंगांचाही त्यांनी योग्य उपयोग करून घेतलेला आढळत नाही.

पंडित कवींच्या रचनेतील स्वयंवरकाव्यांचा विभाग शृंगारदर्शनाच्या दृष्टीने अत्यंत अनुकूल. पण पंडित कवींनी केवळ सांकेतिक पद्धतीचेच शृंगारवर्णन केले आहे. रुक्मिणी, सीता, दमयंती या भिन्न स्वभावाच्या व भिन्न परिस्थितीत वावरणाऱ्या नायिकांच्या व्यक्तिचित्रणात केवळ अभेद जाणवावा इतके पंडित कवींनी केलेले चित्रण सांकेतिक स्वरूपाचे आहे. रूपगुणवर्णने, प्रेमोद्‌भव, विरह, विरहोपचार, स्वयंवर इत्यादी सर्व बाबतीत पंडित कवींच्या वर्णनांचा केवळ एक ठरावीक साचा आढळून येतो. विवाहोत्तर जीवनाचे चित्रण तर पंडित कवींनी विशेषत्वाने असे केलेलेच नाही. काही कवींनी द्रौपद्री, दमयंती व देवयानी यांचे विवाहोत्तर जीवन वर्णिले आहे. या स्त्रियांच्या जीवनातील शृंगाराचे जे थोडे निराळे निराळे स्वरूप दिसते, त्याचे श्रेय महाभारतकार व्यासांकडे जाते. पंडित कवींनी ते देता येईल असे वाटत नाही. त्यांनी केवळ मूळ महाभारतातील वर्णनांचा जमेल तसा अनुवाद केलेला आहे.

पंडित कवींचा जीवनविषयक अनुभवही अत्यंत संकुचित व तोकडा होता. भव्य, दिव्य, व्यापक असे जीवनानुभव पंडित कवींच्या कल्पनाविश्वात साकारलेच नाहीत. प्रेमाच्या क्षेत्रातसुद्धा अंत:करण थरारून सोडणारे, मनात प्रचंड खळबळ उत्पन्न करणारे असे प्रसंग उत्पन्न होत असतात. अशा प्रकारचे कितीतरी प्रसंग रामायण-महाभारतात व्यासवाल्मिकींनी निर्माण केले आहेत. द्रौपदी, शर्मिष्ठा, मत्स्यगंधा यांना विवाहविषयक निर्णय घेताना केवढा मानसिक संग्राम करावा लागला आहे. आपला प्रियकर (प्रिय पुरुष) निवडून त्याला माळ घालताना सीता, रुक्मिणी व दमयंती या तरुणींच्या (नायिकांच्या) मनात प्रचंड खळबळ निर्माण झाली आहे.पंडित (आख्यानक) कवींना अशा प्रसंगांचे खरेखुरे आकलनच झालेले दिसत नाही. त्यामुळे त्यांच्या प्रतिभेने हे प्रसंग नवनिर्मिती करून रसिकांसमोर जिवंतपणे उभे करण्याचे आव्हान स्वीकारण्याचा प्रश्न उत्पन्नच झाला नाही. त्यांनी स्वीकारले असते तरी हे आव्हान त्यांना झेपले नसते. या सर्वच प्रसंगांची पंडित कवींनी केलेली वर्णने सपक उतरलेली आहेत. संस्कृत साहित्यातील शृंगाराचे विविध नमुने पंडित (आख्यानक) कवींच्या डोळ्यांसमोर होते, परंतु आपल्या प्रतिभेचे संस्कार या कथांवर करून शृंगाराचे सौम्य किंवा वादळी रूप रंगविण्याची कुवत पंडित (आख्यानक)

कवींमध्ये नव्हती. त्यामुळे त्यांचे काव्य नीरस आणि बेचव बनले आहे. त्यांच्या काव्यात शारीर पातळीवरील शृंगारही वर्णिला गेला असून त्यात काही प्रसंगी अश्लीलता, बीभत्सता व ग्राम्यता आली आहे. सूचना, व्यंजना, सूक्ष्मता या वाङ्मयीन गुणांचे दर्शन या काव्यात घडत नाही. तसेच शृंगारवर्णनात संकोच अथवा लज्जा यांचा अभाव जाणवतो. या एवढ्या दीर्घ आणि सरस काव्यविषयांत धड भक्तीचा आर्त प्रत्यय नाही की शृंगाराचा मधुर अनुभवही नाही. याचे एकमेव कारण म्हणजे पंडित (आख्यानक) कवींना फक्त कथा कथन करावयाच्या होत्या. त्यामागे शुद्ध वाङ्मयीन प्रेरणा निर्माण झाल्या नव्हत्या.

मध्ययुगीन मराठी काव्यकालखंड हा प्रारंभापासून सुमारे अठराशेपन्नासपर्यंतचा असल्यामुळे पंडित कवींनंतर शाहिरांच्या काव्यातील शृंगारासंबंधीचा विचार प्रस्तुत होतो. शाहिरांनी अध्यात्माच्या व भक्तीच्या कैदेतून मराठी कवितेला मुक्त करून तिला वास्तव जीवनाच्या पातळीवर आणून सोडले. महाराष्ट्रीय समाजातील स्त्रीपुरुषांच्या प्रत्यक्ष जीवनातील अनुभवांना त्यांनी काव्यरूप दिले. शाहिरांची ही वाङ्मयीन कामगिरी संतकवी व पंडितकवी यांच्या काव्यापेक्षा वेगळी व वैशिष्ट्यपूर्ण आहे, यात संशय नाही. मराठी शिलेदारांना मुलुखगिरीवर जावे लागल्यामुळे निर्माण होणाऱ्या विरहाच्या वर्णनात पूर्वीच्या कवितेतील ठरावीक (सांकेतिक) विरहवर्णनांपेक्षा निश्चितपणे अधिक जिवंतपणा आहे. स्त्रीपुरुषांमधील परस्परांविषयीची ओढ नैसर्गिक असते व ती निःसंकोचपणे व्यक्त करण्यात वाङ्मयीनदृष्ट्या अधिक माधुर्य आहे. शाहिरांनी मानवाच्या या नैसर्गिक प्रवृत्तीचे दर्शन मराठी काव्यात प्रथम घडविले. म्हणून शाहिरी लावण्यांचे वर्णन ''मराठी शृंगारवर्णनाची प्रभात'' अशा शब्दांत करता येईल. लावण्यांतील शृंगार हा मराठी स्त्री पुरुषांचा जिवंत शृंगार आहे. मात्र शाहिरांना मिळणारे हे श्रेय निर्भेळ नाही. कारण त्यांनी आध्यात्मिकतेच्या व भक्तीच्या अवगुंठनातील शृंगार मोकळा केला असला तरी खऱ्या अर्थाने सुसंस्कृत मानवाचा शृंगार वर्णिला आहे,असे म्हणता येत नाही. सुसंस्कृत अभिरुचीची उणीव असल्यामुळे त्यांच्या शृंगारवर्णनाला उच्च वाङ्मयीन पातळी लाभू शकली नाही. लावण्यांतील शृंगार अनेक स्थळी अवास्तव, बीभत्स, अश्लील व ग्राम्यस्वरूपात आविष्कृत झाला आहे. शाहिरांनी भक्तिपर लावण्यांत श्रीकृष्णाच्या ठिकाणी कल्पिलेल्या कृत्यांचे अथवा खोड्यांचे वर्णन ओंगळ तर आहेच, काही प्रसंगी ते अश्लीलही आहे. श्रीकृष्णभक्तिपर लावण्यांत धड भक्तीचा आविष्कार नाही की शृंगाराचा मुग्धमधुर अनुभव नाही. वास्तव जीवनावर आधारलेल्या लावण्यांत शाहिरांनी स्त्रीपुरुषांच्या ठिकाणी सरसकट अनावर कामवासनेचे अस्तित्व कल्पून तिचे अनैसर्गिक दर्शन घडविले आहे. त्यातही ओंगळ, बीभत्स, अवास्तव, अश्लील असा भाग

आलेला आहे. बारा, तेरा किंवा चौदा वर्षांच्या मुलींच्या ठिकाणी अनावर कामवासना असल्याचे जे चित्रण शाहिरांनी केले आहे, तेही अनैसर्गिकच म्हटले पाहिजे. ज्या काळात लावणीवाङ्मय लिहिले गेले तो काळ मराठ्यांच्या इतिहासातील पराक्रमाचा व कर्तृत्वाचा होता.अनेक कर्तृत्ववान स्त्रीपुरुष त्या कालखंडात होऊन गेले. अशा स्त्रीपुरुषांच्या जीवनातील शृंगाराचे वास्तव व संयमपूर्ण चित्रण शाहिरांनी करावयास हवे होते. अध्यात्माच्या व भक्तीच्या बंधनातून मराठी कवितेला सोडविणाऱ्या व तिला वास्तवाच्या पातळीवर आणणाऱ्या शाहिरांच्याकडून ही अपेक्षा करण्यास मुळीच हरकत नाही. परंतु शाहिरांकडून ही अपेक्षा पुरी झाली नाही. शाहिरांनी केलेल्या शृंगारचित्रणात वास्तवता व मोकळेपणा आला, पण संयम व अभिरुची या दृष्टींने त्याची पातळी खालच्या दर्जाचीच झाली.

***

परिशिष्ट-१

मराठी लावणी : निर्मिती आणि स्वरूप

लेखक - भि.जि. गायकवाड, संबोधि प्रकाशन, गोरेगाव, मुंबई

यांनी शाहिरांच्या लावण्यांतील उत्तान शृंगाराचे आणि अश्लीलतेचे समर्थन केले आहे. लावणीचे स्वरूप विशद करताना त्यांनी खालीलप्रमाणे लावण्यांचे वर्गीकरण करून प्रत्येक विषयांचे स्पष्टीकरण केले आहे.

(अ) (१) लावणीतील विरह-

(१) पतीच्या नादानपणातून निर्माण झालेला विरह (२) परिस्थितीमुळे निर्माण झालेला विरह (३) झुरणी लागलेला पुरुष (४) उपवर मुलीचे दुःख (५) विरहाची आगळी तऱ्हा (६) संभोगसुखाची अनिवार इच्छा (७) चिरविरह

(२) शृंगारपर लावणीचे स्वरूप -

(१) कल्पनेतील शृंगार (२) वर्णनातील शृंगार (३) प्रत्यक्षातील शृंगार (४) वर्णनातील शृंगार आणि अभिलाषा (५) जार-राख यांमधील शृंगार

(३) लावणीतील स्त्रीची व्यथा -

(१) दुबळा पती (२) बाहेरख्याली पती (३) परस्त्रीकडून फसलेला पती (४) पती असून सती (५) पतिनिधन (६) निरउपाव जाला काय करू साजणी (७) पती मज दावा गे कोणी (८) कळस माझा न जावो ढळला (९) माया लागली मला, कसा केसाने कापता गळा (१०) पोट पिकेना म्हणून बांधले भाराभर गडे

(४) मराठी लावणीतील संयम आणि शृंगार -

(१) पतीला संयमातील गोडी शिकविणारा शृंगार (२) लेकुरवाळी म्हणून संयम (३) शारीरिक दुःखातून निर्माण झालेला संयम (४) गर्भावस्था म्हणून संयमाची अपेक्षा

(५) लावणीतील पुरुष -

(१) सखीचा रुसवा घालविण्यासाठी विनवणी (२) नारीच्या स्नेहासाठी विनवणी (३) भोगासाठी याचना (४) प्रेयसीने अंतर देऊ नये म्हणून विनवणी

(६) लावणीतील चतुर संवाद -

(१) प्रियकर-प्रेयसी अभिलाषा (२) मुशाफिर आणि स्त्री (३) प्रियकर प्रेयसी : संशयावस्था (४) लगट करणाऱ्या पुरुषाची कानउघाडणी (५) स्त्रीची अभिलाषा : मुशाफिराचा नकार (६) शृंगारधुंदीतील संवादनाट्य (७) सजणसजणीतील विनवणीच्या तऱ्हा

(१) भोगासाठी पतिविनवणी (२) पतीने अंगलट करू नये म्हणून विनवणी (३) प्रियकराने अंतर देऊ नये म्हणून विनवणी (४) लोकांपासून गुपित ठेवण्यासाठी विनवणी (५) प्रवासात पतीने न्यावे म्हणून विनवणी

(अनुक्रमणिकेतील भाग २ रा लावणीचे स्वरूप या शीर्षकाखाली फक्त शृंगारिक लावण्यांच्यावरील विवेचनाचे विषय येथे उद्‌धृत केले आहेत.

आम्ही दिलेल्या लावण्यांच्या परिचयपरीक्षणात वाचकांना वरील मुद्दे सहज लक्षात येतील.

(अ) मराठी लावणीतील संयम आणि शृंगार

या शीर्षकाखाली डॉ. गायकवाड यांनी पुढीलप्रमाणे विवेचन केले आहे—

"लावणीमध्ये विरहामुळे कणाकणाने झिजणाऱ्या स्त्रिया आहेत, अनेक दुःखांनी पिचलेल्या स्त्रिया आहेत, तर दुसरीकडे शृंगाराने परिसीमा गाठली आहे. लावणीतील शृंगार उथळ आहे. तिची भाषा रगेल आणि रंगेल आहे. त्यामुळेच तिची लज्जत वाढते अशा समजुतीनेच शाहिरांनी रगेलपणाला भडक रंग दिला हे सगळे सत्य असले तरी, शाहीर वर्णनानेही रगेल होते.शाहिरांनी कोणताही विधिनिषेध न बाळगता वाच्यार्थाने वर्णन केलेही असेल. मात्र जे आहे त्यात त्यांनी ढोंग केलेले नाही. एरव्ही अभिव्यक्तीमध्ये सज्जनपणाचा आव आणावयाचा आणि वर्तनात उच्छृंखलपणा दाखवायचा असा दुहेरी 'डाव' शाहीर खेळले नाहीत. जे अंतर्मनाच्या गाभ्यापासून वाटले तेच व्यक्त केले. त्यावर संस्कार केले नाहीत. त्याबद्दल त्यांना हवा तर दोष द्या. पण जे व्यक्त केले ते सत्य आहे. आधुनिक समीक्षेप्रमाणे कलात्मक प्रकर्ष साधला नसला तरी वृत्ती आणि मनोवस्था याचा प्रकर्ष साधला आहे.

शाहिरांच्या लावणीतून शृंगाराचा जागोजाग अतिरेक झाला असला तरी शृंगारवर्णनामध्ये संयमाचे तत्त्वही पाळलेले दिसते. संयमाची आवश्यकता सांगत असताना शृंगाराने मर्यादा कशी मोडली आहे हे दाखविण्यासाठी शाहिरांना पुरुषाच्या किंवा स्त्रीच्या वासनेची गेलेली मजल सांगावी लागली. आणि ते सांगणे हाच भडक वर्णनाचा नमुना ठरला. एखाद्या गोष्टीतील लांच्छनास्पद भाग कोणता हे दाखवून

देण्यासाठी त्याच लांच्छनास्पद गोष्टीचा उल्लेख करावा लागतो. खानदानी माणसाला हे मर्यादेचे उल्लंघन झाल्यासारखे वाटते. पण हे सांगण्याशिवाय पर्याय नसतो. म्हणून तो त्याचा उल्लेख अनिच्छेने का होईना करतो. या सर्व गोष्टीमुळेच कित्येक ठिकाणी शाहिरांना अशा भडक वर्णनाचा आश्रय घ्यावा लागला.''

(मराठी लावणी : निर्मिती आणि स्वरूप लेखक - डॉ. भि.जि.गायकवाड. पृष्ठे ८२-८३)

या मताचे खंडन करणारे विवेचन वरील पुस्तकाला लिहिलेल्या प्रस्तावनेत डॉ. सुधाकर के. भोसले यांनी केले आहे. ते परिशिष्ट दोन मध्ये उद्धृत केले आहे.

✳ ✳ ✳

परिशिष्ट - २

डॉ. भि. जि.गायकवाड यांनी लिहिलेल्या मराठी लावणी : निर्मिती आणि स्वरूप या ग्रंथाला डॉ. सुधाकर के. भोसले यांनी 'दोन शब्द' या शीर्षकाखाली प्रस्तावना लिहिली आहे. त्यातील अवतरण या परिशिष्टात दिले आहे.

(१) हे शाहीर कोणाचे बंधन मानणारे नव्हते. उत्तान शृंगारिक रचना करून उथळ पेशवे, सामान्य सरदार,उल्लू धनिक वगैरेंना खुष करून भरपूर बिदागी मिळवावी, पुन्हा ती बिदागी स्वैरपणे वर्तन करून उधळावी असा बहुतेक शाहिरांचा रिवाज होता. त्यामुळे त्यांच्या लावणीत संयम नाही आणि पोवाड्यात निष्ठा नाही. हेच त्यांचे जीवन जगण्याचेही सूत्र होते. त्यामुळे त्यांच्या रचनांच्या बाबतीत टीका होते आणि जीवनाच्या बाबतीत त्यांना शेवटी हलाखी भोगावी लागली. (पृष्ठ ३)

(२) शाहिरांच्या अनेक रचना अश्लील, बेताल आहेत हे नाकारून चालणार नाही. अशा रचना करताना शाहिरांचा संयम यमसदनी गेला होता ही वस्तुस्थिती आहे. शाहिरांच्या या अश्लीलतेचे समर्थन किंवा त्यांच्या निर्मितीचे कारण सामाजिक परिस्थितीत किंवा अभिरुचीत शोधून शाहिरांच्या बाबत माफीची दृष्टी ठेवण्याचा आमचे समीक्षक एवढा का प्रयत्न करतात हेच समजत नाही. समीक्षा ही मूल्यांच्या कसोटीवर व्हावयास हवी. वैयक्तिक रागलोभ यापासून समीक्षेने दूर असले पाहिजे हे सांगावयास का हवे? नाहीतर मग ब्लू फिल्म्सचेही समर्थन करता येईल! त्या फिल्म्समध्ये देखील समाजातच चाललेले चित्रित केलेले असते. काढणारे चित्रपट काढतात, पाहणारे पाहतात, चवीने पाहतात. त्यांना कोण रोखणार? पण जेव्हा परीक्षणाची वेळ येईल तेव्हा टीका करण्यात बोटचेपेपणा का करायचा? सारांश, एखाद्या गोष्टीचे भगतपंथी (भक्त) आणि युगतवादी (युक्तिवादी) या दोघांचे अभिप्राय विचारपूर्वक स्वीकारले पाहिजेत. (चार शब्द, पृष्ठ ५)

- डॉ. सुधाकर भोसले

***